# ಯಾರೂ ಹೇಳದ
# ಕಥೆಗಳು

ಸಂಪಾದಕರು

**ಸುದರ್ಶನ ಚನ್ನಂಗಿಹಳ್ಳಿ**



ವೀರಲೋಕ ಬುಕ್ಸ್ ಪ್ರೈ.ಲಿ.
# 207, 2ನೇ ಮಹಡಿ, 3ನೇ ಮೇನ್, ಚಾಮರಾಜಪೇಟೆ
ಬೆಂಗಳೂರು-560018. ಮೊಬೈಲ್: 70221 22121
ಇಮೇಲ್: veeralokabooks@gmail.com
ವೆಬ್‌ಸೈಟ್: www.veeralokabooks.com

**YAARU HELADA KATHEGALU**
This book contains stories from the
Deepavali short stories competition organised in association with
**Vijaya Karnataka and Veeraloka Books Pvt. Ltd.**
Editorial Team:
C.J. Rajeeva, Rajesh Hegde, Natesh Babu,
Dheeraj Poyyekanda, Kaligananatha Gudadooru,
Keerthi Kolgar, Vijay C.V., Vidyarashmi Pelathadka.

Published by:
**VEERALOKA BOOKS PVT. LTD.**
# 207, 2nd Floor, 3rd Main
Chamarajpet, Bengaluru - 560018

Mobile : +91 7022122121
E-mail : veeralokabooks@gmail.com
Website: www.veeralokabooks.com



Price : Rs. 150/-
Pages : 128
First Impression : 2022

Paper used : 90 GSM NS Maplitho
Book size : 1/8th Demy

ISBN : 978-93-94942-22-6

Cover page illustration by : Roopa Vipin
Inner pages illustration by : Vijaya Vikram

Printer : Regal Print Service
No. 92, Pipeline West, Kasturibanagar
Mysore Road Cross, Near Christian Tollgate
Bengaluru - 560026

# ಕಥಾ ಗೊಂಚಲು, ಭಾವದ ಅಮಲು

ಬೆಳಕಿನ ಹಬ್ಬ ದೀಪಾವಳಿ ಬಂದರೆ ಎಲ್ಲೆಡೆ ಸಂಭ್ರಮ ಮತ್ತು ಉಲ್ಲಾಸ. ಸಾಹಿತ್ಯವಲಯದಲ್ಲೂ ದೀಪಾವಳಿ ಅನ್ನುವುದು ಮಹತ್ವದ ಸಂದರ್ಭ. 'ದೀಪಾವಳಿ ಕಥಾಸ್ಪರ್ಧೆ'ಗಳ ಪರಂಪರೆ ನಮ್ಮ ನಡುವೆಯಿದ್ದು, ಕಥಾಲೋಕದಲ್ಲಿ ಸದ್ದು ಮಾಡಲು ಉದಯೋನ್ಮುಖರಿಗೆ ಇದೊಂದು ಸುಸಂದರ್ಭ. ಬೆಂಬಿಡದೆ ಕಾಡುವ ಗಟ್ಟಿ ಕತೆಗಳಿಗೆ ಹಂಬಲಿಸಿ ಹಸಿದು ಕೂತ ಓದುಗನಿಗೆ ದೀಪಾವಳಿ ನೆಪದಲ್ಲಿ ಭರ್ಜರಿ ಭೋಜನ.

ಯುಗಾದಿ ಕಥಾಸ್ಪರ್ಧೆಯ ಮೂಲಕ ಪ್ರತಿ ವರ್ಷವೂ ಸಂಚಲನ ಸೃಷ್ಟಿಸುತ್ತಿರುವ ನಿಮ್ಮ ಪ್ರೀತಿಯ ವಿಜಯ ಕರ್ನಾಟಕ, ದೀಪಾವಳಿಗೆ ಇನ್ನಷ್ಟು ಭರವಸೆಯ ಬೆಳಕನ್ನು ಕಥಾ ಜಗತ್ತಿನಲ್ಲಿ ಒಟ್ಟುಗೂಡಿಸಿದೆ. ಕತೆಗಾರರಿಗೆ ವರ್ಷದಲ್ಲಿ ಎರಡನೇ ಸಲ ವೇದಿಕೆ ಕಲ್ಪಿಸಿ, ಹೊಸ ಮಾದರಿಯನ್ನು ಸೃಷ್ಟಿಸಿದೆ. ರಾಜ್ಯದಲ್ಲಿನ ದೀಪಾವಳಿ ಕಥಾ ಪರಂಪರೆಯನ್ನು ವಿಸ್ತರಿಸುವ ನಿಟ್ಟಿನಲ್ಲಿ ಕಥಾಸ್ಪರ್ಧೆಯನ್ನು ನಡೆಸಿದ್ದು, ಇದು ಅನೇಕ ಕಾರಣಗಳಿಂದ ಪ್ರಾಮುಖ್ಯ ಪಡೆದಿದೆ. ರಾಜ್ಯದಲ್ಲಿ ಅತ್ಯಧಿಕ ಬಹುಮಾನ ಮೊತ್ತವನ್ನು ಹೊಂದಿರುವ ಕಥಾಸ್ಪರ್ಧೆ ಇದಾಗಿದ್ದು, ನಾಡಿನ ಮೂಲೆಮೂಲೆಗಳಲ್ಲಿರುವ ಹಿರಿ ಮತ್ತು ಕಿರಿಯ ಕತೆಗಾರರು ಉತ್ಸಾಹದಿಂದ ಪಾಲ್ಗೊಂಡಿದ್ದರು.

ಈ ಬಾರಿ ನಮ್ಮೊಂದಿಗೆ 'ವೀರಲೋಕ ಪ್ರಕಾಶನ'ಕೈ ಜೋಡಿಸಿದ್ದು ಸಂತೋಷದ ಸಂಗತಿ. ಮೆಚ್ಚುಗೆ ಎಂಬುದು ಕೇವಲ ನಲುಮೆಯ ನುಡಿಗಳಿಗೆ ಮೀಸಲಾಗಬಾರದು ಅಲ್ಲವೇ? ಸೃಜನಶೀಲರಿಗೆ ಆರ್ಥಿಕ ಒತ್ತಾಸೆಯನ್ನೂ ನೀಡುವುದು ನಮ್ಮ ಆಶಯ. ಹೀಗಾಗಿ, ಮೊದಲ ಬಹುಮಾನಿತ ಕತೆಗೆ 51,000 ರೂ. ಭಾರಿ ಬಹುಮಾನವನ್ನು ಘೋಷಿಸಲಾಗಿತ್ತು. ಕತೆಗಳ ನಂಟು ಆಯಾ ವರ್ಷಕ್ಕಷ್ಟೇ ಕೊನೆಯಾಗಬಾರದು. ಚೆಂದದ ಕತೆಗಳು ಮನೆಯ ಅಲ್ಮೆರಾದಲ್ಲಿ ಸದಾ ಕೂತಿರಬೇಕು. ಹೀಗಾಗಿ ದೀಪಾವಳಿ ಕಥಾಸ್ಪರ್ಧೆಯ ಬಹುಮಾನಿತ ಕತೆಗಳನ್ನು ಒಳಗೊಂಡ 15 ಕತೆಗಳ ಗುಚ್ಛವು ಈಗ ಪುಸ್ತಕ ರೂಪವನ್ನು ತಾಳಿದೆ.

ಕತೆ, ಕಾದಂಬರಿ, ಕವಿತೆ, ಅನುವಾದ-ಹೀಗೆ ವಿವಿಧ ವಲಯಗಳಲ್ಲಿ ವೈವಿಧ್ಯ ಮತ್ತು ಅನುರೂಪತೆ ಸಾಧಿಸಿರುವ ಕೇಶವ ಮಳಗಿ, ಲಲಿತಾ ಸಿದ್ಧಬಸವಯ್ಯ ಹಾಗೂ ಕರ್ಕಿ ಕೃಷ್ಣಮೂರ್ತಿ ಅವರು, ಕಥಾ ಸ್ಪರ್ಧೆಯ ತೀರ್ಪುಗಾರರಾಗಿ ಕಥಾ ಆಯ್ಕೆಯಲ್ಲಿ ನ್ಯಾಯ ನೀಡಿದ್ದಾರೆ. ನಮ್ಮ ಗುರಿ ಉದಯೋನ್ಮುಖರ ಶೋಧವಾಗಿತ್ತು. ಅದು ಇಲ್ಲಿ ಸಾಕಾರಗೊಂಡಿದೆ. ಇದು ಬಹುಧಾನ್ಯಗಳ ಕಣಜದ ಪಾಕ. ಇಲ್ಲಿನ ಬಹುರೂಪಿ ರುಚಿಯು ನಮ್ಮ ನಾಡಿನ ಸಾಂಸ್ಕೃತಿಕ ವೈವಿಧ್ಯವನ್ನು ಸಾದರ ಪಡಿಸುತ್ತದೆ. ಇಲ್ಲಿನ ಕತೆಗಳು ಮನುಷ್ಯನ ಜತೆ ಜೀವ ಜಗತ್ತಿನ ನಂಟನ್ನೂ ಹೇಳುತ್ತವೆ.

ನಗರ-ಹಳ್ಳಿ, ಹಲವು ತಲೆಮಾರುಗಳ ಮುಖಾಮುಖಿ, ಕೌಟುಂಬಿಕ ನಂಟಿನ ಸಂಘಟನೆ ಮತ್ತು ವಿಘಟನೆ, ಪಾತ್ರಗಳ ಜಗಿತ, ತುಮುಲ- ಎಲ್ಲವನ್ನೂ ಈ ಕತೆಗಳು ತೆರೆದಿಟ್ಟಿವೆ. ನಮ್ಮ ಓದುಗರನ್ನು ಹೊಸ ಓದಿನ ಮೂಲಕ ಹೊಸದಾಗಿ ಬೆಳಗುವಂತೆ ಮಾಡುವ ಬಲ ಈ ಕತೆಗಳಿಗೆ ನಿಜಕ್ಕೂ ಇದೆ ಎಂಬುದು ನನ್ನ ಸ್ವಂತ ಅನುಭವದ ನುಡಿ.

**-ಸುದರ್ಶನ ಚನ್ನಂಗಿಹಳ್ಳಿ**
ಸಂಪಾದಕ, ವಿಜಯ ಕರ್ನಾಟಕ

# ಪ್ರಕಾಶಕರ ಮಾತು

ಪ್ರಿಯ ಓದುಗ ದೊರೆಗಳೆ, ಅತ್ಯಂತ ಪ್ರಾಚೀನ ಭಾಷೆಗಳಲ್ಲಿ ಒಂದಾದ ಕನ್ನಡಕ್ಕೆ ಭಾರತೀಯ ಭಾಷೆಗಳಲ್ಲೇ ವಿಶೇಷ ಸ್ಥಾನವಿದೆ. ಈ ನೆಲದ ಮಣ್ಣಿನ ಕಣಕಣದಲ್ಲೂ ಸಾಹಿತ್ಯದ ಘಮಲಿದೆ. ಸಾಂಸ್ಕೃತಿಕ ಹುಡಿಯಿದೆ. ಎಂಟೆಂಟು ಜ್ಞಾನಪೀಠ ಪ್ರಶಸ್ತಿಗಳನ್ನು ಪಡೆದ ಹೆಮ್ಮೆಯೂ ಜತೆಗಿದೆ. ಆದರೆ, ಸಾಹಿತ್ಯವನ್ನು ದಾಟಿಸುವ ವಿಷಯದಲ್ಲಿ ನಾವು ಹಿಂದೆ ಇದ್ದೇವೆ. ಸಂಕಟ ಪಡುವಷ್ಟು ಓದುಗರ ಸಂಖ್ಯೆಯನ್ನು ಹೊಂದಿದ್ದೇವೆ. ಕನ್ನಡದಲ್ಲಿ ವರ್ಷಕ್ಕೆ ಸಾವಿರಾರು ಶೀರ್ಷಿಕೆಯ ಪುಸ್ತಕಗಳು ಮುದ್ರಣವಾದರೂ ಕೆಲವೇ ಕೆಲವು ಸಾಹಿತಿಗಳನ್ನು ಹೊರತುಪಡಿಸಿ, ಹೆಸರಾಂತ ಸಾಹಿತಿಗಳ ಪುಸ್ತಕಗಳ ಪ್ರತಿಗಳು ಖರ್ಚಾಗುವುದು ಕೇವಲ ಐನೂರು, ಸಾವಿರ ಮಾತ್ರ. ಹೊಸಬರದ್ದು ಇನ್ನೂ ಘೋರ. ಕರ್ನಾಟಕದ ಏಳೂವರೆ ಕೋಟಿ ಜನಸಂಖ್ಯೆಯಲ್ಲಿ, ಒಬ್ಬ ಲೇಖಕನ ಪುಸ್ತಕವು ಸಾವಿರ ಜನರಿಗೂ ತಲುಪುತ್ತಿಲ್ಲ ಎನ್ನುವುದು ಖೇದಕರ. ಆದರೆ, ಇದನ್ನು ನಂಬಲು ಸಾಧ್ಯವಾ?

ನಿಜವಾಗಿಯೂ ಓದುಗರು ಇಲ್ಲವಾ? ಅಥವಾ ಓದುಗರಿದ್ದರೂ ಅವರಿಗೆ ಕೃತಿಗಳನ್ನು ತಲುಪಿಸುವಲ್ಲಿ ಸೋಲುತ್ತಿದ್ದೇವಾ? ಎನ್ನುವ ಪ್ರಶ್ನೆಯೊಂದಿಗೆ ನಾನು ನಿಮ್ಮಂಥ ಓದುಗರ ಬೆನ್ನುಹತ್ತಿದೆ. ಲಕ್ಷಾಂತರ ಓದುಗರಿದ್ದಾರೆ. ಆದರೆ ಅವರನ್ನು ತಲುಪುವಲ್ಲಿ ನಾವು ಸೋಲುತ್ತಿದ್ದೇವೆ ಎಂಬುದು ನನಗೆ ಮೇಲ್ನೋಟಕ್ಕೆ ಹೊಳೆದ ಸತ್ಯ. ಆ ಕಾರಣದಿಂದಲೇ ನಾನೀಗ ಓದುಗ ಮತ್ತು ಲೇಖಕರ ನಡುವಿನ ಸೇತುವೆಯೊಂದರ ನಿರ್ಮಾಣಕ್ಕೆ ಮುಂದಾಗಿದ್ದೇನೆ. ಆ ಸೇತುವೆಯ ಹೆಸರು 'ವೀರಲೋಕ ಬುಕ್ಸ್.'

ಕುಗ್ರಾಮವೊಂದರಲ್ಲಿ ತಯಾರಾದ ಮಡಕೆಯೊಂದು ಇವತ್ತು ಕಾರ್ಪೊರೇಟ್ ಅಂಗಳದಲ್ಲಿ ಮಾರಾಟಕ್ಕಿದೆ. ಪದವಿ, ಪುರಸ್ಕಾರಗಳನ್ನು ಪಡೆದುಕೊಂಡ ಬರಹಗಾರನೊಬ್ಬನ ಕೃತಿಯು ಸುಸಜ್ಜಿತ ಪುಸ್ತಕ ಮಳಿಗೆಯನ್ನೂ ತಲುಪುವಲ್ಲಿ ಸೋತಿದೆ. ಹಾಗಾಗಿ 'ವೀರಲೋಕ ಬುಕ್ಸ್' ಕನ್ನಡ ಪುಸ್ತಕ ಲೋಕಕ್ಕೆ ಕಾರ್ಪೊರೇಟ್ ಟಚ್ ನೀಡುವ ಉದ್ದೇಶ ಹೊಂದಿದೆ. ಕೇವಲ

ಪಟ್ಟಣದಲ್ಲಿ ಮಾತ್ರವಲ್ಲ, ಹಳ್ಳಿಗಾಡಿನ ಕಟ್ಟಕಡೆಯ ಓದುಗನಿಗೂ ಕನ್ನಡ ಪುಸ್ತಕವನ್ನು ತಲುಪಿಸುವ ದೃಢ ಸಂಕಲ್ಪ ನಮ್ಮದಾಗಿದೆ. ಒಬ್ಬ ಓದುಗ ತಾನು ಇಷ್ಟಪಡುವ ಪುಸ್ತಕ ಕೊಳ್ಳಬೇಕಾದರೆ ನಿಗದಿತ ಪುಸ್ತಕ ಅಂಗಡಿಗೆ ಬಂದರೆ ಮಾತ್ರ ಸಿಗುತ್ತದೆ ಎಂಬುದು ನಿಜಕ್ಕೂ ಓದುಗನಿಗೆ ಮಾಡುತ್ತಿರುವ ಮೋಸ. ಆದ್ದರಿಂದ ಅವನಿರುವ ಕಡೆಯೇ ಪುಸ್ತಕ ಸಿಗುವಂತೆ ಮಾಡುವ ಉದ್ದೇಶ ನಮ್ಮ ಪ್ರಕಾಶನದ್ದು. ಅದಕ್ಕಾಗಿ ಒಂದು ದೊಡ್ಡ ನೆಟ್‌ವರ್ಕ್ ಸಿದ್ಧ ಮಾಡಿದ್ದೇವೆ. ಊರೂರಲ್ಲಿ ಪುಸ್ತಕ ಸಿಗುವಂತೆ ಮಾಡುತ್ತಿದ್ದೇವೆ. ಇನ್ನೂ ಏನೇನೋ ಯೋಜನೆಗಳಿವೆ...

ಈ ಹೊಸ ರೀತಿಯ ಕಾರ್ಯಶೈಲಿಯ ಮೂಲಕ ನಾವು ನಮ್ಮ ವೀರಲೋಕ ಪ್ರಕಾಶನವನ್ನು ಆರಂಭಿಸಿದ್ದೇವೆ. ಇದಕ್ಕೆ ನಾಡಿನ ಖ್ಯಾತ ಸಾಹಿತಿಗಳಾದ ಶ್ರೀ ವಿಶ್ವೇಶ್ವರ ಭಟ್, ಶ್ರೀ ಕುಂ. ವೀರಭದ್ರಪ್ಪ, ಶ್ರೀ ಜೋಗಿ, ಶ್ರೀ ರವಿ ಕೃಷ್ಣಾರೆಡ್ಡಿ, ಶ್ರೀ ರಂಗಸ್ವಾಮಿ ಮೂಕನಹಳ್ಳಿ, ಶ್ರೀಮತಿ ದೀಪಾ ಹಿರೇಗುತ್ತಿ, ಶ್ರೀ ಗಣೇಶ್ ಕಾಸರಗೋಡು, ಅನಂತ ಹುದೆಂಗಜೆ, ಡಾ. ಶರಣು ಹುಲ್ಲೂರು, ಶ್ರೀ ಸಂತೋಷಕುಮಾರ ಮೆಹೆಂದಳೆ, ಎನ್. ಧನಂಜಯ, ಡಾ. ಡಿ.ಎಸ್. ಶ್ರೀನಿವಾಸ ಪ್ರಸಾದ್, ಡಾ. ಗವಿಸ್ವಾಮಿ ಎನ್., ನರೇಂದ್ರ ರೈ ದೇರ್ಲ, ಶ್ರೀ ಮಂಜುನಾಥ್ ಚಾಂದ್, ಶ್ರೀಮತಿ ಶುಭಶ್ರೀ ಭಟ್ಟ, ಶ್ರೀ ರಾಜೀವ ನಾರಾಯಣ ನಾಯಕ, ಶ್ರೀಮತಿ ನಾಗವೇಣಿ ವೆಂ. ಹೆಗಡೆ ಹೆಗ್ಗರ್ಸಿಮನೆ, ಶ್ರೀ ರಾಘವ್, ಡಾ. ವಾಸುದೇವ ಶೆಟ್ಟಿ, ಶ್ರೀ ಸದಾಶಿವ್ ಸೊರಟೂರು ಮತ್ತು ಖ್ಯಾತ ಕಲಾವಿದರಾದ ಶ್ರೀ ರಮೇಶ್ ಅರವಿಂದ್ ಅವರು ವೀರಲೋಕಕ್ಕೆ ತಮ್ಮ ಕೃತಿಗಳನ್ನು ಕೊಟ್ಟು ಪ್ರೋತ್ಸಾಹಿಸುತ್ತಿದ್ದಾರೆ. ಓದುಗನಿರುವ ಕಡೆಯೇ ಪುಸ್ತಕಗಳನ್ನು ಒದಗಿಸುವ ಈ ಮಹತ್ಕಾರ್ಯಕ್ಕೆ ನಿಮ್ಮ ಬೆಂಬಲವೂ ಇರಲೆಂದು ಪ್ರಾರ್ಥಿಸುವೆ.

'ಯಾರೂ ಹೇಳದ ಕಥೆಗಳು' ಕೃತಿ ಓದುವ ಸುಖ ನಿಮ್ಮದಾಗಲಿ.

ನಿಮ್ಮ,

**–ವೀರಕಪುತ್ರ ಶ್ರೀನಿವಾಸ**

ವೀರಲೋಕ ಬುಕ್ಸ್

# ಪರಿವಿಡಿ

# ಕೂಳೆ

**ಮೆಚ್ಚುಗೆ ಬಹುಮಾನ ಪಡೆದ ಕಥೆ**

**ಪೂರ್ಣಿಮಾ ಮಾಳಗಿಮನಿ**
malagimanipoornima@gmail.com

ನಾನು ಆಕೆಯನ್ನು ನೋಡಿದ ಸನ್ನಿವೇಶ ಹೇಗಿತ್ತಂದರೆ ಆ ಕ್ಷಣದಿಂದ ಜೀವನದಲ್ಲಿ ಇನ್ನೆಂದೂ ಕ್ಯಾಮೆರಾ ಮುಟ್ಟಲೇಬಾರದೆನಿಸಿತ್ತು. ಅಂದು ನನ್ನ ಹೆಂಡತಿ ಸಂಧ್ಯಾ, ನಾನು, ನಮ್ಮ ಮಗ, ಸೊಸೆ ಜೊತೆ ನನ್ನ ಅಣ್ಣನ ಮಗನ ಮನೆಯ ಗೃಹಪ್ರವೇಶವೆಂದು ಬೆಂಗಳೂರಿನ ಹೊರವಲಯದಲ್ಲಿದ್ದ ಒಂದು ಅಪಾರ್ಟಮೆಂಟಿಗೆ ಹೋಗಿದ್ದೆವು. ಅದು ಬಹಳ ಕಾಸ್ಟ್ಲಿ ದುನಿಯಾ ಅಂತ ಹೆಬ್ಬಾಗಿಲಲ್ಲೇ ಗೊತ್ತಾಗಿತ್ತು. ದೊಡ್ಡ ಕಾರಂಜಿ, ಬಣ್ಣ ಬಣ್ಣದ ಹೂಗಳ ವಿಶಾಲವಾದ ಲ್ಯಾಂಡ್ ಸ್ಕೇಪ್, ಐಪ್ಯಾಡ್ ಇಟ್ಟುಕೊಂಡು ಕೆಲಸ ಮಾಡುತ್ತಿದ್ದ ಸೆಕ್ಯೂರಿಟಿ ಗಾರ್ಡ್ಸ್, ಯಾರೇ ವಿಸಿಟರ್ಸ್ ಬಂದರೂ ಅವರ ಫೋಟೋ ತೆಗೆದು ನಾವು ಭೇಟಿಯಾಗಬೇಕೆಂದುಕೊಂಡವರಿಗೆ ಕಳಿಸಿ, ಫೋನ್ ಮಾಡಿ, ವಿಚಾರಿಸುತ್ತಾರೆ. ಅವರು ಒಪ್ಪಿಗೆ ಕೊಟ್ಟ ಮೇಲೇ ಒಳಗೆ ಹೋಗಲು ಬಿಡುವುದು. ದೊಡ್ಡ ಹೋಟೆಲೊಂದರ ರಿಸೆಪ್ಷನ್ ಇದ್ದಂತ ಪ್ರತಿಯೊಂದು ಟವರ್ ಕೆಳಗೂ ದೊಡ್ಡ ಸೋಫಾಗಳಿರುವ ಲಾಬಿ. ಅಲ್ಲಿ ಮತ್ತೊಬ್ಬ ಸೆಕ್ಯೂರಿಟಿ ಗಾರ್ಡ್. ಎಲ್ಲಾ ಕಡ ಸಿಸಿಟಿವಿ, ಸ್ವಲ್ಪ ಪ್ಯಾಂಟ್ ಸರಿ ಮಾಡ್ಕೊಳೋಣ ಅಥವಾ ಮೂಗು ಶುಚಿ ಮಾಡ್ಕೊಳೋಣ ಅಂದ್ರೂ ಅವಕಾಶವಿಲ್ಲ.

ಇವೆಲ್ಲಾ ನಮಗೆ ಕಣ್ಣಿಗೆ ಕಂಡದ್ದು. ಆಮೇಲೆ ನಮ್ಮ ಸಂಬಂಧಿಕರ ಮನೆಗೆ ಹೋದಮೇಲೆ ಅವರಿಂದಲೂ ಅಪಾರ್ಟ್‌ಮೆಂಟಿನ ಗುಣಗಾನ ಕೇಳಿ ನಾವು ಯಾವುದೋ ಇಂದ್ರಲೋಕಕ್ಕೇ ಬಂದಿದ್ದೇವೆಂದು ತಲೆದೂಗಿದೆವು. ನನ್ನ ಮಗ ಮಾತ್ರ ಅಷ್ಟು ಸಂತುಷ್ಟನಾದಂತೆ ಕಾಣಲಿಲ್ಲ. ಬಹುಶಃ ಅವನಿಗಿಂತ ಕೆಲವೇ

ವರ್ಷಗಳು ದೊಡ್ಡವನಾದ ದೊಡ್ಡಪ್ಪನ ಮಗ ಇಷ್ಟು ಬೇಗ ಇಷ್ಟೊಂದು ಹಣ ದುಡಿದು ಇಂಥ ಮನೆ ಹೇಗೆ ಕೊಂಡುಕೊಂಡಿದ್ದಾನಲ್ಲ ಎನ್ನುವ ಮತ್ಸರವಿರಬೇಕೆಂದು ನಾನು ಊಹಿಸಿದೆ. ಇನ್ನು ಮತ್ತೆ ಎಲ್ಲ ಮನೆಗೆ ಹೋದ ಕೂಡಲೇ ಅಪ್ಪ, ನಿನ್ನ ಮಿಲಿಟರಿ ಡಾಕ್ಟರ್ ಕೆಲಸ ಬಿಟ್ಟು ದೊಡ್ಡ ನರ್ಸಿಂಗ್ ಹೋಮ್ ಸೇರಿಕೋ ಎಂದು ಜೀವ ತಿಂತಾನೋ ಅನಿಸಿ ಹೆದರಿದೆ ಕೂಡ.

ಎಲ್ಲಿ ಹೋದರೂ ಸಾಮಾನ್ಯವಾಗಿ ಕ್ಯಾಮೆರಾ ತೆಗೆದುಕೂಂಡೇ ಹೋಗುವ ನಾನು ಅಂದೂ ಸಹ ನನ್ನ ಕ್ಯಾಮೆರಾ ಹಿಡಿದುಕೊಂಡು, ಸಂಧ್ಯಾಳನ್ನೂ ಕರೆದುಕೊಂಡು ಕೆಳಗೆ ಒಂದು ಸುತ್ತು ಅಡ್ಡಾಡಿ ಬರೋಣವೆಂದು ಹೊರಟೆ. ಊಟಕ್ಕೆ ಇನ್ನೂ ಬಹಳ ಟೈಮ್ ಇತ್ತು. ಇಲ್ಲೇ ಕುಳಿತಿದ್ದರೆ ಈ ಸಂಬಂಧಿಕರು ಈ ಮನೆಯ ಗುಣಗಾನ ಮಾಡೀ ಮಾಡೀ, ನಮ್ಮನ್ನೇ ಎಲ್ಲಿ ಮಾರ್ಕೆಟಿಂಗ್ ಏಜೆಂಟರುಗಳನ್ನಾಗಿಸಿಬಿಡುತ್ತಾರೋ ಎನ್ನುವ ದಿಗಿಲೂ ಇತ್ತು. ಅಲ್ಲಲ್ಲಿ ಆಟವಾಡುತ್ತಿದ್ದ ಮಕ್ಕಳು, ಬಿಸಿಲು ಕಾಯಿಸಿಕೊಳ್ಳುತ್ತಿದ್ದ ವಯಸ್ಕರು, ಲಾನ್ ಮೇಲೆ ಕುಣಿದು ಕುಪ್ಪಳಿಸುತ್ತಿದ್ದ ಗಲೀಜು ಮಾಡದಂತೆ ಪಳಗಿಸಿದ ನಾಯಿಗಳು, ಅವುಗಳ ಮಾಲೀಕರು, ನಾಯಿಗಳ ಆಳುಗಳು! ನಾನು ಅವರೆಲ್ಲರ ಫೋಟೋಗಳನ್ನು ತೆಗೆಯುತ್ತಿದ್ದೆ. ಹಾಗೇ ನಾಲ್ಕನೇ ಮಹಡಿಯ ಕ್ಲಬ್ ಹೌಸ್ ಒಳಗೂ ಹೋದೆವು. ಅಲ್ಲಲ್ಲಿ ಕುಳಿತುಕೂಳ್ಳಲು ಚೆಂದದ ಸೋಫಾಗಳಿದ್ದವು. ಸಂಧ್ಯಾ ಸಾಕಾಗಿ ಕೆಳಗೇ ಕುಳಿತಳು. ನಾನು ಒಂದೊಂದೇ ಮಹಡಿಯನ್ನು ಮೆಟ್ಟಿಲುಗಳ ಮೂಲಕ ಹತ್ತಿ ನೋಡುತ್ತಾ ಹೋದೆ. ಪಾರ್ಟಿ ಹಾಲ್, ಯೋಗ ರೂಮ್, ಸ್ಪಾ, ಜಕ್ಕೂಸಿ, ಟೇಬಲ್ ಟೆನಿಸ್, ಸ್ನೂಕರ್ ಇನ್ನೂ ಏನೆಲ್ಲಾ ಇದ್ದುವು. ನಾನು ರೀಡಿಂಗ್ ರೂಮ್ ಒಳಗೆ ಹೋದೆ. ಇಷ್ಟು ಚೆಂದದ ಅಪಾರ್ಟ್ಮೆಂಟ್ ಒಳಗೆ ಪುಸ್ತಕಗಳನ್ನು ಒಪ್ಪವಾಗಿ ಜೋಡಿಸಿಟ್ಟಿಲ್ಲವಲ್ಲ ಎಂದು ಬೇಸರಿಸಿಕೊಳ್ಳುತ್ತಾ ಅಲ್ಲಲ್ಲಿ ಕೆಳಗೆ ಬಿದ್ದಿದ್ದ ಪುಸ್ತಕಗಳನ್ನು ಎತ್ತಿಟ್ಟೆ. ಬಹಳ ಪುಸ್ತಕಗಳಿದ್ದುವು. ಕೆಲವಂತೂ ಒಬ್ಬ ಓದುಗನನ್ನೂ ಕಾಣದ ನತದೃಷ್ಟರಂತಿದ್ದವು. ಆ ಕೋಣೆಯೊಳಗೆ ಕಾಲಿಟ್ಟ ಕೂಡಲೇ ಅಹಿತವಾದ ವಾಸನೆ ಬಂತು. ಆದರೂ ಹೆಚ್ಚು ತಲೆ ಕೆಡಿಸಿಕೂಳ್ಳದೆ ಒಳನಡೆದೆ. ಒಂದು ದೊಡ್ಡ ಬುಕ್ ಶೆಲ್ಫ್ ಹಿಂದೆ ಹಲವು ಹಳೆಯದಾದ ಸೋಫಾ, ಒಂದೆರಡು ಸ್ಟ್ಯಾಂಡಿಂಗ್ ಫ್ಯಾನ್ಸ್, ದೊಡ್ಡದೊಂದು ಮ್ಯಾಟ್ರೆಸ್, ಒಂದು ಕಾಲು ಕುಂಟುತ್ತಿದ್ದ ಮರದ ಮಂಚ, ಪ್ಲಾಸ್ಟಿಕ್ ಕುರ್ಚಿಗಳು, ವಾಕ್ಯೂಮ್ ಕ್ಲೀನರ್, ಎತ್ತರದ ಬಾರ್ ಚೇರ್, ರಾಕಿಂಗ್ ಚೇರ್, ಆಳೆತ್ತರದ ಮರದ ಕೆತ್ತನೆಯ ಗಡಿಯಾರ ಹೀಗೆ ಏನೇನೋ ಹಳೆಯ ವಸ್ತುಗಳ ರಾಶಿಯೇ ಇತ್ತು. ನನಗೆ ಅಚ್ಚರಿಯಾಯಿತು. ಇಷ್ಟು ದೊಡ್ಡ ಜಾಗದಲ್ಲಿ ಸ್ಟೋರ್ ರೂಮ್ ಮಾಡಲು ಬೇರೆ ಜಾಗವೇ ಸಿಗಲಿಲ್ಲವೇ ಇವರಿಗೆ. ಲೈಬ್ರರಿಯೆಂದರೆ ಇಷ್ಟು ಅಸಡ್ಡೆಯೇ ಎಂದು ಬೇಸರಿಸಿಕೊಂಡು

ಇನ್ನೇನು ಹೊರಡೋಣವೆಂದು ಇತ್ತ ತಿರುಗಿದೆ. ಆಗ ಅಷ್ಟೇನೂ ಬೆಳಕು ಬೀಳದ ಜಾಗದಲ್ಲಿದ್ದ ಆ ರಾಶಿಯಲ್ಲಿ ಏನೋ ಚಲಿಸಿದಂತಾಯಿತು. ಚರ್ಮ ಸುಲಿದು ಪಡಿ ಪುಡಿಯಾಗಿ ಬೀಳುತ್ತಿದ್ದ ಹಳೆಯ ಒಂದು ಲೆದರ್ ಸೋಫಾ ಮೇಲೆ ಯಾರೋ ಕುಳಿತಿದ್ದಂತೆ ಅನಿಸಿತು. ಒಮ್ಮೆಲೇ ನನಗೆ ಭಯವಾಯ್ತು. ಆ ವ್ಯಕ್ತಿ ಮೊದಲಿಂದಲೇ ಇದ್ದರೋ ಅಥವಾ ನನ್ನ ಭ್ರಮೆಯೋ ಅಥವಾ... ಕಾಲುಗಳು ನಡುಗುತ್ತಿದ್ದವು. ತಿರುಗಿ ಜೋರಾಗಿ ಓಡಬೇಕು ಎಂದುಕೊಂಡರೂ ಮಿಸುಕಾಡಲಾಗದಂತಹ ಆಘಾತ!

ನನ್ನ ಕಣ್ಣುಗಳು ಮಾತ್ರ ಚುರುಕಾಗಿ ಆ ವ್ಯಕ್ತಿಯನ್ನೇ ನೋಡತೊಡಗಿದವು.

ದುಬಾರಿಯದೆನಿಸಿದರೂ ಮಾಸಿದ ಸೀರೆಯುಟ್ಟುಕೊಂಡು, ಬರಿಗಾಲಿನಲ್ಲಿ ಕುಳಿತಿದ್ದ ಆ ಹೆಣ್ಣಿನ ಕಣ್ಣುಗಳನ್ನು ಬಿಟ್ಟರೆ ಬೇರೇನೂ ಕಾಣದಂತ ಕೆಂಬಣ್ಣದ ಶಾಲೊಂದು ಆಕೆಯ ತಲೆಯ ಮೇಲಿನಿಂದ ಹಾಯ್ದು ಮುಖವನ್ನೂ ಮುಚ್ಚಿತ್ತು. ಮತ್ತಷ್ಟು ಕಣ್ಣು ಕಿರಿದಾಗಿಸಿಕೊಂಡು, ಗಮನ ಕೊಟ್ಟು ನೋಡಿದಾಗ ಸುತ್ತಲಿ ದಾರದಿಂದ ಅರ್ಧ ಅಡಿ ಅಗಲದ ಒಂದು ಬೋರ್ಡ್ ಅನ್ನು ಆಕೆಯ ಕೊರಳಿಗೆ ತೂಗು ಹಾಕಿತ್ತು. ಅದರ ಮೇಲೆ ಕೂಳೆ ಅಂತ ಬರೆದಿತ್ತು. ಇದ್ಯಾಕೆ ಹೀಗೆ ಬರೆದಿದಾರೆ? ಯಾರು ಬರೆದದ್ದು? ಇದರ ಅರ್ಥವಾದರೂ ಏನು? ಇದನ್ನು ಈಕೆ ಕೊರಳಿಗೆ ಹಾಕಿಕೊಂಡಿರುವುದೇಕೆ? ಎಂದೆಲ್ಲಾ ಪ್ರಶ್ನೆಗಳು ನನ್ನ ತುಟಿಯ ತನಕ ಬಂದು ನಿಂತವು. ಕೇಳುವುದಾದರೂ ಯಾರನ್ನು?

ಅದರ ಪಕ್ಕದ ಮೂಲೆಯಲ್ಲೇ ಒಂದು ಬೋರ್ಡ್ ಕಾಣಿಸಿತು. 'ಯುವರ್ ಡಿಸೋನ್ಡ್ ಐಟೆಮ್ಸ್ ಕ್ಯಾನ್ ಫೈಂಡ್ ನ್ಯೂ ಓನರ್ಸ್ ಹಿಯರ್' ಅಂತ ಬರೆದಿತ್ತು. ಅಂದ್ರೆ ಈ ಅಪಾರ್ಟ್ಮೆಂಟ್ ವಾಸಿಗಳು ತಮಗೆ ಬೇಡವಾದ ವಸ್ತುಗಳನ್ನು ಇಲ್ಲಿ ತಂದು ಹಾಕಿ ಹೋಗಿದ್ದಾರೆ. ಬೇಕಾದವರು ಬೇಕಾದ ಸಾಮಾನನ್ನು ತೆಗೆದುಕೊಂಡು ಹೋಗಬಹುದು ಎನ್ನುವುದು ಅರ್ಥವಾಯಿತು. ಇಂಥ ಹಳೆಯ ವಸ್ತುಗಳನ್ನು ಸ್ಕ್ರಾಪ್ ಡೀಲರ್‌ಗೆ ಕೊಡುವುದೋ, ಓಎಲ್‌ಎಕ್ಸ್‌ನಲ್ಲಿ ಮಾರುವುದಕ್ಕೋ ಈ ಸಿರಿವಂತರಿಗೆಲ್ಲಾ ಟೈಮ್ ಇರಬೇಕಲ್ಲ? ಇಂಥವುಗಳನ್ನು ಕೆಲ್ಸದವರು ಸಹ ತೆಗೆದುಕೊಂಡು ಹೋದರೆ ಇಟ್ಟುಕೊಳ್ಳಲು ಮನೆಯಲ್ಲಿ ಜಾಗ ಬೇಕಲ್ಲ ಎಂದೆಲ್ಲಾ ತರ್ಕಿಸುತ್ತ ನಿಂತ ನನಗೆ ತಕ್ಷಣ ಆ ಹೆಣ್ಣಿನ ಚಲನೆ ಕಂಡಿತು. ಅದೆಂತಹ ಮಿಸುಕಾಟ ಅಂದ್ರೆ ಭಯವೇ ಹುಟ್ಟಿಸುವಂಥದ್ದು. ಕಣ್ಣುಗಳು ಮಾತ್ರ ನಿಸ್ತೇಜ, ಏನೋ ಒಂದು ಚಾಲೆಂಜ್ ನೀಡುತ್ತಿದ್ದವು. ಈಕೆ ಯಾರಾದರೂ ಮನೆಗೆಲಸದವರೇ, ಸಾಕಾಗಿ ಇಲ್ಲಿ ಬಂದು ಕೂತಿರಬಹುದೇ? ಯಾರಿಂದಲಾದರೂ ಬಚ್ಚಿಟ್ಟುಕೊಂಡಿರಬಹುದೇ? ಆ ಸೆಕ್ಯೂರಿಟಿ ಗಾರ್ಡ್ಸ್ ಕಣ್ಣು ತಪ್ಪಿಸಿ ಒಳಗೆ ಬಂದು ಈಗ ಹೊರ ಹೋಗಲಾರದೆ... ಛೇ ಏನೇನೋ ಯೋಚನೆಗಳು! ನಾನು ಸ್ವಲ್ಪ ಆಕೆಗೆ ಮರೆಯಾಗಿ ಬಂದು ನಿಂತೆ. ಆಗಲೂ

ಆಕೆ ಮಿಸುಕಾಡಲಿಲ್ಲ. ಆಗಾಗ ಆಕೆಯ ಕಣ್ಣು ಗುಡ್ಡೆಗಳು ಬದುಕಿರುವ ಕುರುಹಾಗಿ ಚಲಿಸುತ್ತಿದ್ದವು. ಅಷ್ಟು ಬಿಟ್ಟರೆ ಆಕೆ ಹಚ್ಚು ಕಡಿಮೆ ಅಚಲಳಾಗಿಯೇ ಕುಳಿತಿದ್ದರು. ಮಾತನಾಡಿಸಲೇ ಎಂದು ಯೋಚಿಸಿದೆ. ಸುಮ್ಮನೆ ಐದಾರು ನಿಮಿಷ ನೋಡಿದೆ. ನೋಡುತ್ತಲೇ ಇದ್ದೆ. ನಮ್ಮಿಬ್ಬರ ಕಣ್ಣುಗಳು ಸಂಧಿಸಿದುವು! ನನಗೆ ಈಗ ದಿಗಿಲಾಯಿತು. ಆಕೆಯ ಕಣ್ಣುಗಳು ತೀಕ್ಷ್ಣವಾಗಿದ್ದುವು. ಏನೋ ಅವ್ಯಕ್ತ ರೋದನೆ, ಆರೋಪ, ಬಂಡಾಯ, ಸಿಟ್ಟು; ಏನನ್ನೂ ಹೇಳಲಾರೆನೆನ್ನುವ ಬಿಗುಮಾನ. ನಾನು ಬೇಕಂತಲೇ ನನ್ನ ಕ್ಯಾಮೆರಾ ತಗೆದು ಆಕೆಯ ಕಡೆಗೆ ಹಿಡಿದು ಫೋಕಸ್ ಮಾಡಿದೆ. ಆಗಲೂ ಸ್ವಲ್ಪವೂ ವಿಚಲಿತರಾಗಲಿಲ್ಲ. ನಿರ್ಭಾವುಕರಾಗಿ ಎತ್ತಲೋ ನೋಡತೊಡಗಿದರು. ನಾನು ಹಿಂದೆಂದೂ ತೆಗೆದಿರದ ಪೋರ್ಟ್ರೇಟ್ ಅದು ಎನ್ನುವುದರಲ್ಲಿ ನನಗೆ ಸಂಶಯವೇ ಇರಲಿಲ್ಲ. ನಾನು ಬಾಗಿಲ ಕಡೆ ಒಮ್ಮೆ ನೋಡಿ, ಆಕಯ ಕಡೆ ಮತ್ತೆ ನೋಡಿ, ಕಣ್ಣಲ್ಲೇ ಒಂದು ಫೋಟೋ ತೆಗೆಯಲೇ ಎಂದು ಬೇಡಿದೆ. ಆಕೆ ಯಾವ ಉತ್ತರವನ್ನೂ ನೀಡಲಿಲ್ಲ. ಪ್ರತಿರೋಧವೂ ಇದ್ದಂತೆ ಕಾಣಲಿಲ್ಲ. ನಾನು ತಪ್ಪು ಮಾಡುತ್ತಿದ್ದೇನೆಂದು ಅನಿಸಿದರೂ ಒಂದು ಫೋಟೋ ತೆಗೆದೇಬಿಟ್ಟೆ, ಆಮೇಲೆ ಒಂದೆರಡು ಬಾರಿ ನೋಡಿ ಡಿಲೀಟ್ ಮಾಡಿದರಾಯ್ತು ಬಿಡು ಎಂದುಕೊಂಡು ಹೊರಡಲನುವಾದೆ.

ಆದರೆ ಮನಸ್ಸು ತಡೆಯಲಿಲ್ಲ. ಹತ್ತಿರ ಹೋಗಿ, ಅಂದರೆ ಬಹಳ ಹತ್ತಿರವಲ್ಲ, ಸ್ವಲ್ಪ ದೂರದಿಂದಲೇ, ಸ್ವಲ್ಪ ಕೆಮ್ಮಿ ಗಂಟಲು ಸರಿ ಮಾಡಿಕೊಂಡು, 'ಇಲ್ಲ್ಯಾಕ ಒಬ್ರೇ ಕೂತಿದೀರಿ? ಏನಾದರೂ ಬೇಕೇ?' ಎಂದು ಕೇಳಿದೆ. ಆಕೆ ಏನೂ ಮಾತನಾಡಲಿಲ್ಲ. ಅದೇ ನಿರ್ಭಾವುಕತೆಯಿಂದ ಶೂನ್ಯ ದಿಟ್ಟಿಸುತ್ತಾ ಕುಳಿತೇ ಇದ್ದರು. ನಾನು ಇನ್ನೊಂದೆರಡು ಹೆಜ್ಜೆ ಹತ್ತಿರ ಹೋದೆ. ಆಕೆಯ ಉಸಿರಾಟ ಕೇಳುವಷ್ಟು ನಿಶ್ಶಬ್ದವಿತ್ತು. ಏನೋ ಕೆಟ್ಟ ವಾಸನೆ ಮೂಗಿನ ಬಡಿಯಿತು. ಈಕೆ ಎಷ್ಟು ಹೊತ್ತಿನಿಂದ ಹೀಗೆ ಕುಳಿತಿರಬಹುದೋ ಎಂದು ಅನುಮಾನವಾಯಿತು. ಬಹಳ ಹೊತ್ತಿನಿಂದ ಅಂದರೆ ಒಂದೆರಡು ದಿನಗಳಾದರೂ ಆಗಿರಬೇಕೆನಿಸಿತು. ಅದು ಕುಳಿತಲ್ಲೇ ಆಕೆ ಮೂತ್ರ ಮಾಡಿರಬಹುದೇ ಎಂದೂ ಅನುಮಾನ ಬಂತು. ಛೇ ಏನಿದು ಹುಚ್ಚಾಟ ಎಂದು ಸಿಟ್ಟು ಕೂಡ ಬಂತು. ಆಕೆಯ ಕೈಗಳೆರಡೂ ತೊಡೆಯ ಮೇಲೆ ಒಂದಕ್ಕೊಂದು ಬೆಸೆದುಕೊಂಡಿದ್ದವು. ಒಂದೆರಡು ಉಂಗುರಗಳೂ, ಬಂಗಾರದ ಬಳೆಗಳೂ ಕೆಂಬಣ್ಣದ ಶಾಲಿನ ಸಂಧಿಯಲ್ಲಿ ಹೊಳೆದವು. ಅದೇ ಕ್ಷಣ ನನಗೆ ಆಕೆ ಅಲ್ಲ ಕುಳಿತಿರಬಹುದಾದ ಕಾರಣವೂ ಹೊಳೆಯಿತು!

ಈಕೆ ಇಲ್ಲಿಯೇ ವಾಸಿಸುತ್ತಿರಬಹುದು. ಮಕ್ಕಳೊಂದಿಗೋ, ಗಂಡನೊಂದಿಗೋ ಮುನಿಸಿಕೊಂಡು ಇಲ್ಲಿ ಬಂದು ಕುಳತಿರಬಹುದು.

ತನ್ನನ್ನು. ಮನೆಯವರು ಆದರಿಸುತ್ತಿಲ್ಲವೆನ್ನುವ ಸಿಟ್ಟಿನಿಂದ ಹೀಗೆ. ಮೌನವಾಗಿ ಪ್ರತಿಭಟಿಸುತ್ತಿರಬಹುದು ಅನಿಸಿತು. ಇಷ್ಟು ಹೊತ್ತು ಇಲ್ಲಿ ಕುಳಿತು ತಾನು ಯಾರಿಗೂ ಬೇಡವಾದವಳಾದೆನೆಂಬ ಸಿಟ್ಟು ಇನ್ನಷ್ಟು ಕೆರಳಿಸಿರಬಹುದು. ಆಕೆಯ ಕಣ್ಣುಗಳನ್ನೇ ನೋಡುತ್ತಿದ್ದ ನನಗೆ ನನ್ನ ಯೋಚನೆ ಸರಿ ಇದೆ ಎನ್ನುವಂತೆ ಆಕೆಯ ಕಣ್ಣುಗಳು ಹೇಳಿದಂತೆ ಭಾಸವಾಯಿತು.

ಒಂದು ಕ್ಷಣ ನನ್ನ ಎದೆ ಝಲ್ಲೆಂದಿತು!

ಎಂಥ ಆಘಾತಕಾರಿ ಅಜ್ಜಿ ಇದು. ಹೀಗೆಲ್ಲಾ ಕೋಪಿಸಿಕೊಂಡು ಇಲ್ಲಿ ಬಂದು ಕುಳಿತಿದೆಯಲ್ಲಾ ಎಂದು ಚಿಂತೆಯಾಯಿತು. ಹೆಚ್ಚು ಯೋಚಿಸದೆ ನಾನು ದಡದಡ ಕೆಳಗಿಳಿದೆ. ಅಲ್ಲಿ ಸೆಕ್ಯೂರಿಟಿ ಗಾರ್ಡ್ ಕಾಣಿಸಿದ ಕೂಡಲೇ ಆತನನ್ನು ಕರೆದುಕೊಂಡು ಮತ್ತೆ ಮೇಲೆ ಹೋದೆ. ಅಲ್ಲೇ ಸಹನೆ ಕಳೆದುಕೊಂಡು ಕುಳಿತಿದ್ದ ಸಂಧ್ಯಾ, 'ರೀ ಬನ್ರೀ ಹೋಗೋಣ, ಹಸಿವಾಗ್ತಿದೆ, ಎಲ್ಲಿ ಹೋಗಿದ್ರಿ ಇಷ್ಟೊತ್ತು?' ಎಂದು ಗೊಣಗುತ್ತಿದ್ದಳು. 'ಸಂಧ್ಯಾ, ಒಂದೇ ನಿಮಿಷ ಬಂದೆ' ಎಂದು ಹೇಳಿ ಓಡಿದೆ.

ಸೆಕ್ಯೂರಿಟಿ ಗಾರ್ಡ್ ಅವರನ್ನು ನೋಡಿದೊಡನೆ 'ಓ ಇವರು ಏ ಬ್ಲಾಕ್ ಹತ್ತರಲ್ಲಿ ಎರಡನೇ ಮನೆಯವರು. ಪಾಪ ಅವರ ಮಗ ಇವರನ್ನು ನೆನ್ನೆಯಿಂದಾ ಹುಡುಕ್ತಾ ಇದಾರೆ, ಅಯ್ಯೋ ಅಜ್ಜಿ ಇಲ್ಲೇ ಒಂದ ಮಾಡಿಕೊಂಡು ಬಿಟ್ಟಿದೀಯ, ಥು, ಎಷ್ಟು ಗಬ್ಬು ವಾಸನೆ ಬರ್ತಿದೆ, ನೋಡಿ ಸರ್ ಈ ಮುದುಕರಿಗೆ ಎಷ್ಟು ಸೊಕ್ಕು, ಹೀಗೆಲ್ಲ ಮಾಡಿ ಮಕ್ಕಳ ಮರ್ಯಾದಿ ಕಳೀತಾರೆ' ಎಂದೆಲ್ಲಾ ಗೊಣಗತೊಡಗಿದ. ನನಗೆ ಕೋಪ ಬಂದು, 'ನೋಡಯ್ಯ ಹಾಗೆಲ್ಲಾ ಮಾತನಾಡಿ ಮೊದಲೇ ನೊಂದಿರೋ ಜೀವಗಳಿಗೆ ಮತ್ತಷ್ಟು ನೋವು ಕೊಡಬೇಡ. ನಾಳೆ ನಿನಗೂ ವಯಸ್ಸಾಗುತ್ತೆ. ಬೇಗ ಅವರ ಮಗನಿಗೆ ಫೋನ್ ಮಾಡು. ಕ್ಲೀನಿಂಗ್ ಸ್ಟಾಫ್ ಇದ್ರೆ ಕರೆದು ಈ ಜಾಗ ಕ್ಲೀನ್ ಮಾಡಿಸು' ಎಂದು ಆದೇಶವಿತ್ತೆ. ಅವನು ಕೂಡಲೇ ಮೆತ್ತಗಾಗಿ, 'ಪಾಪ ಅವರ ಯಜಮಾನ್ರು ತೀರಿಕೂಂಡಾಗಿನಿಂದ ಅಜ್ಜಿ ಎಂಗೆಂಗೋ ಆಡ್ತದೆ' ಎಂದು ಹೇಳಿ ತನ್ನ ವಾಕಿ ಟಾಕಿಯಿಂದ ಯಾರನ್ನೋ ಮಾತನಾಡಿಸಿದ. ನನ್ನ ಬ್ಯಾಗಿನಲ್ಲಿ ಒಂದು ಚಿಕ್ಕ ಬಾಟಲಿ ನೀರಿತ್ತು. ಅದನ್ನು ಅಳುಕುತ್ತಲೇ ಆಕೆಯ ಮುಂದೆ ಹಿಡಿದೆ. ಆಕೆ ಯಾವ ಪ್ರತಿಕ್ರಿಯೆಯನ್ನೂ ತೋರಲಿಲ್ಲ. 'ಅಬ್ಬಾ ಛಲವೇ?' ಎಂದುಕೊಂಡು ಏನು ಮಾಡುವುದೆಂದು ತಿಳಯದೇ ನಿಂತಿದ್ದೆ. ಅಷ್ಟರಲ್ಲಿ ಎಲ್ಲಿದ್ದರೋ ಒಬ್ಬೊಬ್ಬರೇ ಜನ ಬರತೊಡಗಿದರು. ಒಬ್ಬರು ಆಕೆಯಷ್ಟೇ ವಯಸ್ಸಾದವರು. 'ಅಯ್ಯೋ ಬೃಂದಾ, ನೀನು ಇಲ್ಲಿದೀಯ? ಸದ್ಯ ನಿಂಗೇನೂ ಆಗಿಲ್ಲವಲ್ಲ, ಬಾ ಏಳು ಮನೆಗೋಗೋಣ' ಎಂದು ಆಕ ಹೆಚ್ಚು ಕಡಿಮೆ ಅಳುತ್ತಾ, ತಮ್ಮ ದಾವಣಿಯಿಂದ ಇವರ ಮುಖ ಒರೆಸತೊಡಗಿದರು. ಇವರು ಮಾತ್ರ ಆಗಲೂ

ದೇವರಂತೆ ಕುಳಿತಿದ್ದರು. ಸೊರಗಿದರೂ ಆಕೆಯ ಮುಖದ ಮೇಲೆ ಅಸಾಧ್ಯ ಸಿಟ್ಟು, ಛಲ ಎದ್ದು ಕಾಣುತಿತ್ತು. ಐದತ್ತು ನಿಮಿಷಗಳಾಗುತ್ತಲೇ ಆಕೆಯ ಮಗ ಮತ್ತು ಸೊಸೆ ಬಂದರು.

'ಅಮ್ಮ ಏನಿದೆಲ್ಲ ಹುಡುಗಾಟ. ನಿನಗೇನಾದರೂ ತಲೆ ಕೆಟ್ಟಿದೆಯಾ? ನೆನ್ನೆಯಿಂದ ಎಲ್ಲೆಲ್ಲಿ ಹುಡುಕುತ್ತಿದ್ದೀವಿ ಗೊತ್ತಾ?' ಎಂದು ಮಗ ಕೂಗಾಡತೊಡಗಿದ. ಮರುಕ್ಷಣವೇ ಗಂಡ ಹೆಂಡತಿ ತಮ್ಮಲ್ಲೇ ಜೋರು ಜೋರಾಗಿ ಜಗಳವಾಡತೊಡಗಿದರು. ಆಗಲೂ ಆಕೆ ಮೌನವಾಗಿಯೇ ಇದ್ದರು.

ನನಗೆ ನಾನು ಆಕೆಗೆ ಸಹಾಯ ಮಾಡಿದೆನೋ, ತೊಂದರೆ ಕೊಟ್ಟೆನೋ ಗೊತ್ತಾಗಲಿಲ್ಲ. ಅಷ್ಟರಲ್ಲಿ ನನ್ನ ಮಗನಿಂದ, ಸಂಧ್ಯಾಳಿಂದ ಫೋನ್ ಬಂದವು. ನಾನು ಹೆಚ್ಚೇನೂ ಮಾಡಲಾರದೆ ಅಲ್ಲಿಂದ ನಿಧಾನವಾಗಿ ಹೊರನಡೆದೆ. ಆಕೆಯ ಮಗ ನನ್ನನ್ನು ದುರುಗುಟ್ಟಿಕೊಂಡು ನೋಡುತ್ತಿದ್ದ. ಅದನ್ನು ನಾನು ಆತ ನನಗೆ ಈ ವಿಷಯವನ್ನು ಯಾರ ಬಳಿಯೂ ಹೇಳಬಾರದೆಂದು ಎಚ್ಚರಿಸುತ್ತಿದ್ದಾನೆಂದುಕೊಂಡೆ.

ನಡೆದುದೆಲ್ಲವನ್ನೂ ಬಿಡಿಸಿ ಹೇಳಿದಾಗ ಮಗ ಮತ್ತು ನನ್ನ ಸಂಬಂಧಿಕರೆಲ್ಲಾ ಬೇಸರಿಸಿಕೊಂಡು 'ನಿಮಗ್ಯಾಕೆ ಬೇಕಿತ್ತು ಇದೆಲ್ಲಾ, ಇಲ್ಲಿ ಜನ ಸ್ವಲ್ಪ ಕೊಬ್ಬಿದವರು. ಹಣದ ಮದ. ಏನೇ ಆದರೂ ಮರ್ಯಾದಿ ಹೋಯ್ತು ಅನ್ನೋದೇ ಅವರಿಗೆ ಮೊದಲ ಚಿಂತೆ' ಎಂದೆಲ್ಲಾ ನನಗೆ ತಲೆ ತಿಂದರು.

ಬೃಂದಾ ತನ್ನ ಅಸಮಾಧಾನವನ್ನು ವ್ಯಕ್ತಪಡಿಸಲು ಆಯ್ದುಕೊಂಡ ದಾರಿ ಮಾತ್ರ ನನ್ನನ್ನು ಕಲಕಿಬಿಟ್ಟಿತು!

ಇದೆಲ್ಲಾ ನಡೆದು ಆರೇಳು ತಿಂಗಳುಗಳೇ ಆಗಿದ್ದುವು. ಒಂದು ದಿನ ಒಂದು ಹೊಸ ನಂಬರಿನಿಂದ ಫೋನ್ ಬಂದಿತು. ಅತ್ತಲಿಂದ ಒಬ್ಬರು 'ಸರ್ ನೀವು ಕಳಿಸಿದ 'ಕೂಳೆ' ಅನ್ನುವ ಟೈಟಲ್ ಫೋಟೋಗೆ ಫಸ್ಟ್ ಪ್ರೈಜ್ ಬಂದಿದೆ. ಕಂಗ್ರಾಜುಲೇಷನ್ಸ್, ಉಳಿದ ಡೀಟೇಲ್ಸ್ ಇಮೇಲ್ ಮಾಡ್ತೀವಿ' ಎಂದರು. ನನಗೆ ಕೈಕಾಲು ನಡುಗತೊಡಗಿದವು. ಕ್ಯಾಮೆರಾದಿಂದ ಆ ಫೋಟೋವನ್ನು ಡಿಲೀಟ್ ಮಾಡಬೇಕೆಂದುಕೊಂಡಿದ್ದವನು ಮನಸ್ಸು ಬಾರದೆ ಹಾಗೇ ಇಟ್ಟುಕೊಂಡಿದ್ದೆ. ಎರಡು ತಿಂಗಳ ಹಿಂದೆ ಒಂದು ಕಾಂಪಿಟೇಷನ್‌ಗೆ ಕಳಿಸಿಯೂ ಬಿಟ್ಟಿದ್ದೆ. ಕಳಿಸುವ ಮೊದಲು ಬಹಳ ಎಚ್ಚರಿಕೆ ವಹಿಸಿ, ಆ ಸಾಮಾನುಗಳ ಜೊತೆ ಇಟ್ಟಿದ್ದ 'ಯುವರ್ ಡಿಸೋನ್ಡ್ ಐಟಮ್ಸ್ ಕ್ಯಾನ್ ಫೈಂಡ್ ನ್ಯೂ ಓನರ್ಸ್ ಹಿಯರ್' ಎನ್ನುವ ಬೋರ್ಡ್ ಮತ್ತು ಆ ಮಹಿಳೆ ಕೊರಳಿಗೆ ಹಾಕಿಕೊಂಡಿದ್ದ ಕೂಳೆ ಎನ್ನುವ ಬೋರ್ಡ್ ಕೂಡ ಕಾಣದಂತೆ ಎಡಿಟ್ ಮಾಡಿದ್ದೆ. ಕಾಂಪಿಟೇಷನ್‌ಗೆ ಎಂತೆಂಥವರೆಲ್ಲಾ ಫೋಟೋ ಕಳಿಸುತ್ತಾರೆ, ಅದರಲ್ಲಿ ಇದಕ್ಕೆ ಬಹುಮಾನ ಬರುವ ಸಾಧ್ಯತೆಗಳು ಬಹಳ ಕಡಿಮೆಯೇ, ಬಂದರೂ ಆ ಮಹಿಳೆಗಾಗಲೀ,

ಅವರ ಮಗನಿಗಾಗಲೀ ಗೊತ್ತಾಗುವ ಚಾನ್ಸೇ ಇಲ್ಲವೆಂದುಕೊಂಡು ಕಳಿಸಿಬಿಟ್ಟಿದ್ದೆ. ಎಲ್ಲದರಲ್ಲಿಯೂ ಕ್ರಿಯೇಟಿವಿಟಿ ಹುಡುಕತೊಡಗಿದರೆ, ನಮ್ಮದೇ ಪ್ರತಿಭೆಯ ಬಗ್ಗೆ ಒಂದು ಪೊಸೆಸಿವ್‌ನೆಸ್ ಬಂದುಬಿಡುತ್ತೆ. ಆ ಕೃತಿಯನ್ನು ನಾಶಪಡಿಸುವುದು ಇಷ್ಟೊಂದು ಕಷ್ಟವಾಗಬಹುದು ಅಂತ ಕಲ್ಪನೆಯೂ ಇರಲಿಲ್ಲ. ಒಂದು ವಾರವಾದರೂ ಮನಸ್ಸಿಗೆ ಸಮಾಧಾನವಾಗಲೇ ಇಲ್ಲ. ಛೇ, ಒಂದು ಬಹುಮಾನಕ್ಕಾಗಿ ಒಬ್ಬ ಮಹಿಳೆಯ ವೈಯಕ್ತಿಕ ಜೀವನದ ಕ್ಷಣಗಳನ್ನು ಪ್ರದರ್ಶನಕ್ಕಿಟ್ಟು ಎಷ್ಟು ದೊಡ್ಡ ಅಪರಾಧ ಮಾಡಿದೆನಲ್ಲಾ ಎಂದು ಪರಿತಪಿಸಿದೆ. ತಕ್ಷಣವೇ ಆಯೋಜಕರಿಗೆ ಫೋನ್ ಮಾಡಿ, ಕಾರಣಾಂತರಗಳಿಂದ ನನ್ನ ಫೋಟೋನ ಹಿಂದೆಗೆದುಕೊಳ್ಳುತ್ತಿರುವುದಾಗಿಯೂ, ಬಹುಮಾನವನ್ನು ಬೇರೆ ಯಾರಿಗಾದರೂ ಕೊಡಬೇಕೆಂದೂ ಕೇಳಿಕೊಂಡೆ. ಆಗಲೂ ಮನಸ್ಸು ತಡೆಯಲಾರದೆ ಬೃಂದಾವನ ಅಪಾರ್ಟ್ಮೆಂಟ್‌ಗೆ, ಯಾರಿಗೂ ತಿಳಿಸದೆ ಆ ಮಹಿಳೆಯನ್ನೂ, ಕಂಡು ಕ್ಷಮೆ ಕೇಳಬೇಕೆಂದು ಹೊರಟೆ.

ಅವರು ಮನೆಯಲ್ಲಿರಲಿಲ್ಲ. ಅವರ ಮಗನ ಬಳಿ ನಡೆದ ವಿಷಯವನ್ನು ಹೇಳಿ, ಕ್ಷಮಿಸಬೇಕೆಂದು ಕೇಳಿಕೊಂಡೆ. ಮೊದಲಿಗೆ ಬಹಳ ಸಿಟ್ಟು ಮಾಡಿಕೊಂಡ ಆತ ಸ್ವಲ್ಪ ಹೊತ್ತಿನ ನಂತರ ಶಾಂತವಾಗಿ ಮಾತನಾಡಿದ.

'ಸರ್ ಈಗ ಕ್ಷಮೆ ಕೇಳಿದಿರಲ್ಲ, ನಾನು ಕ್ಷಮಿಸಿದೀನೀಂದ್ರೆ ನಿಮಗೆ ನಿಜಕ್ಕೂ ಸಮಾಧಾನ ಆಗುತ್ತಾ?'

ಅವನ ಮಾತಿನ ಧಾಟಿಯೇ ಅರ್ಥವಾಗಲಿಲ್ಲ.

'ಆಗಬಹುದು ಅಂದುಕೊಂಡಿದ್ದೀನಪ್ಪಾ, ನಿಮ್ಮ ತಾಯಿಯವರನ್ನೇ ಕಂಡು...'

'ಅವರನ್ನು ನನ್ನ ಹೆಂಡತಿ ಆಸ್ಪತ್ರೆಗೆ ಕರೆದುಕೊಂಡು ಹೋಗಿದಾಳೆ. ಡಿಪ್ರೆಷನ್ನಿಗೆ ಟ್ರೀಟ್ಮೆಂಟ್ ಕೊಡಿಸ್ತಿದೀವಿ. ಇಟ್ ಹ್ಯಾಸ್ ನಾಟ್ ಬೀನ್ ಈಸಿ ಫಾರ್ ಅಸ್ ಆಲ್ಸೋ' ಎಂದು ಒಂದೆರಡು ನಿಮಿಷ ಯಾವುದೋ ಗೊಂದಲದಲ್ಲಿದ್ದವನಂತೆ ಕುಳಿತಿದ್ದ. ನಂತರ ಗಂಟಲು ಸರಿಪಡಿಸಿಕೊಂಡು, 'ಸರ್ ನಾನೂ ಒಂದು ತಪ್ಪು ಮಾಡಿದ್ದೇನೆ. ಆದರೆ ಯಾರ ಮುಂದೆ ಹೇಳಿಕೊಳ್ಳೋದಂತ ಗೊತ್ತಾಗದೇ ಒದ್ದಾಡುತ್ತಿದ್ದೇನೆ. ನಿಮ್ ಹತ್ರ...'

'ಹೇಳಪ್ಪ ಪರವಾಗಿಲ್ಲ...'

'ಅವತ್ತು... ಅಂದ್ರೆ ನೀವು ಅಮ್ಮನನ್ನು ನೋಡಿದ ಹಿಂದಿನ ದಿನ ಮಧ್ಯಾಹ್ನದಿಂದಲೇ ನಾನು ನನ್ನ ಹೆಂಡತಿ ಚಿಕ್ಕ ಮಗುವನ್ನು ಕಟ್ಟಿಕೊಂಡು, ಎಲ್ಲಾ ಕಡೆ ಅಮ್ಮನನ್ನ ಹುಡುಕಿ ಹುಡುಕಿ ಸಾಕಾಗಿದ್ವಿ, ಪೊಲೀಸ್ ಸ್ಟೇಷನ್ನಿಗೂ ಹೋಗಿ, ಯಾಕೋ ಬೇಡವೆನಿಸಿ ಮತ್ತೆ ಮನೆಗೆ ಬಂದಾಗ ರಾತ್ರಿಯಾಗಿತ್ತು. ನಾನು ಮತ್ತೊಮ್ಮೆ ಇಷ್ಟು ದೊಡ್ಡ ಅಪಾರ್ಟ್ಮೆಂಟ್ ಪೂರ್ತಿ ಹುಡುಕಾಡಿದೆ.

ಯಾರ ಸಹಾಯವನ್ನೂ ತೆಗೆದುಕೊಳ್ಳುವುದು ಬೇಡ, ಸುಮ್ಮನೆ ಮರ್ಯಾದೆ ಹೋಗುತ್ತಂತ ನಾನೊಬ್ಬನೇ ಎಲ್ಲ ಕಡೆ ಅಲೆದೆ. ಆಗ ಲೈಬ್ರರಿಗೂ ಹೋಗಿದ್ದೆ. ಅಲ್ಲಿ ಅಮ್ಮ ಕಲ್ಲಿನಂತೆ ಕುಳಿತಿದ್ದು ನೋಡಿದಾಗ ಸಮಾಧಾನವಾಗಿತ್ತು. ಜೊತೆಗೇ ಸಿಟ್ಟೂ ಬಂದಿತ್ತು. ಒಂದು ರಾತ್ರಿಯಿಡೀ ಇಲ್ಲೇ ಕುಳಿತಿರಲಿ, ಸ್ವಲ್ಪ ಬುದ್ಧಿ ಬರುತ್ತೆ ಅಂತ ಬಾಗಿಲಿಂದಲೇ ಹಿಂತಿರುಗಿದೆ' ಎಂದು ಹೇಳ ಅಳತೊಡಗಿದ. 'ಅಮ್ಮ ಬೇಗ ಮೊದಲಿನಂತಾದ್ರೆ ಸಾಕು. ನನಗೆ ಒಂದು ವರ್ಷದಿಂದ ಅಮ್ಮ ಮನೆ, ಹೆಂಡತಿ, ಚಿಕ್ಕ ಮಗು, ಆಫೀಸ್, ಬಾಸ್ ಎಲ್ಲರ ಕಡೆಯಿಂದ ತುಂಬಾ ಸ್ಟ್ರೆಸ್ ಆಗಿಬಿಟ್ಟಿದೆ ಸರ್.'

ನಾನು ಏನು ಹೇಳಲೂ ತೋಚದೆ ಗುಮ್ಮನಂತೆ ಕುಳಿತೇ ಇದ್ದೆ. ಅಮ್ಮನ ಚಿತ್ರವನ್ನು ಕ್ಯಾಮೆರಾದಿಂದೇನೋ ಡಿಲೀಟ್ ಮಾಡಿಬಿಟ್ಟಿದ್ದೇನೆ, ಆದರೆ ಕಣ್ಣುಗಳು ಸೆರೆ ಹಿಡಿಯುತ್ತಿರುವ ಈ ಮಗನ ಚಿತ್ರವನ್ನು ಅಳಿಸಲಾದೀತೇ?

●

# ಆವರ್ತನ

**ದಾದಾಪೀರ್ ಪಿ. ಜೈಮನ್**
dadujyman.p@gmail.com

ಅರ್ಧ ನಿದ್ರೆ ಅರ್ಧ ಎಚ್ಚರ. ಗರಗರ ಸದ್ದು ಮಾಡುವ ಫ್ಯಾನು. ಕನಸಲ್ಲದ ಕನಸಲ್ಲಿ ಮತ್ತೆ ಮತ್ತೆ ಸುಳಿವ ಆ ಹೆಂಗಸು. ಆ ಹೆಂಗಸಿನ ಮುಖ ಕಾಣುತ್ತಿಲ್ಲ. ಆಕೆ ನನ್ನ ಹೆಂಡತಿಯಂತೂ ಅಲ್ಲ. ಮಗಳು ನಿವ್ವಿಯೂ ಅಲ್ಲ. ಅವಳು ತುರುಬು ಕಟ್ಟಿದ್ದಾಳೆ. ಆ ತುರುಬಿನಲ್ಲೊಂದು ಗುಲಾಬಿ ಹೂ. ಅವಳು ಮುಂದೆ ಮುಂದೆ ನಡೆಯುತ್ತಿದ್ದಾಳೆ. ನಾನು ಹಿಂದೆ ಹಿಂದೆ... ಯಾವುದೂ ಬಗೆಹರಿಯುತ್ತಿಲ್ಲ. ಯಾರೋ ನನ್ನನ್ನು ಪಿಸುದನಿಯಲ್ಲಿ ಕರೆಯುತ್ತಿದ್ದಾರೆ. ಸಂತೆಯ ಗದ್ದಲವನ್ನೆಲ್ಲ ತೂರಿಕೊಂಡು ಮುಟ್ಟುವ ಪಿಸುದನಿ. ಮೆಲ್ಲನೆ ಎದ್ದು ಕಿಟಕಿಗಳ ಕರಟನ್ನುಗಳನ್ನು ತೆರೆದು ಸುದೀರ್ಘವಾದ ಉಸಿರನ್ನು ಒಳಗೆಳೆದುಕೊಂಡೆ. ಮೈಮನಸ್ಸುಗಳೆರಡೂ ಭಾರವೆನಿಸಿದವು. ಅದೇ ಹೊತ್ತಿಗೆ ಪೇಪರಿನ ಹುಡುಗ ಸೈಕಲ್ಲು ತುಳಿಯುತ್ತಾ ಬಂದವನೇ ಹ್ಯಾಂಡಲಿಗೆ ಸಿಕ್ಕಿಸಿದ ದಿನಪತ್ರಿಕೆಯೊಂದನ್ನು ಸುರುಳಿ ಸುತ್ತಿ ಮನೆಯ ಅಂಗಳದಲ್ಲಿ ಬಿಸಾಡಿ ಟ್ರಿಣ್ ಟ್ರಿಣ್ ಸದ್ದು ಮಾಡುತ್ತಾ ಮರೆಯಾದ. 'ಅರೆ, ಗೋಪಿ ಅದೆಷ್ಟು ಬೆಳೆದುಬಿಟ್ಟಿದ್ದಾನೆ! ' ಎನಿಸಿತು. ನಾನು ನೋಡುವುದನ್ನು ಬಿಟ್ಟು ಅದೆಷ್ಟು ದಿನಗಳಾದವು? ಆ ಯೋಚನೆಯೇ ನನ್ನನ್ನು ಅಲುಗಾಡಿಸಿತು... ಹಿಡಿದಿಟ್ಟುಕೊಂಡಿದ್ದ ಉಸಿರಿನಿಂದಾಗಿ ವೇಗವಾಗಿ ಬಡಿದುಕೊಳ್ಳುವ ಎದೆ ಗಮನಕ್ಕೆ ಬರತೊಡಗಿತು. ಕಿಟಕಿಯ ಮುಂದಿನ ರಸ್ತೆಯನ್ನು ನೋಡಿದೆ. ಆಚೆ ಬದಿಯ ಮರ, ಅದರ ಪಕ್ಕದ ಹಳದಿ ನಿಯಾನ್ ದೀಪ, ಅದು ರಸ್ತೆಯ ಮೇಲೆ ಚೆಲ್ಲಾಡಿದ್ದ ಬೆಳಕು ಇವತ್ತೇ ಇಂದೇ ಹೀಗೆ ಹೊಸತಾಗಿ ನನಗೆ ಕಾಣಿಸುತ್ತಿದೆಯೇನೋ ಎನಿಸಿತು. ಇಷ್ಟು ದಿನ ಕಾಣದ್ದು

ಇಂದೇಕೆ ಹೀಗೆ? ಒಳಗಿರುವ ಭಾರ ಯಾವುದು? ನಿಮ್ಮೆಲ್ಲ ರಗಳೆಗಳನ್ನು ಮೀರಿದೊಂದು ಅವ್ಯಕ್ತವನ್ನು ನಾವು ದಕ್ಕಿಸಿಕೊಳ್ಳುತ್ತೇವೆ ಎನ್ನುವ ವಿಶ್ವಾಸವಿದ್ದ ಆ ಪೇಪರ್ ಹುಡುಗ ಲೋಕದ ಕಂತೆ ಪುರಾಣಗಳನ್ನು ಹೊಂದಿರುವ ಆ ದಿನಪತ್ರಿಕೆಯನ್ನು ಅದೆಷ್ಟು ಅಸಡ್ಡಾಳವಾಗಿ ಬಿಸಾಕಿ ಹೋದ? ಈಗ ಪಿಸುದನಿಯಲ್ಲಿ ಕರೆಯುತ್ತಿರುವ ದನಿ ಯಾವುದು? ಯಾಕೆ? ಯಾವ ಲೋಕಕ್ಕೆ ನಾನು ಸಲ್ಲುತ್ತಿದ್ದೇನೆ? ನೂರು ಪ್ರಶ್ನೆಗಳು ಹೊಕ್ಕುತ್ತಿರುವಂತೆ ಉಸಿರನ್ನು ಇನ್ನೇನು ಒಳಗಡೆ ಹಿಡಿದಿಟ್ಟುಕೊಳ್ಳಲು ಸಾಧ್ಯವೇ ಇಲ್ಲ ಎನ್ನುವಾಗ ನಿಧಾನಕ್ಕೆ ಉಸಿರು ಬಿಟ್ಟೆನಾದರೂ ಪೂರ್ತಿಯಾಗಿ ಉಸಿರನ್ನು ಹೊರಗೆ ಹಾಕದೆ ಮತ್ತೊಂದು ಪುಟ್ಟ ಉಚ್ಛ್ವಾಸ ನಿಶ್ವಾಸದ ಮೊರೆ ಹೋದೆ.

ಇಷ್ಟು ದಿನ ನಾನು ಸಲ್ಲುತ್ತಿದ್ದ ಲೋಕದಲ್ಲಾದರೂ ಏನಿತ್ತು? ಏಳು. ಎದ್ದು ತಯಾರಾಗು. ಆಫೀಸಿಗೆ ಹೋಗು. ಅವೇ ಮುಖಗಳ ಜೊತೆಗೆ ಒಡನಾಡು. ಮತ್ತೆ ಮನೆಗೆ ಮರಳು. ಅದೇ ನಿತ್ಯದ ಯಾಂತ್ರಿಕತೆ. ಸಿಸಿಫಸನ ಬಂಡೆ ನಿಲ್ಲಿಸುವ ಕೆಲಸ. ಮತ್ತೆ ಪಿಸುದನಿ ಕೇಳಿಸಿತು. ಅದೇನು ಹೇಳುತ್ತಿತ್ತು ಸ್ಪಷ್ಟವಿರಲಿಲ್ಲ. ನನಗೇ ತಿಳಿಯದೆ ಕೈಕಾಲುಗಳೆಲ್ಲ ತಣ್ಣಗಾದವು. ಕೂಡಲೇ ಬಚ್ಚಲಿಗೆ ಹೋಗಿ ಹಲ್ಲುಜ್ಜಿ ಮುಖ ತೊಳೆದು ಅಲ್ಲಿಂದ ಹವಾಯಿ ಚಪ್ಪಲಿ ಹಾಕಿಕೊಂಡು ಕೆಳಗಿಳಿದೆ. ದಿನಪತ್ರಿಕೆಯನ್ನೆತ್ತಿ ಒಳಗೆ ಹಾಕಿ ಮನೆಗೆ ಬೀಗ ಜಡಿದುಕೊಂಡು ಗೇಟು ಹಾಕಿಕೊಂಡು ಒಂದು ಕ್ಷಣ ನಿಂತೆ. ನನ್ನ ಮುಂದೆ ನನ್ನದೇ ನೆರಳು ರಸ್ತೆಯ ಮೇಲೆ ಬಿದ್ದಿತ್ತು. ಪಕ್ಕದ ಅಂಗಡಿಯವನು ಆಗ ತಾನೇ ತನ್ನ ಅಂಗಡಿಯನ್ನು ತೆರೆದು ಅಂಗಳಕ್ಕೆ ನೀರು ಚಿಮುಕಿಸುತ್ತಿದ್ದ. ನಾನು ಅವನನ್ನು ನೋಡಿ ಮುಗುಳ್ನಕ್ಕರೂ ಅವನಿಂದ ಯಾವ ಉತ್ತರವೂ ಬರಲಿಲ್ಲ. ಇಷ್ಟು ದಿನ ಮುಖ ಗಂಟು ಹಾಕಿಕೊಂಡಿದ್ದರ ಪರಿಣಾಮವಿರಬಹುದು ಎಂದುಕೊಂಡೆ. ಇಷ್ಟು ದಿನ ಆಫೀಸಿಗೆ ಹೋಗಲು ಕೆಳಗಿಳಿದಾಗ ಬಲಕ್ಕೆ ತಿರುಗಿ ಆಮೇಲೆ ಎಡಕ್ಕೆ ತಿರುಗಿ ಐವತ್ತು ಹೆಜ್ಜೆ ಹಾಕಿ ಬಸ್ ಸ್ಟ್ಯಾಂಡ್ ಎಂಬ ಸಿಸಿಫಸನ ಬಂಡೆಗೆ ತಲುಪುತ್ತಿದ್ದೆ. ಆದರೆ ಇಂದು ಎಡಕ್ಕೆ ತಿರುಗಿಕೊಂಡೆ. ಅಲ್ಲಿಂದ ನೂರು ಹೆಜ್ಜೆ ಹಾಕಿ ಬಲಕ್ಕೆ ತಿರುಗಿ ಹೊರಟೆ. ಈ ಹಾದಿಗೆ ಬಂದೇ ತುಂಬಾ ದಿನಗಳಾದವಲ್ಲ ಎನಿಸಿತು. ಮುಂದೆ ಹೋದಂತೆ ಒಂದು ಆಟದ ಮೈದಾನ ಸಿಕ್ಕಿತು. ಅಲ್ಲಿ ಅಷ್ಟು ಹೊತ್ತಿಗೆ ಚಿಕ್ಕ ಚಿಕ್ಕ ಮಕ್ಕಳು ಫುಟ್ಬಾಲ್ ಕ್ರಿಕೆಟ್ ಆಡುತ್ತಿದ್ದರು. ಕೆಲವರು ಓಡುತ್ತಿದ್ದರು. ಈ ಆಟದ ಮೈದಾನ ಅದೆಷ್ಟು ಯೌವನವನ್ನು ಮೊಗೆ ಮೊಗೆದು ಉಣ್ಣುತ್ತದೆ ಎನಿಸಿ ಸ್ವಲ್ಪ ಹೊತ್ತು ಮಕ್ಕಳ ಆಟವನ್ನೇ ನೋಡುತ್ತಾ ನಿಂತೆ. ಸುಮಾರು ಹತ್ತು ನಿಮಿಷಗಳಾದರೂ ನಿಂತಿರಬಹುದು. ಮೈದಾನದ ಆಚೆಬದಿಯಿಂದ ಬಲದಿಂದ ಎಡಕ್ಕೆ ಬಿಳಿ ಬಣ್ಣದ ಬೆಕ್ಕೊಂದು ಹೋಗಿದ್ದು ಕಾಣಿಸಿತು. ಇನ್ನೂ ಕತ್ತಲು ಕಟ್ಟಿಕೊಂಡಿರುವಾಗ

ಆಟದ ಮೈದಾನಕ್ಕೆ ಅಂಟಿಕೊಂಡಿದ್ದ ಮರದಿಂದ ಕಾಗೆಯೊಂದು ಕಾವ್ ಕಾವ್ ಎಂದು ಸದ್ದು ಹೊರಡಿಸಿತು. ಅಲ್ಲಿಂದ ಕಾಲ್ಕಿತ್ತೆ. ಆಟದ ಮೈದಾನದಿಂದ ಸ್ವಲ್ಪ ಮುಂದೆ ಹೋದಾಗ ಒಬ್ಬಳು ನನಗಿಂತ ಹತ್ತು ವರ್ಷ ದೊಡ್ಡವಳಿರಬಹುದಾದ ಮುದುಕಿ ಅವಳ ಆರು ಬಲಿಷ್ಠ ನಾಯಿಗಳನ್ನು ಕರೆದುಕೊಂಡು ನನ್ನೆದುರಿಗೆ ಬರುತ್ತಿದ್ದಳು. ಅವಳನ್ನು ಮೊದಲೆಲ್ಲೂ ಕಂಡ ನೆನಪಾಗಲಿಲ್ಲ. ಅವಳ ಕೊರಳಲ್ಲಿ ಸುಮಾರು ಹತ್ತು ಉದ್ದನೆಯ ರುದ್ರಾಕ್ಷಿಗಳನ್ನು ನೇತುಹಾಕಿಕೊಂಡಿದ್ದಳು. ಹಣೆಯಲ್ಲಿ ದೊಡ್ಡ ಕುಂಕುಮ ಇತ್ತು. ಆರು ನಾಯಿಗಳು ಪೊಗದಸ್ತಾಗಿ ಬೆಳೆದಿದ್ದವು. ಒಂಚೂರು ಮೈಮರೆತರೆ ಅವು ನನ್ನ ಮೈಮೇಲೆರಗಿ ಕಚ್ಚಿ ಕಿತ್ತು ತಿಂದುಬಿಡುತ್ತವೆ ಎನಿಸಿ ಭಯವಾಯಿತು. ಅವಳನ್ನು ಮಾಟಗಾತಿ ಎನ್ನಬಹುದಿತ್ತು. ನಾನು ನಿಜಕ್ಕೂ ಬೇರೆ ಯಾವುದೋ ಲೋಕಕ್ಕೆ ಬಂದು ಸೇರಿದ್ದೇನಾ? ಈಗ ನಾನೇ ಖುದ್ದಾಗಿ ನಡೆಯುತ್ತಿದ್ದೇನಾ? ಅಥವಾ ಯಾರೋ ನನ್ನನ್ನು ನಿಯಂತ್ರಿಸುತ್ತಿರುವರೋ? ಅಥವಾ ಇದೆಲ್ಲಾ ನನ್ನ ಭ್ರಮೆಯೋ? ತಿಳಿಯಲಿಲ್ಲವಾದರೂ ಕಾಲುಗಳು ಮುಂದೆ ಮುಂದೆ ಎಳೆದುಕೊಂಡು ಹೋಗುತ್ತಿದ್ದವು.

ಹಾಗೆ ಹೋಗುತ್ತಾ ಹೋಗುತ್ತಾ ಒಂದು ಪಾರ್ಕ್ ಕಾಣಿಸಿತು. ಪಾರ್ಕಿನ ಹೆಸರು ಬರೆದ ಫಲಕ ತುಕ್ಕು ಹಿಡಿದು ಹೋಗಿ ಅದರ ಹೆಸರು ಸರಿಯಾಗಿ ಕಾಣಿಸುತ್ತಿರಲಿಲ್ಲ. ಅದರ ಹೆಸರು ಏನೇ ಇದ್ದರೂ ನನಗೇನಾದರೂ ಫರಕು ಬೀಳುತ್ತಿತ್ತೇ? ಮೊದಲೇ ಹೇಳಿದೆನಲ್ಲ! ನಾನು ನೋಡುವುದನ್ನು ಬಿಟ್ಟೆ ಬಹಳ ದಿನಗಳಾಗಿದ್ದವು. ಪಾರ್ಕ್ ಇನ್ನೂ ತೆರೆದಿರಲಿಲ್ಲ. ಅಲ್ಲಿಯೇ ಮುಂದೆ ನಿಂತುಕೊಂಡೆ. ಥಟ್ಟನೆ ನನ್ನ ದೃಷ್ಟಿ ಹತ್ತಿರದ ಕಂಬಕ್ಕೆ ಅಂಟಿಸಿದ್ದ ಅರ್ಧ ಮಾಸಿಹೋದ 'ಕಾಣೆಯಾಗಿದ್ದಾರೆ' ಎನ್ನುವ ತಲೆಬರಹದ ಭಿತ್ತಿಪತ್ರದ ಮೇಲೆ ಬಿತ್ತು. 'ನಿಖಿಲ್. 16 ವರ್ಷ. 5.9 ಎತ್ತರ. ಹೊರಡುವಾಗ ತಿಳಿ ಹಸಿರು ಬಣ್ಣದ ಟೀ ಶರ್ಟ್ ಮತ್ತು ಕಪ್ಪು ಬಣ್ಣದ ನೈಟ್ ಪ್ಯಾಂಟ್ ಹಾಕಿರುತ್ತಾನೆ. ದಿನಾಂಕ 5 ಜನವರಿ 2022ರಂದು ಬೆಳಿಗ್ಗೆ ಐದೂವರೆಗೆ ಕಾಣೆಯಾಗಿರುತ್ತಾನೆ' ಎಂದು ಬರೆದಿತ್ತು. ಒಂದು ಕ್ಷಣ ಯಾಕೋ ಕಳವಳವಾಯಿತು. ನಾನೂ ಹೀಗೆ ಕಾಣೆಯಾದರೆ ಏನೆಂದು ಬರೆಯುತ್ತಾರೆ? ಅಸಲಿಗೆ ಹುಡುಕುತ್ತಾರಾ? ಮಗಳು ನಿಪ್ಪಿ ನಿಜಕ್ಕೂ ನನ್ನನ್ನು ಹುಡುಕಿಸುತ್ತಾಳಾ? ಖಂಡಿತಾ ಹುಡುಕುತ್ತಾಳೆ. ಹುಡುಕುತ್ತಾ ಅಲೆಯುತ್ತಾಳೆ. ಹಾಗೆ ಅಲೆಯುತ್ತಿರುವಾಗಲೇ ಯಾವುದೋ ಬಜಾರದಲ್ಲಿ ನನ್ನ ಬೆನ್ನು ಮತ್ತು ಭುಜದ ಆಕಾರವನ್ನು ನೋಡಿಯೇ 'ಅಪ್ಪಾ! ತಪ್ಪಾಯಿತು ಮನೆಗೆ ಬಾಪ್ಪಾ' ಎಂದು ಕಣ್ಣಲ್ಲಿ ನೀರು ತುಂಬಿಕೊಂಡು ಕರೆಯುತ್ತಾಳೆ. ನಾನಾಗ ಕರಗಿ ಹೋಗುತ್ತೇನೆ ಎಂದೆಲ್ಲಾ ಯೋಚಿಸುತ್ತೇನೆ. ಕಣ್ಣಲ್ಲಿ ನೀರು ತುಂಬಿಕೊಳ್ಳುತ್ತದೆ...

ಬರೆಸಿದರೂ ಕಾಣೆಯಾಗಿದ್ದಾರೆ ಎನ್ನುವ ಪತ್ರದಲ್ಲಿ ಏನೆಂದು ಬರೆಸುತ್ತಾಳೆ?

'ಕಾಣೆಯಾಗಿದ್ದಾರೆ. ಅಖಿಲೇಶ್ ಪಿ. ವಯಸ್ಸು ಐವತ್ತಾರು ವರ್ಷ. ಹೊರಡುವಾಗ ಹಳದಿ ಬಣ್ಣದ ಪಟ್ಟಿಯ ಶೂ. ಬೂದು ಬಣ್ಣದ ಟೀ ಶರ್ಟ್. ಕಪ್ಪು ಬಣ್ಣದ ನೈಟ್ ಪ್ಯಾಂಟ್ ಹಾಕಿರುತ್ತಾರೆ. ಹಣೆಯ ಮೇಲೆ ಎಡಗಡೆ ಹೆಬ್ಬೆಟ್ಟಿನ ಗಾತ್ರದ ಒಂದು ಮಚ್ಚೆ ಇದೆ...' ಎಂದು ಬರೆಸಬಹುದು ಎಂದು ಊಹಿಸಿದೆನಾದರೂ ಮರುಕ್ಷಣವೇ ಇಲ್ಲ ಇಲ್ಲ ನಿವ್ವಿ ಸತ್ಯವನ್ನೇ ಹೇಳುತ್ತಾಳೆ. ಕಾಣೆಯಾದವರ ಪತ್ರದಲ್ಲಿ ಬಹುಶಃ 'ಅಖಿಲೇಶ್ ಪಿ. ಕಣ್ಣ ಕೆಳಗೆ ಗಾಢ ಕಪ್ಪನ್ನು ಹೊಂದಿರುವ ಕಣ್ಣ ಮಿಂಚನ್ನು ಅದ್ಯಾವುದೋ ಕಾಲದಲ್ಲೇ ಕಳೆದುಕೊಂಡಿರುವ ನಿರ್ಲಿಪ್ತ ಅಪ್ಪ' ಎಂದು ಬರೆಸಿದರೆ? ಭಯವಾಯಿತು. ಅದೇ ಹೊತ್ತಿಗೆ ಟ್ರಿಣ್ ಟ್ರಿಣ್ ಸದ್ದು ಮಾಡುತ್ತಾ ಹಳೆಯ ತನ್ನ ಖಾಸಾ ಸೈಕಲನ್ನೇರಿ ಒಬ್ಬ ಮುದುಕ ಬಂದ. ಬಂದವನೇ ಅವನ ರಾಜರಥವನ್ನು ತರುಬಿ ಅಲ್ಲಿಯೇ ಹತ್ತಿರದ ಕಲ್ಲುಬೆಂಚಿನ ಮೇಲವನು ವಿರಾಜಮಾನನಾದ. ಆ ಪರಿಚಿತ ಪ್ರದೇಶಕ್ಕೆ ತಾನೆ ಪ್ರಭುವೆಂಬ ಗತ್ತಿನಲ್ಲಿ ಜೇಬೊಳಗಿನ ಬೀಡಿ ತುಟಿಯಲ್ಲಿ ಕೂರಿಸಿ ಹೊತ್ತಿಸುವ ಕಿಡಿಗೆ ಜಗದ ಮುಂಜಾನೆಯ ಮೆದುಳು ಚುರುಕುಗೊಂಡಿತೇನೋ ಎನಿಸಿತು. ಹುಬ್ಬುಗಂಟು, ತಲೆಯ ಮೇಲಿನ ಕೆಂಪು ಟೊಪ್ಪಿ, ಚರ್ಮದಂತಾಗಿರುವ ಹಸಿರು ಸ್ವೆಟರು ಎಷ್ಟೋ ವರುಷಗಳ ದೋಸ್ತಿಯಂತೆ ಅಂಟಿಕೊಂಡೆ ಇವೆಯೇನೋ ಎಂಬಂತೆ ಕಂಡಿತು. ಮುದುಕ ಕತ್ತೆತ್ತಿ ಒಮ್ಮೆ ಆಕಾಶ ದಿಟ್ಟಿಸಿದ. ಮಾಗಿಯ ಚಳಿಗಾಳಿ ಮತ್ತು ಹಕ್ಕಿಗಳ ಸವಿಯುಲಿ ಚಿಲಿಪಿಲಿಗಳನ್ನೊಮ್ಮೆ ನಿರ್ಲಿಪ್ತವಾಗಿ ಗಮನಿಸಿದ. ಮರದ ಕೊಂಬೆಗಳು ಗಾಳಿಗೆ ಅಲುಗಾಡುವುದನ್ನು ಅದೇ ನಿರ್ಲಿಪ್ತತೆಯಲ್ಲಿ ದಿಟ್ಟಿಸಿದ. ಅಲ್ಲಿಂದ ಎದ್ದು ಕಣ್ಣಿಳಿಸಿ ನೆಲ ನೋಡಿ ನಡೆಯುತ್ತಾ ತನಗೆ ಮಾತ್ರ ಗೊತ್ತಿರುವ ಅಡಗುದಾಣದಿಂದ ಕಸಪೊರಕೆಯನ್ನು ಹೊರತೆಗೆದು ಸುತ್ತಲೂ ಒಮ್ಮೆ ಕಣ್ಣು ಹಾಯಿಸಿ ಪ್ರತಿಮರಗಳ ಬುಡದಲ್ಲಿ ರಾತ್ರಿಯ ಯಾವುದೋ ಘಳಿಗೆಯಲ್ಲಿ ಉದುರಿಬಿದ್ದ ಅದೆಷ್ಟೋ ಎಲೆಗಳನ್ನು ಗುಡಿಸಲು ಶುರುಮಾಡಿದ. ಗುಡಿಸುವುದು ತನ್ನ ಧರ್ಮವೆಂದುಕೊಂಡು ಅವನೇ ದಕ್ಕಿಸಿಕೊಂಡ ಒಂದು ಲಯದಲ್ಲಿ ಸರ ಸರ ಸರ ಸರ ಸರಿಸುವಾಗ ಮುದುಕನ ಕಾಲಹೆಜ್ಜೆ, ಕಸಪೊರಕೆ ಕಾಯಕ, ಎಲೆಗಳ ಕಳೇಬರ ಯಾತ್ರೆ ಹೊರಟು ಮುಂದಕ್ಕೆ ಮೂರು ಹೆಜ್ಜೆ ಹಾಕಿದ ಆ ಕ್ಷಣಕ್ಕೆ ಒಂದು ಎಲೆ ಮೆಲ್ಲನೆ ಬಿದ್ದಿತು. ಮುದುಕ ಒಮ್ಮೆ ಹಿಂತಿರುಗಿ ನೋಡಿದ. ಮರದ ಬುಡದಲ್ಲಿ ಧೊಪ್ ಎಂದು ಬಿದ್ದ ಆ ಎಲೆಯನ್ನು ಇನ್ನೊಂಚೂರು ಬುಡದ ಹತ್ತಿರ ಸರಿಸಿ ಬದುಕಿಕೋ ಇನ್ನೊಂದು ದಿನ ತಾಯಬುಡದಲ್ಲಿ ಎನ್ನುವಂತೆ ಮುನ್ನಡೆದ. ಸಣ್ಣಗೆ ಬೆವರು ಕಿತ್ತಿತು. ನಾನು ಇಂದಿನಿಂದ ಕಳೆದುಹೋಗಿಬಿಡುತ್ತೀನಾ?

ಮತ್ತೊಮ್ಮೆ ನಿವ್ವಿಯನ್ನು ನೋಡಲು ಸಾಧ್ಯವಾಗುವುದೇ ಇಲ್ಲವಾ? ನಿವ್ವಿ ನೆನಪಾದಳು!

ಅಂದು ಸಂಜೆ ಆಫೀಸ್ ಮುಗಿಸಿ ನೇರವಾಗಿ ನಿವ್ವಿಯ ಮನೆಗೆ ಹೋದಾಗ ಅವಳು ಪ್ರೀತಿಯಿಂದ ನನಗಿಷ್ಟ ಎಂದೇ ಅವಲಕ್ಕಿ ಚಹಾ ಮಾಡಿದ್ದಳು. ಕುಡಿದು ಮೊಮ್ಮಗಳು ಕರುಣಳ ಬಳಿ ಕೊಂಚ ಹೊತ್ತು ಆಟವಾಡಿ ಇನ್ನೇನು ಮನೆಗೆ ಮರಳಬೇಕು ಎನ್ನುವಷ್ಟರಲ್ಲಿ ಕರುಣ ಎಂದಿಗೂ ಇಲ್ಲದವಳು ತಾನು ಮನೆಗೆ ಬರುತ್ತೇನೆ ಎಂದು ಹಠ ಹಿಡಿದು ಕೂತುಬಿಟ್ಟಳು. ನಾನು ನಿವ್ವಿಗೆ ಮೊದಲೇ ಹೇಳಿಬಿಟ್ಟಿದ್ದೆ. 'ನೋಡು, ನಾ ಒಬ್ಬ ಅಪ್ಪನಾಗಿ ಎಲ್ಲಾ ಕರ್ತವ್ಯ ಮಾಡಿದೀನಿ. ಒಬ್ಬನೇ ಇರುತ್ತಾನೆ ಮುದುಕ. ಮೊಮ್ಮಗಳನ್ನು ಆಡಿಸಿ. ಸ್ವಲ್ಪ ಹೊತ್ತು ನೋಡಿಕೊಳ್ಳಿ ಇಲ್ಲೇ ಬಿಟ್ಟೋಗ್ತಿವಿ ಅನ್ನೋದನ್ನೆಲ್ಲ ಇಟ್ಕೋಳೋ ಹಾಗಿಲ್ಲ. ನನಗೆ ನನ್ನದೇ ಆದ ಕೆಲಸ ಇರ್ತವೆ' ಎಂದು ಕಡ್ಡಿ ಮುರಿದ ಹಾಗೆ ಹೇಳಿಬಿಟ್ಟಿದ್ದೆ. ಅದಕ್ಕೆ ಮಗಳು ಅಳಿಯನದೇನೂ ತಕರಾರು ಇಲ್ಲವಾಗಿದ್ದರೂ ಸಾಕಷ್ಟು ಸಲ ಮನವೊಲಿಸುವ ವ್ಯರ್ಥ ಪ್ರಯತ್ನವನ್ನೂ ಕೂಡ ಮಾಡಿದ್ದರು. ಅಂದೂ ಕೂಡ ಅದೇ ಆಸೆಯನ್ನು ಇಟ್ಟುಕೊಂಡಿದ್ದರೋ ಏನೋ ಅಳಿಯಂದಿರು ಸುಮ್ಮನೆ ನಿಂತರು. ಕರುಣ ಜಾಸ್ತಿ ಎನ್ನುವ ಮಟ್ಟಿಗೆ ರೊಳ್ಳಿ ತೆಗೆದಳು. ನಾನು ಕೋಪದಲ್ಲಿ ಒಮ್ಮೆ ಬೆನ್ನಿಗೆ ಚಟಾರ್ ಎಂದು ಬಾರಿಸಿದೆ. ಮಗು ಆಕಾಶ ಭೂಮಿ ಒಂದು ಮಾಡುವ ಹಾಗೆ ಅಳಲು ಶುರುಮಾಡಿತು. ಅಡುಗೆ ಕೋಣೆಯಿಂದ ನಿವ್ವಿ ಓಡಿ ಬಂದವಳೇ ಅವಳನ್ನು ತನ್ನೆಡೆಗೆ ಎಳೆದುಕೊಂಡು ಕಣ್ಣಲ್ಲಿ ನೀರು ತುಂಬಿಕೊಂಡೇ 'ನಿನಿಗೆ ಏನೇನು ಬುದ್ಧಿ ಇಲ್ಲ ನೋಡಪಜಿ. ಹೀಗೆ ಹೊಡುದ್ರೆ ಮಕ್ಕಳು ಹೆದರಿಕೊಂಡುಬಿಡ್ತವೆ. ಆಮೇಲೆ ಅದರ ಪರಿಣಾಮಗಳನ್ನು ಅನುಭವಿಸೋರು ನಾವು. ನೀವು ನಿಮ್ಮನೇಲಿ ಆರಾಮವಾಗಿರ್ತೀರಿ' ಎಂದು ಚೂರು ಕೊಂಕನ್ನೂ ಬೆರೆಸಿ ಮುಖಕ್ಕೆ ಹೊಡೆದ ಹಾಗೆ ಅಂದುಬಿಟ್ಟಳು. 'ನಾನೂ ನಿನ್ನನ್ನ ಸಾಕೀನಿ. ನಾ ಸಾಕ್ದೆ ಹೋಗಿದ್ರೆ ನೀ ಇಷ್ಟು ದೊಡ್ಡವಳಾಗ್ತಾ ಇದ್ಯಾ? ಅಸಲಿಗೆ ಎಲ್ಲಿರುತ್ತಾ ಇದ್ಯೋ ಏನೋ?! ' ಎಂದು ಅವಳ ಮಾತಿನ ಬಾಣಕ್ಕೆ ಸಮನಾದ ಬಾಣವನ್ನೇ ಬಿಟ್ಟಿದ್ದೆ. ಅದಕ್ಕವಳು 'ಯಾರೂ ಮಾಡದ್ದೇನೂ ನೀವು ಮಾಡಿಲ್ಲ. ಆಮೇಲೆ ಪ್ರತಿ ಮಾತಿಗೂ ನಾನು ಸಾಕ್ದೆ ನಾನು ಸಾಕ್ದೆ ಅನ್ನೋದೇನು ಬೇಕಿಲ್ಲ ಅಪ್ಪ. ನೀನು ಸಾಕ್ದೆ ಹೋದ್ರೆ ನಾನೇನು ಸಾಯ್ತಾ ಇರ್ಲಿಲ್ಲ. ಎಲ್ಲೋ ಏನೋ ಹೇಗೋ ಬದುಕಿಕೊಳ್ತಾ ಇದ್ದೆ. ಬರಿ ಚುಚ್ಚುಮಾತೇ ನಿಂದು' ಎಂದು ದುಃಖಿಸಿ ದುಃಖಿಸಿ ಅಳಲು ಶುರು ಮಾಡಿದಳು. ಅದೇ ಕೋಪದಲ್ಲಿ ಕರುಣಳನ್ನು ಮತ್ತೊಂದೆರಡು ಬಾರಿಸಿದಳು. ಮೈಯೆಲ್ಲಾ ಉರಿಯುತ್ತಿದ್ದ ನಾನು ಕೈಯೆತ್ತಿ ಎದ್ದು ನಿಂತೆ. ಅಲ್ಲೇ ಪಕ್ಕದಲ್ಲಿ ನಿಂತು ಗಮನಿಸುತ್ತಿದ್ದ ಅಳಿಯ ಅವಳ ಬೆನ್ನಿಗೆ ಬಂದು ನಿಂತುಕೊಂಡರು.

ಅಳಿಯಂದಿರಿಲ್ಲದಿದ್ದರೆ ನಾನು ನಿವ್ವಿಯನ್ನು ಹೊಡೆದುಬಿಡುತ್ತಿದ್ದೆನೆ? ಅಬ್ಬಾ ಸತ್ಯಕ್ಕೆ ಅದೆಷ್ಟು ಶಕ್ತಿಯಿರುತ್ತದೆ? ಅದಕ್ಕೆ ಸತ್ಯ ಹೇಳುವವರನ್ನು ಜನ ಕೊಲ್ಲುವ ಮಟ್ಟಕ್ಕೂ ಹೋಗುತ್ತಿರಬಹುದೆನಿಸಿತು. ಮೈಯೆಲ್ಲಾ ನಡುಗುತ್ತಿತ್ತು. ಹಾಗೆಯೇ ಧುಮುಗುಡುತ್ತಾ ಮನೆಯ ಹೊರಗೆ ಬಂದು ಅಲ್ಲೇ ಹೋಗುತ್ತಿದ್ದ ಆಟೋವನ್ನು ಕರೆದು ಕೂತೆ. ನಾನು ಆಟೋ ಕರೆಯಲು ಬರುವಾಗಲೇ ನಿವ್ವಿಯಿಂದ ಬಿಡಿಸಿಕೊಂಡು 'ತಾತಾ, ಬಾ ತಾತಾ' ಎಂದು ಮತ್ತೆ 'ರೋ...' ಎಂದು ದುಃಖಿಸಲು ಶುರುವಿಕ್ಕಿತು. ಹಿಂದಿನಿಂದ ಬಂದ ನಿವ್ವಿ 'ಬಾರೆ, ನಿನ್ನಿಂದಲೇ ಇಷ್ಟೆಲ್ಲಾ ಆಗಿದ್ದು...' ಎಂದು ದರದರ ಎಳೆದುಕೊಂಡು ಧಡ್ ಎಂದು ಬಾಗಿಲು ಹಾಕಿಕೊಂಡಳು. ಕಣ್ಣ ಮುಂದೆ ಆದದ್ದಕ್ಕಿಂತ ಬೆನ್ನ ಹಿಂದೆ ಸದ್ದುಗಳಾಗಿ ಘಟಿಸುವುದಕ್ಕೆ ಮಾಯದ ಗಾಯಗಳಾಗುವ ತಾಕತ್ತಿರುತ್ತದೆ.

ಎಲ್ಲಿಯೋ ಕಳೆದುಹೋಗಿದ್ದ ನನ್ನನ್ನು ಪಾರ್ಕಿನ ಒಂದು ಬೆಂಚಿನ ಮೇಲೆ ಬಾಲವನ್ನು ಎತ್ತಿ ಅಲ್ಲಾಡಿಸುತ್ತಾ ನನ್ನೆಡೆಗೇ ನೋಡುವಂತೆ ಕಾಣಿಸಿದ ಬೆಕ್ಕು ನನ್ನನ್ನು ವಾಸ್ತವಕ್ಕೆ ಕರೆತಂದಿತು. ಕಪ್ಪು ಬೆಕ್ಕು. ಬಿಳಿ ಮೀಸೆ. ಬಾಲ ತಿರುವುತ್ತಾ ಗತ್ತಿನಲ್ಲಿ ಇಡೀ ಪಾರ್ಕಿನ ತುಂಬಾ ನಡೆಯುತ್ತಿತ್ತು. ಪಾರ್ಕಿನಲ್ಲಿ ನಡೆಯುವ ಜನರು ಮುಖಕ್ಕೆ ಮಾಸ್ಕು ಹಾಕಿಕೊಂಡೆ ಅದರ ಅಸ್ತಿತ್ವವೇ ತಮಗೆ ಲೆಕ್ಕಕ್ಕಿಲ್ಲ ಎನ್ನುವಂತೆ ನಡೆಯುತ್ತಿದ್ದರು. ಅಥವಾ ಅಸಲಿಗೆ ಆ ಬೆಕ್ಕು ನನಗಷ್ಟೇ ಕಾಣುತ್ತಿತ್ತೇ? ಅಥವಾ ಮನುಷ್ಯರು ನಡೆಯುತ್ತಿರುವುದೇ ಸುಳ್ಳೇ? ನಿವ್ವಿಯೂ ಹೇಳುವಂತೆ ನನ್ನೊಳಗಿನ ಯಾವುದೋ ಒಂದು ಕಳೆದು ಹೋಗಿದ್ದು ಯಾವಾಗಿನಿಂದ? ಬಹುಶಃ ಹನ್ನೆರಡು ವರ್ಷದವನಿದ್ದಿರಬೇಕು. ಮನೆಯಲ್ಲಿ ಅಮ್ಮ ಒಂದು ಬೆಕ್ಕು ಸಾಕಿದ್ದಳು. ಹಿಂದಿನ ರಾತ್ರಿ ಧೋ ಎಂದು ಮಳೆ ಸುರಿದಿತ್ತು. ಬೆಳಿಗ್ಗೆ ಬೆಕ್ಕು ಎಲ್ಲೂ ಕಾಣಿಸುತ್ತಿರಲಿಲ್ಲ. ಕೊನೆಗೂ ನಾನೇ ಮನೆಯೆಲ್ಲಾ ಹುಡುಕಿದ ಮೇಲೆ ನಮ್ಮ ಮನೆಯ ಟೆರೇಸಿನ ಮೂಲೆಯೊಂದರಲ್ಲಿ ಕೂತಿತ್ತು. ನಾನೇ ಅಂಗೈಯಲ್ಲಿ ಗಟ್ಟಿಯಾಗಿ ಅವುಚಿ ಹಿಡಿದು ಯಾರು ಸುಮ್ಮನೆ ಮೆಟ್ಟಿಲು ಇಳಿಯುತ್ತಾರೆ ಎಂದು ಬೆಕ್ಕನ್ನು ಟೆರೇಸಿನ ಮೇಲೆ ನಿಂತುಕೊಂಡು ಚೆಂಡು ತೂರುವಂತೆ ಹಿತ್ತಲಿನ ಅಂಗಳದಲ್ಲಿ ತೂರಿದ್ದೆ. ಅದು 'ಮ್ಯಾವ್ ಮ್ಯಾವ್' ಎನ್ನುವ ಕ್ಷೀಣ ಸದ್ದು ಹೊರಡಿಸಿ ಮುದುಡಿಕೊಂಡಿತು. ಅದು ಮುದುಡಿಕೊಂಡ ರೀತಿ ಇನ್ನೂ ಕಣ್ಣಿಗೆ ಕಟ್ಟಿದ ಹಾಗಿದೆ. ಅದರ ನಾಲ್ಕೂ ಕಾಲುಗಳು ಮುದುಡಿದ್ದು ಬಾಡುವ ಹೂವಿನ ಪಕಳೆಗಳಂತೆ ಕಂಡಿದ್ದವು... ಅದಾದ ಮೂರೇ ದಿನಕ್ಕೆ ಆ ಬೆಕ್ಕು ಬಾಯಲ್ಲಿ ಬುರುಗು ಬಂದು ಸತ್ತು ಹೋಗಿತ್ತು.

ನಾನು ಓದುವಾಗ ಶಾಲೆಯಲ್ಲಿ ಮೇಷ್ಟ್ರು ಬಾಯಿತೆಗೆದರೆ ಬಾಯ್ಮುಚ್ಚು ಎನ್ನುತ್ತಿದ್ದರು. ಆ ಭಯ ನನ್ನನ್ನು ಹೆಚ್ಚೆಚ್ಚು ಮೌನಿಯಾಗುವಂತೆ ಮಾಡಿತು. ನಿವ್ವಿ ಹೇಳಿದ್ದು ನಿಜ. ನಮ್ಮ ಒಳಗಿನ ಭಯಗಳನ್ನು ದಾಟಿಕೊಳ್ಳುವುದು ತುಂಬಾ

ಕಷ್ಟ... ಆದರೆ ನಿವ್ವಿಗಿದ್ದ ಭಯ ಯಾವುದು? ಅನಾಥಾಶ್ರಮದಿಂದ ತಂದ ಮೇಲೆ ಒಂದು ವರ್ಷದವರೆಗೂ ಸವಿತಾ ಬದುಕಿದ್ದಳು. ಇಬ್ಬರೂ ಸೇರಿಯೇ ನಿವೇದಿತಾ ಎಂದು ಪ್ರೀತಿಯಿಂದ ಹೆಸರಿಟ್ಟಿದ್ದೆವು. ಪ್ರೀತಿಯಿಂದ ನಿವ್ವಿ ಎಂದು ಕರೆಯುತ್ತಿದ್ದೆವು. ಬಡತನವಿದ್ದರೂ ಖುಷಿಗೆ ಪಾರವೇ ಇರಲಿಲ್ಲ. ನಿವ್ವಿ ಬಂದ ಒಂದು ವರ್ಷಕ್ಕೆ ಸವಿತಾ ಹೋಗಿಬಿಟ್ಟಳು. ಅವಳಿಗೊಂದು ಬೆಕ್ಕನ್ನು ಸಾಕಬೇಕು ಎನ್ನುವ ಆಸೆಯಿತ್ತು... ನಾನದಕ್ಕೆ ಆಸ್ಪದವೇ ಕೊಟ್ಟಿರಲಿಲ್ಲ. ಅವಳು ಒಂಟಿಯಾಗಿ ಮನೆಯ ಕಿಟಕಿಗಳ ಪಕ್ಕ ಕುಳಿತು ರಸ್ತೆಗಳನ್ನೇ ನೋಡುತ್ತಾ ಬೆಳೆದುಬಿಟ್ಟಳು! ಯಾರೂ ಮಾಡದ್ದೇನೂ ನಾನು ಮಾಡಿಲ್ಲವೆಂದು ನಿವ್ವಿ ಹೇಳುತ್ತಾಳೆ. ನಿಜವೇ ಇರಬಹುದು. ಆದರೆ ಎಲ್ಲರೂ ಒಬ್ಬ ತಂದೆಯಾಗಿ ಮಾಡುವುದನ್ನೇ ಚಾಚೂ ತಪ್ಪದೆ ಮಾಡಿದ್ದೇನೆ. ಕುಂಕಿಮರಿ ಮಾಡಿ ಪೇಟೆ ತೋರಿಸಿದ್ದೇನೆ. ಬೆಂಕಿಗೂ ಬೆಳಕಿಗೂ, ಹೊರಗಿನ ಕತ್ತಲೆಗೂ ಒಳಗಿನ ಪ್ರಾರ್ಥನೆಗೂ ವ್ಯತ್ಯಾಸ ತಿಳಿಸಿದ್ದೇನೆ, ಸತ್ಯ ಹೇಳುವ ಪ್ರಶ್ನೆ ಕೇಳುವ ಛಾತಿ ಕಲಿಸಿದ್ದೇನೆ. ಇಷ್ಟು ಸಾಕಲ್ಲವೇ?

ನಿಜವೇ! ಏನೇನೋ ಅನ್ನುವಂಥದ್ದು ನಾನು ಮಾಡಲಿಲ್ಲ. ನಾನೂ ಕೂಡ ಏನೇನೋ ಆಗಲಿಲ್ಲ. ಕಡಿಮೆ ಭ್ರಷ್ಟ ಅನಿಸಿಕೊಳ್ಳಲಿಕ್ಕೆ ಮೇಷ್ಟ್ರಾದೆ. ಮಕ್ಕಳಿಗೆ ಕವಿತೆ ಹೇಳಿಕೊಟ್ಟೆ, ಆದರೆ ಯಾಕೋ ನನ್ನ ಕೈಯಲ್ಲಿ ಬರೆಯಲಾಗಲೇ ಇಲ್ಲ. ನಿತ್ಯದ ಯಾಂತ್ರಿಕತೆ ನುಂಗಿಕೊಂಡುಬಿಟ್ಟಿತು. ನನಗೆ ಗೊತ್ತು, ಈ ಸುದೀರ್ಘ ಸ್ವಗತಗಳನ್ನು ಬರೆಯುವುದರ ಭಯವೆಂದರೆ ಓದುಗ ಒಂದು ಹಂತದ ನಂತರ ಕತೆಗಾರನ ಪ್ರಾಮಾಣಿಕತೆಯನ್ನು ಅನುಮಾನಿಸತೊಡಗುತ್ತಾನೆ. ನಿಜ. ಪ್ರಾಮಾಣಿಕತೆಯನ್ನು ಒಪ್ಪಿಸಲು ನಮ್ಮ ಬಳಿಯಿರುವ ಪರಿಮಾಣಗಳಾದರೂ ಏನು? ಆಣೆ ಹಾಕಬಹುದು. ನಂಬಿ ಎಂದು ಕೈ ಜೋಡಿಸಬಹುದು. ಅಸಲಿಗೆ ಈ ಪ್ರಾಮಾಣಿಕತೆಯೆಂದರೆ ಒಂದು ತೆಳು ಬಿಳಿ ಹಾಳೆಯ ಕೆಳಗೆ ಒಂದು ಶಾಯಿ ಬಿಂದುವನ್ನಿಟ್ಟು ನೀರಿನಲ್ಲಿ ಇಳಿಬಿಟ್ಟರೆ ಶಾಯಿಯ ಶಕ್ತ್ಯಾನುಸಾರ ಅದು ಮೇಲಕ್ಕೇರುತ್ತದಲ್ಲ! ಇದು ಹಾಗೆಯೇ!

ಅಲ್ಲಿಂದ ವಾಸ್ತವಕ್ಕೆ ಬರುವ ಹೊತ್ತಿಗೆ ಆ ಬೆಕ್ಕು ಕಾಣಲೇ ಇಲ್ಲ. ಇಡೀ ಪಾರ್ಕನ್ನು ಅದೆಷ್ಟು ಬಾರಿ ಸುತ್ತಿದರೂ ಅದರ ಸುಳಿವಿಲ್ಲ. ಗೇಟಿನ ಬಳಿ ಹೋದರೆ ಆ ಮುದುಕನ ಸೈಕಲ್ಲಿಲ್ಲ. ಕತ್ತಲು ಕಳೆದು ಬೆಳಕು ಹರಿವ ಅದ್ಯಾವುದೋ ಮಾಯಕದಲ್ಲಿ ಏನೋ ಬದಲಾಗುತ್ತದೆ ಎನಿಸಿತು. ಅಂದು ಒಂದೊಂದೇ ಹೆಜ್ಜೆಗಳನ್ನು ಭಾರದಿಂದ ಎತ್ತಿ ಹಾಕುತ್ತಾ ಮನೆ ತಲುಪುವಷ್ಟರಲ್ಲಿ ನಿವ್ವಿ ಮತ್ತು ಕರುಣಾ ಬಾಗಿಲ ಬಳಿ ನಿಂತಿದ್ದರು. ಕರುಣಾ ನನ್ನನ್ನು ನೋಡಿ ಓಡಿ ಬಂದು ತಬ್ಬಿಕೊಂಡು 'ಸಾರಿ ತಾತಾ. ಇನ್ನೊಮ್ಮೆ ಹಠ ಮಾಡಲ್ಲ' ಎಂದಿತು. ನಿವ್ವಿ ಹೆಚ್ಚು ಮಾತಾಡಲಿಲ್ಲ. ಒಳಗೆ ಬಂದವಳೇ ಕಾಫಿ ಮಾಡಿಕೊಟ್ಟು 'ಇವತ್ತು ಸೀಮಾ ಮನೆಗೆಲಸಕ್ಕೆ ಬರಲ್ಲ. ನಾನೇ ತಿಂಡಿ ಕಳಿಸ್ತೀನಿ' ಎಂದು ತನ್ನ

ಕರ್ತವ್ಯವನ್ನು ಆಡಿ ಹೋದಳು. ಕರುಣಾ ಹೋಗುವಾಗ ಟಾಟಾ ಮಾಡಿದಳು. ನಾನೂ ಮಗಳ ಬಳಿ ಕ್ಷಮೆ ಕೇಳಬೇಕು ಅನಿಸಿತಾದರೂ ನಾಲಗೆಯವರೆಗೂ ಬಂದದ್ದು ಮಾತಾಗಲಿಲ್ಲ.

ಯಾಕೋ ಸಮಾಧಾನವಾಗಲಿಲ್ಲ. ಪಿಸುದನಿ ಈಗ ನಿಧಾನವಾಗಿ ಗಟ್ಟಿಯಾಗತೊಡಗಿದಂತೆ ಕೇಳಿಸಿತು. ಅಖಿ... ಅಖೀ! ಎಂದು ಕರೆಯುತ್ತಿರುವಂತೆ ಅನಿಸಲಾರಂಭಿಸಿತು. ಕೂಡಲೇ ಅಲ್ಲಿಂದ ಎದ್ದು ಸೀದಾ ಬಸ್ ಸ್ಟ್ಯಾಂಡಿಗೆ ಹೋದೆ. ಸುಮ್ಮನೆ ಬಸ್ಸು ಹತ್ತಿಕೊಂಡೆ. ಕೊನೆ ಸ್ಟಾಪಿನವರೆಗೂ ಟಿಕೆಟ್ ತೆಗೆದುಕೊಂಡೆ. ಬಸ್ಸು ಸ್ವಲ್ಪ ಹೊತ್ತು ಹೊರಟಿತೋ ಇಲ್ಲವೋ ನನ್ನ ಸೀಟಿನ ಮುಂದಿನ ಮೂರು ಸೀಟು ಬಿಟ್ಟು ಒಬ್ಬ ಸುಮಾರು ನನ್ನದೇ ವಯಸ್ಸಿನ ಒಬ್ಬ ಹೆಂಗಸು ಕುಳಿತುಕೊಂಡಿದ್ದಳು. ಅವಳು ತಲೆಗೆ ತುರುಬು ಕಟ್ಟಿ ಅದರ ತುದಿಯಲ್ಲೊಂದು ಸುಗಂಧರಾಜ ಹೂವನ್ನು ಮುಡಿದಿದ್ದಳು. ಕನಸಿನಲ್ಲಿ ಕಾಣುತ್ತಿದ್ದ ಅದೇ ಮುಖ. ಎದ್ದು ಹೋಗಿ ಅವಳ ಮುಖ ನೋಡಿಬಿಡಲೇ ಎನಿಸಿದರೂ ಕಾಲುಗಳು ಮೇಲೇಳಲಿಲ್ಲ. ಬಸ್ಸು ಸಾಗುತ್ತಲೇ ಇತ್ತು. ಅಕ್ಕ ಪಕ್ಕದ ಮರಗಳು ನಮ್ಮನ್ನು ದಾಟಿಕೊಂಡು ಹಿಮ್ಮುಖ ಚಲನೆಯಲ್ಲಿದ್ದವು. ನಾವು ಈ ಸೀಮೆಯನ್ನು ದಾಟಿ ಮತ್ಯಾವ ಸೀಮೆಗೋ ಸಲ್ಲುತ್ತಿದ್ದೇವೆ ಎನಿಸತೊಡಗಿತು. ಒಮ್ಮೆ ಸುತ್ತಲೂ ನೋಡಿದರೆ ಎಲ್ಲರೂ ಇದ್ದಾರೆ ಮತ್ತೊಮ್ಮೆ ಕಣ್ಣು ಮುಚ್ಚಿ ಕಣ್ಣು ತೆಗೆದು ನೋಡಿದರೆ ಇರುವುದು ನಾನು ಮತ್ತು ಅವಳು ಮಾತ್ರ. ಬಸ್ಸು ದೂರ ದೂರ ಸಾಗಿ ಸಾಗಿ ಒಂದು ಕಡೆ ನಿಂತಿತು. ಅವಳು ಇಳಿದಳು. ನಾನೂ ಇಳಿದೆ. ಅವಳು ಪಾರ್ಕಿನ ತರದ ಗೇಟಿನ ಬಳಿ ನಡೆಯತೊಡಗಿದಳು. ನಾನವಳನ್ನು ಹಿಂಬಾಲಿಸತೊಡಗಿದೆ. ತುಂಬು ಹರೆಯದ ಪ್ರೇಮಿಯಂತೆ 'ಇನ್ನೇನು ಅವಳು ಹಿಂತಿರುಗಿ ನೋಡಿಯೇ ನೋಡುತ್ತಾಳೆ...' ಎಂದುಕೊಂಡೆ. 'ಅವಳು ತಿರುಗಿ ನೋಡಲಿ' ಎಂದು ಬೇಡಿಕೊಂಡೆ. ಅವಳು ನೂರು ಹೆಜ್ಜೆ ನಡೆದು ಹಿಂತಿರುಗಿ ನೋಡಿ ಮಿಯಾವ್ ಎಂದಳು. ಕಾಲ ಒಂದು ಕ್ಷಣ ನಿಂತಿತು. ನನ್ನೊಳಗೊಂದು ನಡುಕ ಹುಟ್ಟಿತು. ಮೈ ಬಿಸಿಯೇರಿತ್ತು. ಮರುಕ್ಷಣವೇ ಅಲ್ಲೇ ಎಲ್ಲೋ ಟ್ರಿಣ್ ಟ್ರಿಣ್ ಸದ್ದು ಕೇಳಿದ ಹಾಗಾಯಿತು.

●

# ಬೇಗೆ

**ಮೆಚ್ಚುಗೆ ಬಹುಮಾನ ಪಡೆದ ಕಥೆ**

**ದೀಪಾ ಹಿರೇಗುತ್ತಿ**
deepahiregutti@gmail.com

ಹೊನ್ನಾವರದಿಂದ ಕಾರವಾರಕ್ಕೆ ದಿನವೂ ಓಡಾಡುವ ಟೆಂಪೋದ ಡ್ರೈವರ್ ಚಂದ್ರುಗೂ ಕ್ಲೀನರ್ ಕಮ್ ಕಂಡಕ್ಟರ್ ಹರೀಶನಿಗೂ ಒಳಗೊಳಗೇ ಹತ್ತಿಕೊಂಡು ಬಿದ್ದಿದೆಯಂತೆ ಎಂಬ ಗುಟ್ಟಿನ ವಿಷಯ ಬಸ್ ಸ್ಟ್ಯಾಂಡಿನ ಪ್ರತೀ ಮೂಲೆಗೂ ತಲುಪಿ ಅಲ್ಲಿಂದ ಪಕ್ಕದಲ್ಲಿರುವ ಗೋವಿಂದನ ಕ್ಯಾಂಟೀನು, ಪ್ರವೀಣನ ಜೆರಾಕ್ಸ್ ಅಂಗಡಿ, ಫಿಶ್‌ಲ್ಯಾಂಡ್ ಹೋಟೇಲಿನ ಪಕ್ಕದ ರಮೇಶಣ್ಣನ ಗೂಡಂಗಡಿ ಎಲ್ಲ ಕಡೆ ಹಾದು ತುಸು ದೂರದಲ್ಲೇ ಹರಿಯುತ್ತಿದ್ದ ಶರಾವತಿಯಲ್ಲಿ ತೇಲುತ್ತ ಮೀನಿಗೆ ಬಲೆ ಹಾಕುತ್ತಿದ್ದ ಮೀನುಗಾರರ ಕಿವಿಯನ್ನು ಹಾದು ಪಕ್ಕದ ಗಣಪತಿ ದೇವಸ್ಥಾನದ ಗಪ್ಪತಿ ಭಟ್ಟರ ಮಂಗಳಾರತಿಯ ಗಂಟೆಯ ಸದ್ದಿಗೆ ದನಿಗೂಡಿಸಿ, ಸಂತೆಯಲ್ಲಿ ಕೆಂಪುಹರಿವೆ, ಬಸಲೆಸೊಪ್ಪು ಮಾರುತ್ತಿದ್ದ ಹೆಂಗಸರನ್ನು ದಾಟಿ, ಹೈಸ್ಕೂಲಿನ ರೇಷ್ಮಕ್ಕೋರ ರವಿಕೆಯ ಬೆನ್ನಿನ ಅಳತೆ ಮುಂಚಿನಷ್ಟೆಯೋ ಅಥವಾ ಒಂದಿಂಚು ಕಡಿಮೆಯೋ ಎಂದು ಯೋಚಿಸುತ್ತಿದ್ದ ಟೇಲರ್ ಮನ್ನಾಥನನ್ನು ತಲುಪುವ ಹೊತ್ತಿಗೆ ಅವನ ಹೆಂಡತಿ ಹತ್ತುಗಂಟೆಯ ಚಾ ಮಾಡಲು ನೀರನ್ನು ಗ್ಯಾಸೊಲೆಯ ಮೇಲಿಟ್ಟು ಸಕ್ಕರೆ ಚಾಪುಡಿ ಹಾಕಿದ್ದಳಷ್ಟೇ. ಯಾರ ಸುದ್ದಿಗೂ ಹೋಗದೇ ಒಂದು ನಿಮಿಷವೂ ಪುರುಸೊತ್ತಿಲ್ಲದೇ ತನ್ನ ಪಾಡಿಗೆ ತಾನು ಬ್ಲೌಸು ಹೊಲಿದುಕೊಂಡು ಇರುವ ಮನ್ನಾಥನ ಕಿವಿಗೆ ವಿಷಯ ಬಿದ್ದಿದೆಯೆಂದರೆ ಆ ವಿಷಯ ಗೊತ್ತಿಲ್ಲದೇ ಇದ್ದ ಟೆಂಪೋ ಪಯಣಿಗರು ಆ ಊರಿನಲ್ಲಿ ಯಾರೂ ಇಲ್ಲವೆಂದೇ ಅರ್ಥ.

ಬಿಸಿ ಚಾ ಜತೆಗೆ ಮೆಣಸಿನಕಾಯಿ ಬೋಂಡಾದಷ್ಟು ಅದ್ಭುತವಾಗಿ ಜತೆಗೂಡುತ್ತಿದ್ದ ಚಂದ್ರು ಮತ್ತು ಹರೀಶ ಒಬ್ಬರನ್ನೊಬ್ಬರು ಹತ್ತು ಸೆಕೆಂಡು ದಿಟ್ಟಿಸಿ ನೋಡದೇ ಇರುವ ಹಾಗಾಗಿದ್ದು ಏಕೆ ಎಂಬುದು ಆ ಟೆಂಪೋದಲ್ಲಿ ಓಡಾಡುವ ಜನರಿಗೆ ದೊಡ್ಡ ಪ್ರಶ್ನೆಯೇ ಆಗಿತ್ತು. ದಿನವಿಡಿಯ ಮಸ್ಕ್ಕರಿ ಮಾತುಗಳು, ತಮಾಷೆ, ನಗುವಿನಿಂದ ಕೂಡಿದ ಮೂರು ಗಂಟೆಯ ಪ್ರಯಾಣ ಇದೀಗ ವ್ಯಾವಹಾರಿಕವಾಗಿ ನಾಲ್ಕು ಶಬ್ದಗಳನ್ನಷ್ಟೇ ಆಡಿ ಮುಗಿಯುತ್ತಿರುವುದು ಅವರಿಗೆ ಉಸಿರುಗಟ್ಟುವ ಹಾಗಾಗಿತ್ತು. ಏನಾಯಿತು ಎಂದು ತಿಳಿದುಕೊಳ್ಳುವ ಕುತೂಹಲ ಎಲ್ಲರಿಗೂ ಇತ್ತಾದರೂ ಅವರಿಬ್ಬರ ಹತ್ತಿರ ಕೇಳಿ ಮತ್ತೆ ಅವರ ಮನಸ್ಸನ್ನು ನೋಯಿಸುವುದು ಇಷ್ಟವಿಲ್ಲದೇ ಕರುಳಸಂಬಂಧದ ನಂಟಿನವರಂತೆ ಯಾವ ಯಾವುದೋ ಊರಿನ ಜನರು ಹರೀಶ ಮತ್ತು ಚಂದ್ರುವಿನ ಖಾಸಗಿತನವನ್ನು ಕರುಣೆಯಿಂದ ಕಾದರು. ಆದರೇನು? ಆ ಪ್ರಯಾಣಿಕರೂ ಹುಳಿ ಖಾರ ತಿನ್ನುವ ಮನುಷ್ಯರಾದ್ದರಿಂದ ನಾಲ್ಕು ಮಂದಿಯ ಎದುರಿಗೆ ತುರಿಕೆ ಬರಬಾರದ ಜಾಗದಲ್ಲಿ ಬಂದರೆ ಏನೂ ಮಾಡಲಿಕ್ಕಾಗದೇ ಒದ್ದಾಡುವ ನತದೃಷ್ಟರ ಹಾಗೆ ಬಸ್ಸಿನಲ್ಲಿ ಆ ಸುದ್ದಿಯನ್ನು ಮಾತನಾಡಲಾಗದೇ ಚಡಪಡಿಸುತ್ತಿದ್ದರು.

ಮೊದಲು ಹಮ್ಮಣ್ಣ ಗಾಂವಕರರ ಗೂಡ್ಸ್ ಆಟೋ ಓಡಿಸುತ್ತಿದ್ದ ಚಂದ್ರು ಗಾಂವಕರರದ್ದೇ ಈ ಟೆಂಪೋಗೆ ಡ್ರೈವರ್ ಆಗಿ ಭಡ್ತಿ ಹೊಂದಿ ಐದಾರು ವರ್ಷಗಳೇ ಆದವು. ಹಮ್ಮಣ್ಣನ ದೂರದ ಸಂಬಂಧಿ ಸಣ್ಣಪ್ಪ ಮೊದಲು ಕಂಡಕ್ಟರ್ ಆಗಿದ್ದ. ಎರಡನೇ ಅಲೆಯ ಕೊರೋನಾ ಬಂದದ್ದೇ ಬಂದದ್ದು, ಸಣ್ಣವರು ದೊಡ್ಡವರೆಂದು ಸಿಕ್ಕ ಸಿಕ್ಕವರನ್ನು ಎಳೆದೊಯ್ದ ಆ ಮಹಾಮಾರಿಗೆ ಸಣ್ಣಪ್ಪನೆಂಬೋ ಬಡಪಾಯಿಯೂ ಬಲಿಯಾಗಿಬಿಟ್ಟ. ಕನ್ಯಾಕುಮಾರಿಯಿಂದ ಮಹಾರಾಷ್ಟ್ರದವರೆಗೆ ಸಾಗುವ ಆ ರಾಷ್ಟ್ರೀಯ ಹೆದ್ದಾರಿಯಲ್ಲಿ ಹೊನ್ನಾವರದಿಂದ ಕಾರವಾರದವರೆಗೆ ಈ ಟೆಂಪೋದಲ್ಲಿ ಓಡಾಡುವ ಜನರು ಮಮ್ಮಲ ಮರುಗಿದ್ದರು. ಹೆಚ್ಚು ಕಡಿಮೆ ನಿಂತೇ ಹೋಗಿದ್ದ ಟೆಂಪೋ ಪಯಣ ಮತ್ತೆ ಶುರುವಾಗಿ ವರ್ಷವಷ್ಟೇ ಆಗಿದೆ. ಕಂಡಕ್ಟರ್ ಆಗಿ ಹರೀಶ ಬಂದೂ ಕೂಡ ಅಷ್ಟೇ ಸಮಯವಾಗಿದೆ.

ಹರೀಶ ಈಗಿನ್ನೂ ಇಪ್ಪತ್ತೆರಡರ ಹುಡುಗ. ಡಿಗ್ರಿಯ ಮೂರು ವರ್ಷಗಳನ್ನೂ ಕೊರೋನಾದಿಂದ, ಇವನೇ ಹಚ್ಚಿಕೊಂಡ ಸಣ್ಣಪುಟ್ಟ ದುಡಿಮೆಯ ಕಾರಣದಿಂದ ಹೆಚ್ಚುಕಡಿಮೆ ಮನೆಯಲ್ಲೇ ಕಳೆದರೂ ಪಾಸ್ ಆಗಿದ್ದಾನೆ. ಇರುವ ಚೂರುಪಾರು ಜಮೀನಿನಲ್ಲಿ ಮನೆ ಜನರ ಹೊಟ್ಟೆಯೂ ತುಂಬುವುದು ಕಷ್ಟ. ಕೆಲಸ ಹುಡುಕೋಣ ಎಂದರೆ ಬೆಂಗಳೂರಿನಂತಹ ಊರಲ್ಲೇ ಎಂಜಿನಿಯರಿಂಗ್ ಮಾಡಿದವರೇ ಲಾಟರಿ ಹೊಡೆಯುತ್ತಿರಬೇಕಾದರೆ

ಸೆಕೆಂಡ್‌ಕ್ಲಾಸಿನಲ್ಲಿ ಬಿಎ ಮಾಡಿದವನಿಗೆ ಹೊನ್ನಾವರದಂತಹ ಸಣ್ಣ ಊರಿನಲ್ಲಿ ಯಾವ ನೌಕರಿ ಸಿಕ್ಕೀತು? ಹಾಗಾಗಿ ಹರೀಶ ಟೆಂಪೋಗೆ ಸೇರಿಕೊಂಡಿದ್ದ.

ದಿನವೂ ಬೆಳಿಗ್ಗೆ ಹತ್ತು ಗಂಟೆಗೆ ಹೊನ್ನಾವರ ಬಿಡುವ ಟೆಂಪೋ ಮಧ್ಯಾಹ್ನ ಎರಡು ತಾಸು ಕಾರವಾರದಲ್ಲಿ ನಿಲ್ಲುತ್ತಿತ್ತು. ಆಗ ಚಂದ್ರುವಿನ ಸೈಡ್ ಬಿಸ್‌ನೆಸ್ಸೊಂದು ಶುರುವಾಗುತ್ತಿತ್ತು. ಹೊನ್ನಾವರದಿಂದ ಶುರುವಾಗಿ ಕುಮಟಾದವರೆಗೂ ಮತ್ತು ಕೆಲವೊಮ್ಮೆ ಅಂಕೋಲಾದವರೆಗೂ ಮಧ್ಯೆ ಸಿಗುವ ಹಳ್ಳಿಗಳ ಜನರು ಕಾರವಾರದಿಂದ ತಮಗೆ ಬೇಕಾದ ಅಗತ್ಯ ವಸ್ತುಗಳನ್ನು ತರಲು ಈ ರೀತಿಯ ಖಾಸಗಿ ಟೆಂಪೋಗಳನ್ನೇ ಆಶ್ರಯಿಸಿದ್ದರು. ಸರ್ಕಾರಿ ಬಸ್ಸುಗಳ ಕಂಡಕ್ಟರು, ಡ್ರೈವರುಗಳು ಒಂದು ಕಡೆ ಕೊಟ್ಟ ವಸ್ತುಗಳನ್ನು ಮತ್ತೊಂದು ಕಡೆ ತಲುಪಿಸುತ್ತಿದ್ದರು ಬಿಟ್ಟರೆ ಅಂಗಡಿಗೆ ಹೋಗಿ ಬಂದು ಮಾಡುವ ರಿಸ್ಕ್ ತೆಗೆದುಕೊಳ್ಳುತ್ತಿರಲಿಲ್ಲ. ಅದೂ ಅಲ್ಲದೇ, ಆ ಬಸ್ಸುಗಳು ನಿಲುಗಡೆ ಇರುವ ಜಾಗದಲ್ಲಿ ಮಾತ್ರವೇ ಈ ಕೊಡುಕೊಳ್ಳುವಿಕೆ ನಡೆಯುತ್ತಿತ್ತು. ಆದರೆ ಖಾಸಗಿ ಟೆಂಪೋಗಳು ಕೈ ತೋರಿಸಿದಲ್ಲಿ ನಿಲ್ಲುತ್ತಿದ್ದವು. ಮುಖ್ಯ ರಸ್ತೆಯ ಎಲ್ಲಿಂದ ಎಲ್ಲಿಗೆ ಬೇಕಾದರೂ ವಸ್ತುಗಳನ್ನು ತಲುಪಿಸುತ್ತಿದ್ದವು. ಅದರಲ್ಲೂ ಚಂದ್ರು ಹಲವು ವರ್ಷಗಳಿಂದ ಅದೇ ರೂಟ್‌ನಲ್ಲಿ ಓಡಾಡುತ್ತಿದ್ದುದರಿಂದ ಜನರ ಜತೆ ಆತ್ಮೀಯತೆ ಬೆಳೆದುಬಿಟ್ಟಿತ್ತು. ಹೀಗಾಗಿ ಬೇರೆಲ್ಲ ಚಾಲಕರಿಗಿಂತ ಚಂದ್ರುವನ್ನೇ ಜನರು ನೆಚ್ಚಿಕೊಂಡಿದ್ದರು. ತಾಲೂಕು ಪ್ರದೇಶಗಳಿಗಿಂತ ವಸ್ತುಗಳು ಕಾರವಾರದ ಜಿಲ್ಲಾಕೇಂದ್ರದಲ್ಲಿ ಸೋವಿಯಾಗಿ ಸಿಗುತ್ತಿದ್ದುದೂ ಜನರು ಅಲ್ಲಿಂದ ವಸ್ತುಗಳನ್ನು ತರಿಸಲು ಕಾರಣವಾಗಿತ್ತು. ಅಷ್ಟೇ ಅಲ್ಲ, ಯಾವುದಾದರೂ ಅಂಗಡಿಗೋ ಮತ್ಯಾರಿಗೋ ಹಣ ಕೊಡುವುದಿದ್ದರೆ, ವಸ್ತುಗಳನ್ನು ಮುಟ್ಟಿಸುವುದಿದ್ದರೆ ಚಂದ್ರು ಆಪದ್ಬಾಂಧವನಂತೆ ಕಾಣುತ್ತಿದ್ದ. ಚಂದ್ರುವಿನ ಹತ್ತಿರದ ವ್ಯವಹಾರ ಚೊಕ್ಕ. ಒಂದು ಇಪ್ಪತ್ತೋ, ಐವತ್ತೋ ರೂಪಾಯಿಯಲ್ಲಿ ಜನರ ಕೆಲಸವೇ ಅಚ್ಚುಕಟ್ಟಾಗಿ ಮುಗಿದು ಹೋಗುತ್ತಿತ್ತು. ತೀರಾ ಬಡವರಂಥವರು ಬರೀ ಹತ್ತೇ ರೂಪಾಯಿ ಕೊಟ್ಟರೂ ಚಂದ್ರುವೇನೂ ತಲೆಕೆಡಿಸಿಕೊಳ್ಳುತ್ತಿರಲಿಲ್ಲ. ನೂರೂ ಚಿಲ್ಲರೆ ಕಿಲೋಮೀಟರ್ ದೂರದ ಈ ದಾರಿಯಲ್ಲಿ ಏನಿಲ್ಲವೆಂದರೂ ಕನಿಷ್ಟ ಹತ್ತು ಮಂದಿಯಾದರೂ ಏನನ್ನಾದರೂ ತರಿಸುತ್ತಿದ್ದರು. ಹಬ್ಬ ಹರಿದಿನ ಮತ್ತಿತರ ವಿಶೇಷ ಸಂದರ್ಭಗಳಲ್ಲಿ ಈ ಸಂಖ್ಯೆ ದ್ವಿಗುಣಗೊಳ್ಳುತ್ತಿತ್ತು. ಹೀಗೆ ಹದಿಮೂರು ಸಾವಿರ ರೂಪಾಯಿ ಸಂಬಳದ ಚಂದ್ರುವಿಗೆ ಅದಕ್ಕಿಂತ ಜಾಸ್ತಿ ಈ ವ್ಯವಹಾರದಿಂದ ಹಣ ಸಿಗುತ್ತಿತ್ತು.

ಹಾಗಂತ ಈ ಕೆಲಸ ಅಷ್ಟು ಸುಲಭದ್ದೇನೂ ಅಲ್ಲ. ಯಾರ್ಯಾರು ಏನೇನು ತರಲು ಹೇಳಿದ್ದಾರೆ ಎಂದು ಸರಿಯಾಗಿ ನೆನಪಿಟ್ಟುಕೊಳ್ಳಬೇಕು, ಆಯಾಯಾ ಅಂಗಡಿಗಳಿಗೋ, ಶೋ ರೂಮುಗಳಿಗೋ ಹೋಗಿ ವಸ್ತುಗಳನ್ನು ತರಬೇಕು,

ಅವನ್ನು ಎಲ್ಲೆಲ್ಲಿ ಇಳಿಸಿಕೊಳ್ಳುತ್ತಾರೋ ಅದಕ್ಕೆ ತಕ್ಕಂತೆ ಜೋಡಿಸಿಡಬೇಕು. ವಾಪಾಸು ಹೋಗುವಾಗ ಹತ್ತು ನಿಮಿಷ ಮೊದಲೇ ಬರುತ್ತಿದ್ದೇನೆ ತಯಾರಾಗಿರಿ ಎಂದು ಕರೆ ಮಾಡಿ ಹೇಳಬೇಕು, ಅವರು ಬಂದಾಗ ಇಳಿಸಿಕೊಡಬೇಕು ಮತ್ತು ಇವೆಲ್ಲವನ್ನು ಡ್ರೈವಿಂಗ್ ಮಾಡುತ್ತಲೇ ಮಾಡಬೇಕು! ಕಾರವಾರದಲ್ಲಿ ಸ್ವಲ್ಪ ದೂರ ಇರುವ ಶೋ ರೂಮುಗಳಿಗೆ ಆ ಉರಿಬಿಸಿಲಿನಲ್ಲಿ ನಡೆದುಕೊಂಡೋ, ರಿಕ್ಷಾದಲ್ಲೋ ಹೋಗಬೇಕು. ಒಮ್ಮೊಮ್ಮೆ ಮಧ್ಯಾಹ್ನದ ಊಟವೂ ಖೋತಾ ಆಗುವಷ್ಟು ಆರ್ಡರ್‌ಗಳು!

ಚಂದ್ರು ಇಷ್ಟೆಲ್ಲ ಮಾಡುತ್ತಿದ್ದಾಗ ಮೊದಮೊದಲು ಹರೀಶ ಗಮ್ಮತ್ತಾಗಿ ನಿದ್ರೆ ಹೊಡೆಯುತ್ತಿರುತ್ತಿದ್ದ. ಆಮೇಲೆ ನಿಧಾನಕ್ಕೆ ಚಂದ್ರುವಿನ ಜತೆಗೆ ಅಂಗಡಿಗಳಿಗೆ ಹೋಗಲು ಶುರು ಮಾಡಿದ. ಯಾವುದೇ ಚೀಲ ಚಂದ್ರುವಿನ ಕೈಲಿರಲಿ, 'ಅಣ್ಣಾ ನಾ ಹಿಡ್ಕಳ್ತೆ ಕೊಡು' ಎಂದು ಕಸಿದುಕೊಂಡೇ ಬಿಡುತ್ತಿದ್ದ. ಟೆಂಪೋವನ್ನು ಟೆಂಪೋಸ್ಟ್ಯಾಂಡಿನಲ್ಲಿಯೇ ನಿಲ್ಲಿಸುತ್ತಿದ್ದುದರಿಂದ ಸ್ವಲ್ಪ ದೂರದ ಅಂಗಡಿಗೆ ರಿಕ್ಷಾದಲ್ಲಿ ಹೋಗಿ ಬರೋಣ ಎಂದು ಚಂದ್ರು ಹೇಳಿದರೆ 'ಥೋ ಮೂವತ್ತು ರೂಪಾಯಿ ದಂಡ ಯಾಕೆ ಮಾಡುವುದು, ಹಿಂಗೆ ಹೋದರಾಯಿತು, ಹಂಗೆ ಬಂದ್ರಾಯಿತಪ್ಪ' ಎಂದು ಅದೂ ಇದು ಮಾತಾಡಿಸುತ್ತ, ನಗುವಿನ ಅಲೆಯಲ್ಲಿ ಚಂದ್ರುವನ್ನು ತೇಲಿಸುತ್ತ ಕಾರವಾರದ ಉರಿಸೆಕೆಯಲ್ಲೂ ನಡೆದು ಹೋಗಿ ಬಂದದ್ದು ಗೊತ್ತೇ ಆಗದಂತೆ ಮಾಡುತ್ತಿದ್ದ ಹರೀಶ. ಸ್ವಲ್ಪ ಕಡಿಮೆ ಮಾತಾಡಿದರೂ ಚೆಂದದ ಕಿರುನಗುವಿಲ್ಲೇ ಆಹ್ಲಾದ ಹುಟ್ಟಿಸುವ ಚಂದ್ರು, ಅರಳು ಹುರಿದಂತೆ ಮಾತನಾಡುವ, ಕಲ್ಲನ್ನೂ ಕಿವಿಯರಳಿಸಿ ಕೇಳುವಂತೆ ಮಾಡುವಂತಹ ಹರೀಶ ಇಬ್ಬರೂ ಪ್ರಯಾಣಿಕರಿಗೆ ತಮ್ಮವರೇ ಎನಿಸುತ್ತಿದ್ದರು. ಆದರೆ ಅವರ ಮನೆಯ ಪರಿಸ್ಥಿತಿ ನೋಡಿದವರು ಅವರು ಹಾಗಿರುವುದಕ್ಕೆ ಅಚ್ಚರಿಪಡುವುದೇ ಆಗಿತ್ತು. ಹರೀಶನ ಅಪ್ಪ ಪಾರ್ಶ್ವವಾಯುವಿನಿಂದ ವರ್ಷಗಟ್ಟಲೆ ಹಾಸಿಗೆಯಲ್ಲೇ ಮಲಗಿದ್ದುದರಿಂದ ಇರುವ ತುಂಡು ಜಮೀನಿನಲ್ಲಿ ಬಡಿದಾಡಿಕೊಂಡು ಅಮ್ಮನೇ ಹಾಗೂ ಹೀಗೂ ಸಂಸಾರದ ಬಂಡಿ ಎಳೆಯುತ್ತಿದ್ದಳು. ಹಾಗಾಗಿ ಹೈಸ್ಕೂಲು ದಿನಗಳಿಂದಲೂ ಹರೀಶನಿಗೆ ಅಲ್ಲಿ ಇಲ್ಲಿ ಕೆಲಸ ಮಾಡಿ ತನ್ನ ಮತ್ತು ತಂಗಿಯ ಇತರ ಖರ್ಚುಗಳಿಗೆ ಹಣ ಹೊಂದಿಸಬೇಕಿತ್ತು. ಇತ್ತ ಚಂದ್ರುವಿನ ಮನೆಕಡೆಯೂ ಸಮಸ್ಯೆಗಳೇನೂ ಕಡಿಮೆಯಿಲ್ಲ. ಮೂರು ಅಕ್ಕಂದಿರನ್ನು ಮದುವೆ ಮಾಡಿದ ಚಂದ್ರು ತಾನು ಮೆಚ್ಚಿದ ರಜನಿಯ ಕೈ ಹಿಡಿದು ಮೂರೇ ವರ್ಷಗಳಾಗಿವೆ. ಹಣಕಾಸಿನ ಸಂಕಷ್ಟಗಳು ಹತ್ತಾರಿದ್ದರೂ ನಗುವನ್ನೂ ಖುಶಿಯನ್ನೂ ಹಂಚುವ ಈ ಹುಡುಗರು ಪ್ರಯಾಣಿಕರಿಗೆ ಚಳಿಗಾಲದ ಬಿಸಿಲಿನಂತೆ ಬೆಚ್ಚನೆಯ ಅನುಭೂತಿ ಮೂಡಿಸುತ್ತಿದ್ದರು.

ಎಲ್ಲರನ್ನೂ ನಗುನಗುತ್ತ ಮಾತಾಡಿಸುವುದು, ಭಾರವಾದ ಚೀಲಗಳಿದ್ದರೆ ಹತ್ತಿಳಿಯಲು ಸಹಾಯ ಮಾಡುವುದು ಹೀಗೆ ಬಲುಬೇಗ ಜನರಿಗೆ ಹರೀಶನೂ ಚಂದ್ರುವಿನಂತೆಯೇ ಅಥವಾ ಚಂದ್ರುವಿಗಿಂತಲೂ ಆಪ್ತನಾಗಿಬಿಟ್ಟ. ಹಗೂರಕ್ಕೆ ಜನರು ಹರೀಶನ ಹತ್ತಿರವೂ ದುಡ್ಡು ಕೊಟ್ಟು ವಸ್ತುಗಳನ್ನು ತರಿಸಲಾರಂಭಿಸಿದರು. ಡ್ರೈವರ್ ಹತ್ತಿರ ತರಿಸುವುದಕ್ಕಿಂತ ಕಂಡಕ್ಟರ್ ಹತ್ತಿರ ತರಿಸುವುದು ಜನರಿಗೂ ಅನುಕೂಲವೇ ಆಗಿತ್ತು. ವಸ್ತುಗಳನ್ನು ಇಳಿಸಲು ಸಹಾಯ ಮಾಡುತ್ತಿದ್ದುದು ಅಷ್ಟೇ ಅಲ್ಲ, ಅವನ್ನು ತರಿಸಿದವರು ಸಮಯಕ್ಕೆ ಸರಿಯಾಗಿ ಬರದೇ ಇದ್ದರೆ ಪಟಪಟ ಇಳಿದು ಹತ್ತಿರದ ಗೂಡಂಗಡಿಯಲ್ಲೋ ಚಾ ಹೋಟೇಲಲ್ಲೋ ಕ್ಷಣಾರ್ಧದಲ್ಲಿ ಇಟ್ಟು ಬಂದುಬಿಡುತ್ತಿದ್ದ ಹರೀಶನಿಂದ ಮುಖ್ಯರಸ್ತೆಯಿಂದ ನಾಕಾರು ಕಿಲೋಮೀಟರ್ ಒಳಗಿರುವವರಿಗೆ ಉಸಿರುಕಟ್ಟಿ ಟೆಂಪೋ ಬರುವ ಸಮಯಕ್ಕೆ ಓಡಿ ಬರಬೇಕೆಂದಿರಲಿಲ್ಲ. ಹೀಗಾಗಿ ಹೆಚ್ಚು ಹೆಚ್ಚು ಜನ ತಮ್ಮ ವ್ಯವಹಾರಕ್ಕೆ ಹರೀಶನನ್ನೇ ಅವಲಂಬಿಸಲು ಆರಂಭಿಸಿದರು. ಅದುವರೆಗೆ ತಮ್ಮ ಮೇಲೆ ಚಂದ್ರುವಿನ ಹೆಸರು ಬರೆಸಿಕೊಂಡಿದ್ದ ನೋಟುಗಳು ಈಗ ಹರೀಶನ ಹೆಸರು ಬರೆಸಿಕೊಳ್ಳಲಾರಂಭಿಸಿದವು. ಇದು ಚಂದ್ರುಗೆ ಒಳಗೊಳಗೇ ಸಂಕಟ ತರಲಾರಂಭಿಸಿತ್ತು. ಸರಿಸುಮಾರು ಸಂಬಳದಷ್ಟೇ ಹಣ ಬರುವುದು ಕಡಿಮೆಯಾಗಿ ತನ್ನ ಆದಾಯದ ಮೂಲಕ್ಕೇ ಪೆಟ್ಟು ಬಿದ್ದ ಆಘಾತವನ್ನು ಅವನಿಂದ ಸಹಿಸಿಕೊಳ್ಳಲು ಕಷ್ಟವಾಗುತ್ತಿತ್ತು. ಆದರೆ ಇದು ಸಮಸ್ಯೆ ಎಂಬುದು ಚಂದ್ರುವಿಗೆ ಮಾತ್ರ ಗೊತ್ತಾಗುತ್ತಿತ್ತೇ ವಿನಃ ಬೇರೆ ಯಾರಿಗೂ ಅದರ ಅಂದಾಜೂ ಇರಲಿಲ್ಲ. ಇಲ್ಲಿ ಅವನ ಸಮಸ್ಯೆಗೆ ಯಾರನ್ನೂ ದೂರುವ ಹಾಗಿರಲಿಲ್ಲ. ಹರೀಶನ ಬದಲು ತನ್ನ ಹತ್ತಿರ ದುಡ್ಡು ಕೊಡಿ ಎಂದು ಜನರನ್ನು ಕೇಳುವ ಹಾಗೆಯೂ ಇರಲಿಲ್ಲ, ಯಾಕೆ ತೆಗೆದುಕೊಳ್ಳುತ್ತೀ ಎಂದು ಹರೀಶನಿಗೆ ಬೈಯ್ಯುವ ಹಾಗೆಯೂ ಇರಲಿಲ್ಲ. ಡ್ರೈವರೋ, ಕಂಡಕ್ಟರೋ ಯಾರು ಸುಲಭಕ್ಕೆ ಕೈಗೆ ಸಿಗುತ್ತಾರೋ ಅವರಿಗೆ ಹಣ ಕೊಡುವುದು, ಅವರ ಹತ್ತಿರವೇ ವಸ್ತುಗಳನ್ನು ತರಿಸುವುದು ಮೊದಲಿನಿಂದಲೂ ನಡೆದುಬಂದ ರೂಢಿ. 'ಯಾರು ಏನೇ ತರಿಸಿದರೂ ಇಬ್ಬರೂ ಹೋಗಿ ತರೋಣ, ಹಣವನ್ನು ಹಂಚಿಕೊಳ್ಳೋಣ' ಎಂದು ಹೇಳಿಬಿಡಲೇ ಹರೀಶನ ಹತ್ತಿರ ಎಂದು ಯೋಚಿಸಿದ ಚಂದ್ರು. 'ಆಗೆಲ್ಲ ಇಬ್ಬರೂ ಹೋಗಿ ತರುತ್ತಿದ್ದೆವಲ್ಲ ಅಣ್ಣ, ಆಗಲೇ ಹೇಳಬಹುದಿತ್ತಲ್ಲ 'ಎಂದು ಹರೀಶ ಕೇಳಿಬಿಟ್ಟರೆ ತಾನೇ ಸಿಕ್ಕಿಹಾಕಿಕೊಳ್ಳುತ್ತೇನಲ್ಲ, ಮರ್ಯಾದೆ ಮೂರುಕಾಸಾಗುತ್ತದೆ ಬಿಡು ಎಂದು ಸುಮ್ಮನಾಗಿದ್ದ.

ಮೇಲ್ನೋಟಕ್ಕೇನೋ ಚಂದ್ರು ನಾರ್ಮಲ್ ಆಗಿರುವಂತೆ ಕಂಡರೂ ಭತ್ತದ ಉಮಿಗೆ ಬಿದ್ದ ಬೆಂಕಿಯಂತೆ ಒಳಗೊಳಗೇ ಅವನನ್ನು ಈ ವಿಚಾರ ಸುಡುತ್ತಿತ್ತು. ಅದು ಚಂದ್ರುವಿಗೇ ಅರಿವಿಲ್ಲದಂತೆ ಅವನಿಗೇ ಅಪರಿಚಿತವಾದ

ಅವನ ಹೊಸರೂಪವೊಂದನ್ನು ಹೊರತರುತ್ತಿತ್ತು. ತಾನು ಯಾವಾಗ ಹರೀಶನೊಂದಿಗೆ ಮಾತಾಡುವುದನ್ನು ಕಡಿಮೆ ಮಾಡಿದನೋ, ಯಾವಾಗ ತುಟಿಗಳನ್ನು ಬಿಗಿದುಕೊಂಡು ಅವನಿಂದ ಕಣ್ಣು ತಪ್ಪಿಸಲಾರಂಭಿಸಿದನೋ ಚಂದ್ರುವಿಗೆ ಗೊತ್ತೇ ಆಗಿರಲಿಲ್ಲ. ಹರೀಶನನ್ನು ನೋಡಿದಾಗಲೆಲ್ಲ ಮನಸ್ಸು ಕಹಿಯಾಗಿದ್ದು ಚಂದ್ರುವಿನ ಮುಖಭಾವದಲ್ಲೇ ವ್ಯಕ್ತವಾಗುತ್ತಿತ್ತು. ಹರೀಶನ ಮಾತುಗಳಿಗೆ ನಗುವಿನ ತಮಾಷೆಯ ಉತ್ತರ ಬರುತ್ತಿದ್ದುದು ಕಡಿಮೆಯಾಗಿ ಉದ್ದುದ್ದ ಮಾತುಗಳು ಒಂದು ವಾಕ್ಯಕ್ಕಿಳಿದು ಅಲ್ಲಿಂದ ಹೌದು ಅಥವಾ ಇಲ್ಲ ಎಂಬ ಒಂದೇ ಶಬ್ದಕ್ಕಿಳಿದು ನಂತರ ಶಬ್ದವೂ ಹೊರಬರದೇ ಗಂಟಲಲ್ಲೇ ಹೂ ಅಥವಾ ಹುಹು ಎಂಬ ಶಬ್ದ ಮಾತ್ರ ಬರಲು ಶುರುವಾಗುತ್ತಿದ್ದಂತೆ ಹರೀಶನಿಗೆ ಮಾತ್ರವಲ್ಲ, ಸ್ವತಃ ಚಂದ್ರುವಿಗೂ ದಿಗಿಲಾಗತೊಡಗಿತು. ಏಕೆಂದರೆ ಮಾತು ಬಿಡುವಂಥದ್ದು ಅವರ ನಡುವೆ ನೇರವಾಗಿ ಏನೂ ನಡೆದೇ ಇಲ್ಲ, ಸುಮ್ಮಸುಮ್ಮನೇ ಮಾತು ಬಿಡಲು ಅವರೇನೂ ಶಾಲೆಯ ಹುಡುಗರೂ ಅಲ್ಲ!

ಇದೀಗ ಹರೀಶ ಏನಾದರೂ ನೇರವಾಗಿ ಬಂದು 'ಅಣ್ಣಾ ಏಕೆ ನನ್ನ ಹತ್ತಿರ ಮಾತಾಡುತ್ತಿಲ್ಲ ನೀನು' ಎಂದು ಕೇಳಿಬಿಟ್ಟರೆ ಏನು ಮಾಡುವುದು ಎಂಬ ಹೊಸ ಆತಂಕ ಚಂದ್ರುವನ್ನು ಕಾಡತೊಡಗಿತು. ಅದು ಸರಿ, ಹರೀಶ ಏನು ತಪ್ಪು ಮಾಡಿದ್ದಾನೆ ಎಂದು ನೀನು ಅವನನ್ನು ಕಡೆಗಣಿಸುತ್ತಿದ್ದೀ ಎಂದು ಚಂದ್ರುವಿನ ಮನಸ್ಸೂ ಅವನನ್ನು ಕೇಳಿದ್ದು ಅದೆಷ್ಟೋ ಬಾರಿ.

ಇತ್ತ ಹರೀಶನೂ ಗೊಂದಲದಲ್ಲಿದ್ದ. ಯಾಕೆ ಚಂದ್ರು ಹೀಗೆ ಮುಖ ಧುಮ್ಮಿಸಿಕೊಂಡಿದ್ದಾನೆ ಎಂದು ಅವನು ಯೋಚಿಸದ ಗಳಿಗೆಯಿಲ್ಲ. ತಿಂಗಳ ಹಿಂದೆ ಅಂಕೋಲೆಯ ಬಸ್‌ಸ್ಟ್ಯಾಂಡಿನಲ್ಲಿ ಸಿಕ್ಕ ಹುಡುಗಿಯನ್ನು ತನ್ನ ಚಿಕ್ಕಪ್ಪನ ಮಗಳೆಂದು ಚಂದ್ರು ಪರಿಚಯಿಸಿದ್ದ. ಗುಳಿಕೆನ್ನೆಯ ಅವಳನ್ನು ಸ್ವಲ್ಪ ಗಮನವಿಟ್ಟು ನೋಡಿದ್ದು ಹೌದು ತಾನು, ಅದಕ್ಕೇ ಚಂದ್ರುಗೆ ಸಿಟ್ಟು ಬಂದಿರಬಹುದೇ? ಅಥವಾ ಯಾವನೋ ಕಳಿಸಿದ ಯಾವುದೋ ವಾಟ್ಸಾಪ್ ಸಂದೇಶವನ್ನೇ ನಂಬಿ ಚಂದ್ರು ಬೇಡದ ಮಾತಾಡುವಾಗ 'ಅಣ್ಣಾ ಅದು ಹಾಗಲ್ಲ ಹೀಗೆ' ಎಂದು ಹೇಳಿದ್ದಕ್ಕೆ ಕೋಪಗೊಂಡಿರಬಹುದೇ? ಛೇ, ಅಷ್ಟಕ್ಕೆಲ್ಲ ಚಂದ್ರು ಸಿಟ್ಟು ಮಾಡಿಕೊಳ್ಳುವವನಲ್ಲ, ಮತ್ತೇನಿರಬಹುದೆಂದು ಯೋಚಿಸಿ ಯೋಚಿಸಿ ಹರೀಶನೂ ಕಂಗಾಲಾಗಿದ್ದ.

ಅವತ್ತು ಜೋರು ಮಳೆ. ಅಂಕೋಲಾದಿಂದ ಬರುವಾಗ ಹಿಚ್ಗಡ ಕ್ರಾಸಿನ ಹತ್ತಿರ ಟೈರ್ ಪಂಕ್ಚರ್ ಆಗಿಬಿಟ್ಟಿತು. ಸ್ಪೇರ್ ಚಕ್ರವನ್ನು ಗ್ಯಾರೇಜಿನವನು ಏನೋ ರಿಪೇರಿ ಮಾಡುವಾಗ ತೆಗೆದಿಟ್ಟವನು ವಾಪಾಸು ಟೆಂಪೋದಲ್ಲಿ ಇಡುವುದನ್ನೇ ಮರೆತಿದ್ದ. ಪ್ರಯಾಣಿಕರನ್ನು ಹಮ್ಮಣ್ಣನ ಟೆಂಪೋದಲ್ಲಿ ಕಳಿಸಿ ಗ್ಯಾರೇಜಿನ ಗಜುಗೆ ಫೋನ್ ಮಾಡಿದ ಮೇಲೆ ಇವರಿಬ್ಬರೇ ಉಳಿದರು.

ಒಬ್ಬರ ಮಾತು ಮತ್ತೊಬ್ಬರಿಗೆ ಕೇಳದಷ್ಟು ಸುರಿಯುತ್ತಿರುವ ಮಳೆ, ಬಿರುಸಾಗಿ ಬೀಸುವ ಗಾಳಿ ತಂದ ಚಳಿ. ಅಲ್ಲೇ ಹತ್ತಿರವಿದ್ದ ತಮ್ಮಣ್ಣಿಯ ಗೂಡಂಗಡಿಗೆ ಸಿಂಗಲ್ ಚಾ ಕುಡಿಯಲು ಹೋಗುವ ಮನಸ್ಸಾಯಿತು ಚಂದ್ರುಗೆ. ಹರೀಶನನ್ನು ಕರೆಯಲು ಏನೋ ಮುಜುಗರ. ಕಳೆದ ಒಂದು ವಾರದಿಂದ ಊಟಕ್ಕೆ ಒಟ್ಟಿಗೆ ಹೋಗುತ್ತಿರುವುದು ಅಭ್ಯಾಸಬಲದ ಮೇಲೆಯೇ ಹೊರತು ಚಂದ್ರು ಹರೀಶನನ್ನು ಬಾಯಿಬಿಟ್ಟು ಕರೆದಿಲ್ಲ. ಮಾತಾಡದಿರುವಂಥ ತಪ್ಪು ಹರೀಶ ಏನೂ ಮಾಡಿಲ್ಲ ಎಂದು ಚಂದ್ರುವಿಗೂ ಗೊತ್ತು. ಆದರೂ ಬೆಳ್ಳಂಬೆಳಿಗ್ಗೆಯೇ ಮಂಜು ಮುಸುಕಿ ರಸ್ತೆ ಕಾಣದೇ ಮುಂದೆ ಸಾಗಲಾರದಂತಾಗಿದೆ ಚಂದ್ರುವಿಗೆ. ಟೆಂಪೋ ನಿಲ್ಲುತ್ತಿದ್ದಂತೆ ತಟಕ್ಕನೆ ತಾವಿಬ್ಬರೂ ಜಿಗಿದು ಚಾ ಕುಡಿಯಲು ಹೋಗುತ್ತಿದ್ದವರು ಹದಿನೈದು ನಿಮಿಷದಿಂದ ಸುಮ್ಮನೇ ಬಸ್ಸಿನಲ್ಲಿಯೇ ಕುಳಿತಿರುವುದನ್ನು ನೋಡಿ ಚಂದ್ರುವಿಗೆ ತನ್ನ ಬಗ್ಗೆಯೇ ಒಂದು ನಮೂನೆಯ ಅಸಹನೆ ಉಂಟಾಗತೊಡಗಿತು. ಏಕಕಾಲಕ್ಕೆ ತಾನು ಮಾಡಿದ್ದು ತಪ್ಪೆಂದು ಹೃದಯ ಹೇಳಿದರೆ ಮಿದುಳು ಅದರಲ್ಲಿ ತಪ್ಪೇನಿದೆ ಎಂದು ಪಾಟೀ ಸವಾಲು ಎಸೆಯುತ್ತ ತನ್ನನ್ನು ಇಕ್ಕಟ್ಟಿಗೆ ಸಿಕ್ಕಿಸುತ್ತಿರುವುದನ್ನು ಕಳೆದ ಕೆಲವು ದಿನಗಳಿಂದ ಚಂದ್ರು ಅನುಭವಿಸುತ್ತಿದ್ದ. ಈ ದರಿದ್ರ ಮಿದುಳಿನ ಮಾತು ಕೇಳಿ ಎದೆಯ ಅಳಲನ್ನು ಕಡೆಗಣಿಸುತ್ತ ಹೋದ ಹಾಗೆಲ್ಲ ತನಗೇ ತಾನು ಅಪರಿಚಿತನಾಗುತ್ತ ಹೋಗುವ ಈ ಬೇಗೆ ಅಂತಿಂತಹುದಾಗಿರಲಿಲ್ಲ. ಹರೀಶನಿಗೆ ಕಾರಣವೇ ಗೊತ್ತಿಲ್ಲದ ಒಂದು ಕಾರಣವನ್ನಿಟ್ಟುಕೊಂಡು ತಾನು ಹೀಗೆ ಮಾಡಬಹುದೇ ಎಂದು ಯೋಚಿಸತೊಡಗಿದ. ಮಾತುಮಾತಿಗೂ 'ಹರೀಶಾ ಅಲ್ನೋಡಾ, ಹರೀಶಾ ಇಲ್ನೋಡಾ' ಎಂದು ಕರೆಯುತ್ತಿದ್ದ ಚಂದ್ರು ಯಾಕೋ ಈ ರೀತಿ ಆಡುತ್ತಿರುವುದನ್ನು ನೋಡಿ ಹರೀಶನಿಗೂ ಅವನ ಹತ್ತಿರ ಮಾತನಾಡುವ ಧೈರ್ಯವಿಲ್ಲ. ಸುಮ್ಮನೆ ಕಿಟಕಿಯಿಂದ ಹೊರಗೆ ನೋಡುತ್ತಿದ್ದ ಹರೀಶನನ್ನು ಓರೆಗಣ್ಣಿನಲ್ಲಿಯೇ ಗಮನಿಸಿದ ಚಂದ್ರುವಿನ ಎದೆಯಲ್ಲಿ ಹಿಮದ ತುಂಡೊಂದು ಮೆಲ್ಲಗೆ ಚಲಿಸಿದಂತಾಯಿತು. ಹೃದಯದಾಳಲ್ಲಿ ಶುರುವಾದ ತಣ್ಣನೆಯ ಹಿಂಸೆಯ ಅನುಭವ ಹೊಟ್ಟೆಯವರೆಗೂ ಚಲಿಸಿ ಹೊಕ್ಕುಳಲ್ಲಿ ನಡುಕ ಹುಟ್ಟಿಸಿ ತೊಡೆಯಿಂದ ಕೆಳಗಿಳಿದು ಪಾದಗಳನ್ನು ತಣ್ಣಗಾಗಿಸುವಂತಾದಾಗ ಚಂದ್ರು ನಿಜಕ್ಕೂ ಹೆದರಿದ. ಸೋತಂತಾಗಿ ಸ್ಟೇರಿಂಗ್ ಮೇಲೇಯೇ ಒರಗಹೊರಟವನು ಹರೀಶ ಆತಂಕ ಪಡುತ್ತಾನೆ ಎಂದು ತಲೆ ಹಿಂದೆ ಚಾಚಿ ಸೀಟಿಗೆ ಒರಗಿದ.

ಭುಜದವರೆಗೆ ಮಾತ್ರ ಇದ್ದ ಸೀಟು ಆರಡಿ ಇದ್ದ ಚಂದ್ರುವಿನ ತಲೆಗೆ ಆರಾಮ ನೀಡಲಿಲ್ಲ. ಮತ್ತೆ ತಲೆ ಬಗ್ಗಿಸಿ ಕೂತ. ಬೇರೆ ಏನು ಯೋಚಿಸಿದರೂ ಯೋಚನೆ ತಿರುಗಿ ಹರೀಶನ ಸುತ್ತಲೇ ಸುತ್ತುತ್ತಿತ್ತು. ಅಲ್ಲ, ರಜನಿಯ ಹತ್ತಿರ ಮದುವೆಯ ಪ್ರಸ್ತಾಪ ಇಡುವಾಗ ನಡುಗಿದಂತೆ ತನ್ನ ಎದೆಯೇಕೆ

ಥವಥವಿಸುತ್ತಿದೆ ಎಂದು ಚಂದ್ರು ಯೋಚಿಸತೊಡಗಿದ. ಹರೀಶನ ಮುಖ ಕಿಟಕಿಯ ಬದಿಗಿದ್ದರೂ ಹೃದಯ ತನ್ನೆಡೆಗೇ ನೋಡುತ್ತ ಮರುಗುತ್ತಿದೆ ಎಂಬುದು ತನಗೆ ಗೊತ್ತು ಮತ್ತು ಅದಕ್ಕಾಗಿ ಇನ್ನು ತಡ ಮಾಡಿದರೆ ಆಗಲೇ ಇಲ್ಲವೆಂಬಂತೆ ಚಂದ್ರು ಹರೀಶನ ಕಡೆಗೆ ನೋಡಿ, 'ಬಾರಾ ಚಾ ಕುಡಿವಾ' ಎಂದು ಡ್ರೈವರ್ ಸೀಟಿನ ಬಾಗಿಲು ಹಾಕಿ ಹಿಂದೆ ಬಂದ. ಮಳೆ ಸುರಿಯುತ್ತಲೇ ಇತ್ತು. ಕೊಡೆ ಇಲ್ಲದ ಕಾರಣ ಇಳಿಯಲು ಅನುಮಾನಿಸುತ್ತ ಒಂದರೆಕ್ಷಣ ಬಾಗಿಲ ಹತ್ತಿರ ನಿಂತ ಚಂದ್ರು. ಹಿಂದೆಯೇ ಬಂದ ಹರೀಶ ಬಣ್ಣಬಣ್ಣದ ಛತ್ರಿ ಬಿಡಿಸಿ 'ನಡಿ ಅಣ್ಣ, ಹೋಗುವ' ಎಂದ. ಚಂದ್ರು ಮೆಟ್ಟಿಲು ಇಳಿಯುತ್ತಿದ್ದಂತೆ ಹರೀಶನೂ ಇಳಿದು ಟೆಂಪೋದ ಬಾಗಿಲು ಹಾಕಿ ಎಡಗೈಲಿ ಛತ್ರಿ ಹಿಡಿದು ಬಲಗೈಯಿಂದ ಹಗೂರಕ್ಕೆ ಚಂದ್ರುವಿನ ಹೆಗಲನ್ನು ಬಳಸಿ ಹಿಡಿದುಕೊಂಡ. ತನ್ನ ಕಡೆಗೆ ಕೊಡೆಯ ಭಾಗ ಜಾಸ್ತಿ ಇದ್ದುದರಿಂದ ಹರೀಶನ ದೇಹದ ಎಡಭಾಗ ಒದ್ದೆಯಾಗುತ್ತಿರುವುದನ್ನು ಕಂಡ ಚಂದ್ರು 'ಈ ಬದಿಗೆ ಬಾರಾ ಒದ್ದೆಯಾಗಬೇಡ' ಎಂದು ತನ್ನ ಎಡಗೈಯ್ಯಿಂದ ಅವನ ಬೆನ್ನು ಬಳಸಿ ಹತ್ತಿರ ಎಳೆದುಕೊಂಡ. ಬಸ್ಸು ನಿಂತದ್ದನ್ನು ನೋಡಿ ತಮ್ಮಣ್ಣಿ ಇವರಿಬ್ಬರಿಗೆಂದೇ ಚಹಾ ಕಾಯಿಸಲು ಇಟ್ಟಿದ್ದ. ಕುದಿವ ಚಹಾದ ಡಿಕಾಕ್ಷನ್ ಬೀರಿದ ಮಾಯಕದ ಪರಿಮಳ ತಮ್ಮಣ್ಣಿಯ ಗೂಡಂಗಡಿಯ ತುಂಬ ತುಂಬಿ ರಸ್ತೆಗೂ ಹರಡುತ್ತ ಸಮ್ಮೋಹಕ ಲೋಕವೊಂದನ್ನು ಸೃಷ್ಟಿಸಿದಂತೆ ಭಾಸವಾಗಿ ಇಬ್ಬರೂ ಚುರುಕಾದ ಹೆಜ್ಜೆ ಹಾಕುತ್ತ ಅಂಗಡಿಯೆಡೆಗೆ ಕನಸಿನಲ್ಲೆಂಬಂತೆ ನಡೆದರು. ಏಳು ಬಣ್ಣಗಳ ಕೊಡೆ ನಡೆದಾಡುವ ಕಾಮನಬಿಲ್ಲಿನಂತೆ ಆ ಲೋಕವನ್ನು ಮತ್ತಷ್ಟು ಚೆಂದಗೊಳಿಸುತ್ತಿತ್ತು.

●

# ಗಿಳಿಯು ಮಾತನಾಡುವುದಿಲ್ಲ!

**ಮೆಚ್ಚುಗೆ ಬಹುಮಾನ ಪಡೆದ ಕಥೆ**

**ಮಂಜುನಾಥ ಕುಣಿಗಲ್**
manjunath_kunigal@yahoo.co.in

ನನಗೆ ಸ್ಪಷ್ಟವಾಗಿ ನೆನಪಿದೆ. ಅಮ್ಮ ಅಷ್ಟು ಗೋಳಾಡಿದ್ದನ್ನು ಅದುವರೆಗೆ ನಾನೆಂದೂ ನೋಡಿದ್ದಿಲ್ಲ. ಅದೂ ಕೇವಲ ಒಂದು ಸಣ್ಣ ಹಕ್ಕಿಗೋಸ್ಕರ! ಅಂದು ಪಕ್ಕದ ಬೀದಿ ಕೆಂಪಣ್ಣನ ಹೆಂಡತಿಯೊಡನೆ ಆಡಿದ ಜಗಳ ಅವಳನ್ನು ತೀವ್ರವಾಗಿ ಕಾಡಿಬಿಟ್ಟಿತ್ತೇನೋ? ನಾನು ಗಮನಿಸಿದ ಹಾಗೆ ಅಮ್ಮ ಆ ಪುಟ್ಟ ಗಿಳಿಯನ್ನು ನಮ್ಮಷ್ಟು ಹಚ್ಚಿಕೊಂಡಿರಲಿಲ್ಲ. ಮುಂದೊಂದು ದಿನ ಮನೆಯ ಹೊಸ್ತಿಲ ಮೇಲೆ ಕೂತಿದ್ದ ಅದನ್ನು ಬೀದಿನಾಯಿಯೊಂದು ಕಚ್ಚಿಕೊಂಡು ಹೋದಾಗಲೂ 'ಇಷ್ಟೇ ಅದರ ಆಯಸ್ಸಿದ್ದದ್ದು! 'ಎಂದು ತಾತ್ವಿಕ ನುಡಿಯನ್ನಾಡಿ ಒಂದು ದೊಡ್ಡ ನಿಟ್ಟುಸಿರುಬಿಟ್ಟು ಸುಮ್ಮನಾದಳೇ ಹೊರತು ಗೋಳಾಡಿರಲಿಲ್ಲ. ಅಮ್ಮನಿಗೆ ಜಗಳ ಹೊಸದೇನೂ ಆಗಿರಲಿಲ್ಲ. ಮನೆಯಲ್ಲಿ ಮುಂಗೋಪಿ ಅಪ್ಪನೊಂದಿಗೋ, ಏನೇನೋ ಕಾರಣಗಳಿಗೆ ಪಕ್ಕದ ಮನೆಯ ಮಂಗಮ್ಮನ ಜೊತೆಗೋ ಇಲ್ಲವೇ ಸಂತೆಯಲ್ಲಿ ತನ್ನ ತರಕಾರಿ ಅಂಗಡಿಯ ಮಂಕರಿಯ ಜಾಗವನ್ನು ಒತ್ತರಿಸಿಕೊಂಡು ಬರುತ್ತಿದ್ದ ಪಕ್ಕದಂಗಡಿಯ ಸ್ವಂತ ನಾದಿನಿಯರ ಜೊತೆಗೋ ಕಿತ್ತಾಡಿದ್ದನ್ನು ನೋಡಿದ್ದೇನೆ. ಆದರೆ ಇಂದಿನ ಜಗಳದ ವಿಷಯ ಅವಳನ್ನು ತುಂಬಾ ಕಲಕಿಬಿಟ್ಟಿತ್ತು ಎನ್ನುವುದೇ ನನಗೂ ಅರಗಿಸಿಕೊಳ್ಳಲಾಗದೇ ಇದ್ದ ವಿಷಯ!

ಅದು ಎಂಭತ್ತರ ದಶಕ. ಅತ್ತ ಪಟ್ಟಣವೂ ಅಲ್ಲದ ಇತ್ತ ಹಳ್ಳಿಯೂ ಅಲ್ಲದ ಪರಿಸರದ ಬೀದಿ. ಸ್ಲಮ್ಮಿಗಿಂತ ಸ್ವಲ್ಪ ಪರವಾಗಿಲ್ಲ ಎನ್ನುವಷ್ಟು ಶ್ರೀಮಂತಿಕೆ. 20 ರೂಪಾಯಿ ತಿಂಗಳ ಬಾಡಿಗೆ ಮನೆಯ ಛಾವಣಿ ಅರ್ಧ ಕಪ್ಪು ಮತ್ತರ್ಧ

ಕೆಂಪು ಹೆಂಚಿನದ್ದು. ಇದ್ದ ಒಂದೇ ಒಂದು ಸಣ್ಣ ಕಿಟಕಿಯಿಂದ ಗಾಳಿ-ಬೆಳಕು ಅಷ್ಟಕ್ಕಷ್ಟೇ! ಉದುರುತ್ತಿದ್ದ ಗೋಡೆಯ ಗಾರೆ ಪದರುಗಳಿಗೆ ಆಗ್ಗಾಗ್ಗೆ ಮಣ್ಣಿನಲ್ಲಿ ತೇಪೆ ಹಾಕಿ ಸುಣ್ಣ ಬಳಿಯುವುದುನಮ್ಮ ಜೀವನದ ಮೂಲಭೂತ ಕೆಲಸಗಳಲ್ಲೊಂದಾಗಿತ್ತು. ಮನೆಯಲ್ಲಿ ವಿದ್ಯುತ್ ಸಂಪರ್ಕ ಇರಲಿಲ್ಲ. ಚಿಮಣಿ ಬುಡ್ಡಿಯಲ್ಲಿ ರಾತ್ರಿಯ ಬೆಳಕು. ನಮ್ಮಂತೆ ಅದೆಷ್ಟೋ ಮನೆಗಳೂ ಹಾಗೆಯೇ. ಬೇಸಿಗೆ ದಿನಗಳಲ್ಲಿ ಮನೆಯೊಳಗೆ ವಿಪರೀತ ಕಾವು. ರಾತ್ರಿ ಹೊತ್ತು ಮನೆಯ ಹೊರಗೆ ಚಾಪೆ ಹಾಸಿಕೊಂಡು ಸಾಲಾಗಿ ಮಲಗುವುದು ರೂಢಿ. ಆದರೆ ಮನೆ ಎದುರಿದ್ದ ಚರಂಡಿಯಲ್ಲಿ ವಾಸವಿದ್ದ ರಕ್ತಸಂಬಂಧಿ ಸೊಳ್ಳೆಗಳ ಜುಯ್ಗುಟ್ಟುವಿಕೆ ಮತ್ತು ಅವು ಚುಚ್ಚುತ್ತಿದ್ದ ಯಾತನೆಗೆ ಅಲ್ಲಿಯೂ ಸರಿಯಾಗಿ ನಿದ್ದೆ ಬರುತ್ತಿರಲಿಲ್ಲ. ನಾವೆಲ್ಲ ಹೊರಗೆ ಮಲಗಿಬಿಟ್ಟರೆ, ಒಳಗಿದ್ದ ಆ ಗಿಳಿಯು 'ಕೀ...ಕೀ...' ಎಂದು ರಾತ್ರಿಯೆಲ್ಲಾ ಕಿರುಚುತ್ತಿತ್ತು. ಅದ್ಯಾವ ಸಂಕಟವೋ ಅದಕ್ಕೆ?

ಬುಧವಾರದ ಸಂತೆಯಲ್ಲಿ ದುಡಿದು ಮೈಯೆಲ್ಲಾ ಹಣ್ಣಾಗಿ ಗುರುವಾರ ರಜೆ ತೆಗೆದುಕೊಳ್ಳುತ್ತಿದ್ದಳು ಅಮ್ಮ. ಆಕೆಯದು ಆ ದಿನವೂ ಮನೆಯಲ್ಲಿ ಸುಮ್ಮನೆ ಕೂರದ ಜೀವ. ಏನಾದರೊಂದು ಕೆಲಸ ಹುಡುಕಿಕೊಂಡು ಮಾಡುತ್ತಿತ್ತು. ಅದೊಂದು ಗುರುವಾರದ ದಿನ ಕೊಳಚೆ ನೀರು ಸರಾಗವಾಗಿ ಹರಿಯದೆ ಕಟ್ಟಿಕೊಂಡು ನಾರುತ್ತಿದ್ದ ಚರಂಡಿಯನ್ನು ಸ್ವಚ್ಛಗೊಳಿಸುವ ಅಮ್ಮನ ಕೆಲಸಕ್ಕೆ ನನ್ನಕ್ಕ ಮತ್ತು ನಾನು ಕೂಡ ಜೊತೆಯಾದೆವು. ಅಂತೂ ಚರಂಡಿ ನೀರು ಸರಾಗವಾಗಿ ಹರಿದು ಪಕ್ಕದ ಮಂಗಮ್ಮನ ಮನೆ ಮುಂದೆ ನಿಂತಿತು. ರೊಚ್ಚಿಗೆದ್ದ ಆಕೆ ಇಬ್ಬರ ಮನೆಯ ನಡುವಿನ ಚರಂಡಿಯಲ್ಲಿ ನಿಂತ ನೀರಿನ ಮೇಲೆ ಒಂದು ದೊಡ್ಡ ಕಲ್ಲನ್ನು ಎತ್ತಿಹಾಕಿಬಿಟ್ಟಳು. ನಾವು ಮಾಡಿದಂತೆ ಆಕೆಯೂ ತನ್ನ ಮನೆ ಮುಂದಿನ ಚರಂಡಿಯನ್ನು ಸ್ವಲ್ಪ ಸ್ವಚ್ಛ ಮಾಡಿಕೊಂಡಿದ್ದರೆ ಏನೊಂದು ಸಮಸ್ಯೆಯೇ ಇರಲಿಲ್ಲ. ಕಲ್ಲು ಎತ್ತಿಹಾಕಿದಾಗ ಚರಂಡಿಯ ಕೊಚ್ಚೆ ನೀರು ನಮ್ಮ ಮೇಲೆಯೇ ಬಿದ್ದುದು ಅಮ್ಮನಿಗೆ ಕೋಪಬಂದಿರಲಿಲ್ಲವೇನೋ, ಆದರೆ 'ನಾವೇನು ನಿಮ್ಮ ಹಾಗೆ ಜಾಡಮಾಲಿಗಳೇ?' ಎಂದ ಮಂಗಮ್ಮ ಆಡಿದ ಜಾತಿ ಕೆಣಕೋ ಮಾತು ಕೇಳಿ ಅಮ್ಮನಿಗೆ ನೆತ್ತಿಗೇರಿದ ಹಾಗಾಯ್ತು. ಶುರುವಾಯ್ತು ಜೋರು ಜಗಳ! ಬೀದಿ ಜನಕ್ಕೆಲ್ಲಾ ಜಗಳ ನೋಡುವುದೊಂದು ಹಬ್ಬ, ಪುಕ್ಕಟೆ ಮನರಂಜನೆ! ಯಾರೂ ಯಾರನ್ನೂ ಬಿಡಿಸುವ ಮಾತೇ ಇಲ್ಲ. ಯಾರ ಪರವಾಗಿಯೂ ಯಾರೂ ವಾದಿಸಲಾರರು. ಅದರಲ್ಲೂ ಮಂಗಮ್ಮನ ವಿರುದ್ಧ ಚಕಾರ ಎತ್ತರು. ಆಕೆಯ ಬಾಯಿಗೆ ಯಾರು ಬಾಯಿ ಕೊಟ್ಟಾರು? ಆರಡಿ ಎತ್ತರದ ಬಲು ಘಾಟಿ ಹೆಂಗಸು ಮಂಗಮ್ಮ. ಪ್ರತಿಸ್ಪರ್ಧಿ ತನ್ನಷ್ಟೇ ಜೋರಿದ್ದರೆ ಕೇವಲ ಬೈಗುಳದಲ್ಲೇ ಜಗಳ ನಿಲ್ಲುತ್ತಿತ್ತು, ಇಲ್ಲವಾದರೆ ದೈಹಿಕ

ಹಲ್ಲೆಗೂ ಹಿಂಜರಿಯುತ್ತಿರಲಿಲ್ಲ. ಅಮ್ಮನದೂ ಜೋರು ಬಾಯಿಯಾದ್ದರಿಂದ ಜಗಳ ಕೇವಲ ಬೈಗುಳದಲ್ಲಷ್ಟೇ ಮುಗಿಯುತ್ತಿತ್ತು! ಆ ಹೆಂಗಸಿನ ಜಗಳದ ಧಾಟಿ ವಿಕೃತಕ್ಕೆ ತಿರುಗುತ್ತಿದ್ದುದೂ ಹೌದು. ಒಮ್ಮೆ ಹೀಗಾಯ್ತು. ಮಂಗಮ್ಮ ಅದೊಂದು ದಿನ ಬೆಳಗ್ಗೆ ನೆರೆಯಲ್ಲಿದ್ದ ಬಳೆ ಮಾರುವ ಪೀಚು ಕಾಯದ ಹೆಂಗಸಿನೊಂದಿಗೆ ರಂಗೋಲಿ ಬಿಡುವ ವಿಷಯಕ್ಕೆ ಜಗಳ ತೆಗೆದು ಆಕೆಯನ್ನು ದರದರ ಎಳೆದುಕೊಂಡು ತನ್ನ ಮನೆಯೊಳಗೇ ತಂದು ತನ್ನ ಗಂಡನ ರೂಮಿಗೆ ಸೇರಿಸಿ ಬಾಗಿಲು ಜಡಿದುಬಿಟ್ಟಳು. ಬೀದಿ ಜನವೆಲ್ಲಾ ಅವಾಕ್ಕಾಗಿ ನೋಡುತ್ತಾ ನಿಂತಿತ್ತಷ್ಟೆ! ಇನ್ನೂ ಹಾಸಿಗೆಯಲ್ಲೇ ಬಿದ್ದಿದ್ದ ಆಕೆಯ ಗಂಡ ಪಕ್ಕದಮನೆ ಹೆಂಗಸು ತನ್ನ ಮಂಚದ ಬಳಿ ಅಳುತ್ತಾ ನಿಂತಿದ್ದನ್ನು ನೋಡಿ ಗಾಬರಿಯಾದವನಂತೆ ಬಾಗಿಲು ಬಡಿಯುತ್ತಾ ಕಿರುಚಾಡಲು ನಿಂತ ಮೇಲೆ ಬಾಗಿಲು ತೆಗೆಯಲಾಗಿ ಅಲ್ಲಿಂದ ಬರೀ ಚೊಣ್ಣದಲ್ಲೇ ಅರೆಬೆತ್ತಲೆಯಾಗಿ ಹೊರಗೆ ಓಡಿ ಬಂದಿದ್ದ. 'ಒಳಗೆ ಹೋಗೋ, ತಂದು ಬಿಟ್ಟಿದ್ದೀನಲ್ಲ ಉಣ್ಣು ಹೋಗು. ಗಂಡಸಲ್ವಾ ನೀನು?' ಎಂದು ಗಂಡನಿಗೆ ವ್ಯಭಿಚಾರದ ಸುಪಾರಿ ಕೊಟ್ಟು ಅವನ ಗಂಡಸ್ತನಕ್ಕೆ ಸವಾಲು ಹಾಕುತ್ತಾ ಬೈಯ್ಯ ಹತ್ತಿದಳು. ಆ ಬಡಪಾಯಿ ಹೆಂಗಸಿನ ಕುಟುಂಬ ಕೆಲವೇ ದಿನಗಳಲ್ಲಿ ಮನೆ ಖಾಲಿ ಮಾಡಿಕೊಂಡು ಊರು ಬಿಟ್ಟು ಹೊರಟು ಹೋದರು! ಇಂಥಹ ಬಜಾರಿ ಹೆಂಗಸಿನೊಂದಿಗೆ ಅಮ್ಮ ಜಗಳ ಮಾಡುವುದು ನನಗಂತೂ ಗಾಬರಿ ಹುಟ್ಟಿಸುತ್ತಿತ್ತು.

ಅಮ್ಮ ಮನೆಯಲ್ಲಿದ್ದ ದಿನಗಳಲ್ಲೇ ಹೀಗೆ ಜಗಳ ಆಗುತ್ತಿತ್ತು ಎಂದು ನನಗನ್ನಿಸುತ್ತದೆ. ಆ ದಿನ ಮಧ್ಯಾಹ್ನ ಪಕ್ಕದ ಬೀದಿಯ ಕೆಂಪಣ್ಣನ ಹೆಂಡತಿ ತಾನಾಗೇ ಜಗಳಕ್ಕೆ ಬಂದಿದ್ದು. ಅಷ್ಟೊಂದು ಪರಿಚಯವಿಲ್ಲದ ಆಕೆ ನೇರವಾಗಿ ಮನೆಯ ಮುಂದೆನಿಂತು 'ನೋಡ್ರಪ್ಪಾ... ಏನೆಲ್ಲಾ ಕಳ್ಳತನ ಮಾಡಿರೋದನ್ನ ನೋಡಿದ್ದೀವಿ, ಹಿಂಗೇ ಗಿಳಿಮರೀನೂ ಬಿಡಲ್ವಲ್ಲ ಜನಾ?" ಎಂದು ಹೊರಗೆ ನಿಂತಿದ್ದ ಅಕ್ಕಪಕ್ಕದ ಮನೆಯವರೆನ್ನೆಲ್ಲಾ ನ್ಯಾಯಕ್ಕೆ ಕರೆಯುವಂತೆ ಜೋರಾಗಿ ಮಾತನಾಡುತ್ತಿದ್ದಾಳೆ. ಇದ್ದಕ್ಕಿದ್ದ ಹಾಗೆ ಮನೆಯ ಮುಂದೆ ಕೂಗಾಡುತ್ತಿದ್ದ ಹೆಂಗಸನ್ನು ನೋಡಿ ಏನಾಯ್ತೆಂದು ಅಮ್ಮ ಕೇಳಿದಳು. 'ನಮ್ಮ ಗಿಳಿಮರಿ ಕದ್ಕೊಂಡು ಬಂದು ಏನಾಯ್ತು ಅಂತ ಕೇಳ್ತೀಯಲ್ಲಮ್ಮಾ, ನಾಚಿಕೊಯಾಗೊಲ್ವೆ ನಿನಗೆ?' ಎಂದ ಆ ಹೆಂಗಸಿನ ಗಂಟಲು ತಾರಕಕ್ಕೇರಿತ್ತು. ಆ ಹೆಂಗಸು ಹೀಗೇಕೆ ಏನೇನೋ ಮಾತನಾಡುತ್ತಿದೆ ಎಂದು ಗೊಂದಲಕ್ಕೀಡಾದ ಅಮ್ಮ 'ನೀವು ಹೇಳ್ತಿರೋದು ಅರ್ಥ ಆಗ್ತಾ ಇಲ್ಲ?' ಅಂತು. ಅದೇನು ಹೊಳೆಯಿತೋ ಆ ಹೆಂಗಸಿಗೆ, ಸೀದಾ ಮನೆಯೊಳಗೇ ನುಗ್ಗಿ 'ಎಲ್ಲಿ ನನ್ನ ಗಿಳಿಮರಿ? ಎಲ್ಲಿ ಬಚ್ಚಿಟ್ಟಿದ್ದೀರಿ' ಎಂದು ಮನೆಯಲ್ಲೆಲ್ಲಾ ತಾರಾಮಾರಿ ಅಡ್ಡಾಡಹತ್ತಿತು. ಆಕೆ ಹಿಂದೆಯೇ ಓಡಿದ ಅಮ್ಮ 'ಅಯ್ಯೋ ಅದು ನಾವು ಸಾಕಿರೋ ಗಿಳಿ'

ಎಂದೆನುತ್ತಾ ಆ ಕ್ಷಣದ ಅನಿರೀಕ್ಷಿತ ಘಟನೆಗೆ ಗಾಬರಿಯಾದಂತೆ, ಮೂಲೆಯಲ್ಲಿ ಸುರುಳಿ ಸುತ್ತಿ ಉದ್ದಕ್ಕೆ ನಿಲ್ಲಿಸಿದ್ದ ಈಚಲು ಚಾಪೆಯ ಮೇಲೆ ಕೂತು ಸದ್ದಿಲ್ಲದೇ ಎಲ್ಲವನ್ನೂ ನೋಡುತ್ತಿದ್ದ ಗಿಳಿಯನ್ನು ಕೈನಲ್ಲಿ ಹಿಡಿದುಕೊಂಡು ಬಂದು ಆಕೆಗೆ ತೋರಿಸಿದ್ದೇ ತಡ 'ಗಪ್' ಎಂದು ಅಚಾನಕ್ಕಾಗಿ ಒಮ್ಮೆಗೆ ಅದನ್ನು ಕಸಿಯಲು ಕೈ ಹಾಕಿದಳು. ಆ ಹಠಾತ್ ಕ್ರಿಯೆಯನ್ನು ನಿರೀಕ್ಷಿಸದ ಅಮ್ಮ ಗಿಳಿಯನ್ನು ಗಟ್ಟಿಯಾಗಿ ಹಿಡಿದುಬಿಟ್ಟಳು. ಆ ಹೆಂಗಸಿನ ವಿಪರೀತ ಬಲಪ್ರಯೋಗದ ಎಳೆದಾಟದಿಂದಾಗಿ ಗಿಳಿಯ ಒಂದು ಕಾಲಿನ ಮಂಡಿ ಕೀಲು ಕತ್ತರಿಸಿ ಹೋಗಿ ಅವಳ ಕೈನಲ್ಲಿ ಇನ್ನರ್ಧ ಕಾಲು ಇತ್ತು. ಇಬ್ಬರ ಕೈಗಳೂ ರಕ್ತಸಿಕ್ತವಾದವು. ಅಂದು ಗಿಳಿಯು ಅಷ್ಟು ಕಿರುಚಿದ್ದನ್ನು ನಾನು ಹಿಂದೆಂದೂ ಕೇಳಿದ್ದಿಲ್ಲ! ಅದೆಷ್ಟು ನೋವಾಗಿರಬೇಕು? ತುಂಬಾ ಗಾಬರಿಯಾಗಿ ಅಮ್ಮನ ಕೈನಿಂದ ಬಿಡಿಸಿಕೊಳ್ಳಲು ಒಂದೇ ಸಮನೆ ಒದ್ದಾಡಲು ಶುರುವಾಯ್ತು. ದಿಗ್ಮೂಢಳಾದಂತೆ ನಿಂತಅಮ್ಮ ಕೈಸಡಿಲ ಮಾಡಿಬಿಟ್ಟಳು. ಗಿಳಿಯು ನೆಲಕ್ಕೆ ಒಮ್ಮೆಗೆ ಧೊಪ್ಪನೆ ಬಿದ್ದು ರೆಕ್ಕೆ ಟಪಟಪ ಬಡಿಯುತ್ತ ಒಂಟಿ ಕಾಲಿನಲ್ಲಿ ಕುಂಟುತ್ತಾ ರಕ್ತ ಸೋರಿಸಿಕೊಂಡು ಈಚಲು ಚಾಪೆಯ ಸಂದಿನೊಳಗೆ ತೂರಿಕೊಂಡಿತು. ಎಲ್ಲವನ್ನೂ ಗಾಬರಿಯಿಂದ ನೋಡುತ್ತಿದ್ದ ಅಕ್ಕ ಮತ್ತು ನಾನು ತಲೆ ಚಚ್ಚಿಕೊಂಡು ಚಾವಣಿ ಹಾರಿಹೋಗುವ ಹಾಗೆ ಒಂದೇ ಸಮನೆ ಚೀರಾಡಿದೆವು. ನಮ್ಮ ಗೋಳನ್ನು ನೋಡಿ 'ನಿನ್ ಮನೆ ಹಾಳಾಗಿ ಹೋಗಾ, ನನ್ನ ಗಿಳಿಯನ್ನು ಸಾಯಿಸಿಬಿಡ್ತಿದ್ದೀಯಲ್ಲೇ...' ಎಂದು ಅಮ್ಮ ಕೂಡ ಗೋಳು ಶುರು ಮಾಡಿಕೊಂಡಳು. ಅದೇನನ್ನಿಸಿತೋ ಆ ಹೆಂಗಸು 'ಮಾಡ್ತೀನಿ ತಡೀರಿ, ನಿಮ್ಮ ಜನ್ಮಕ್ಕೆ ನನ್ನ ಎಕ್ಕಡ ತುರ್ಕ... ನನ್ನ ಗಿಳಿ ಕಾಲು ಮುರಿದ್ಬಿಟ್ಯಲ್ಲ, ಹಾಳಾದೌಳೆ...! ಮಾಡೋದು ಮಾಡ್ಬಿಟ್ಟು ನೋಡ್ರೋ ಅಂತ ಮನೆಯವರೆಲ್ಲ ಸೋಬಾನೆ ನಾಟಕ ಆಡ್ತೀರಾ... ಕರ್ಕೊಂಡು ಬರ್ತೀನಿ, ನನ್ ಗಂಡ್ಸನ್ನ' ಎಂದು ಹಿಡಿಶಾಪ ಹಾಕುತ್ತ ಆ ಗಿಳಿಯ ಅರ್ಧ ಕಾಲನ್ನು ಎಸೆದು ಹೊರಟೇಬಿಟ್ಟಿತು. ಇನ್ನೇನು ಘಟಿಸಲಿಕ್ಕಿದೆಯೋ ಎಂದು ನಮಗೆಲ್ಲ ಗಾಬರಿಯಾಯ್ತು!

ಆ ಹೆಂಗಸು ಹೀಗ್ಯಾಕೆ ಬಂದು ಗಲಾಟೆ ಮಾಡಿದಳು? ಆ ಗಿಳಿ ತನ್ನದೆಂದು ಹೇಳುತ್ತಿದ್ದಳೇಕೆ? ನಮಗ್ಯಾರಿಗೂ ಅರ್ಥವಾಗಲಿಲ್ಲ. ಸೇರಿದ್ದ ನೆರೆಯ ಜನಕ್ಕೂ ಇದು ವಿಶಿಷ್ಟ ಜಗಳದಂತೆ ಇತ್ತು. ನಲ್ಲಿ ನೀರು, ಕಸದ ತೊಟ್ಟಿ, ಚರಂಡಿ, ಮನೆ ಮುಂದಿನ ರಂಗೋಲಿ, ಮಕ್ಕಳ ಆಟ ಇನ್ನೇನೇನೋ ವಿಷಯಗಳಿಗೆ ಬೀದಿಯಲ್ಲಿ ಜಗಳ ಆಗುತ್ತಿದ್ದುದು ರೂಢಿ. ಈ ಘಟನೆ ಮಾತ್ರ ಅಲ್ಲಿನೆಲ್ಲರಿಗೂ ವಿಚಿತ್ರವೆನಿಸಿ ಇನ್ನೊಂದು ಮಜಲಿನ ಮನರಂಜನೆಯಂತಾಯ್ತು. ಒಬ್ಬೊಬ್ಬರು ಒಂದೊಂದು ಮಾತನಾಡಲು ಶುರು ಹಚ್ಚಿಕೊಂಡರು. 'ಆ ಯಮ್ಮ ಕೂಡ ಗಿಳಿ ಸಾಕುತ್ತೆ' ಗುಂಪಿನಲ್ಲಿ ಯಾರೋ ಅಂದರು! ಅಮ್ಮ ಹೇಳಿದಂತೆ ಓಡಿ

ಹೋಗಿ ಎಲ್ಲಿಂದಲೋ ಹಿಡಿ ಕೆಮ್ಮಣ್ಣು ತಂದು ಕೊಟ್ಟೆ. ಮುರಿದ ಆ ಅರ್ಧ ಕಾಲನ್ನು ಮಂಡಿಯ ಕೀಲಿಗೆ ಸರಿಯಾಗಿ ಸಿಕ್ಕಿಸಿ ಬಿಳಿ ಹತ್ತಿಬಟ್ಟೆಯನ್ನು ಕಟ್ಟಿ ಹಸಿ-ಕೆಮ್ಮಣ್ಣು ಸವರುತ್ತಿದಳು. ನಾವು ಬೆರಗುಗಣ್ಣಿನಿಂದ ನೋಡುತ್ತಾ ಕೂತೆವು. 'ಕಾಲು ಕೂಡಿಕೊಳ್ಳುತ್ತದೆಯೇ?' ಎಂದಾಗ ಅಮ್ಮ ಸೆರಗಂಚಲ್ಲಿ ಕಣ್ಣು ಒರೆಸಿಕೊಳ್ಳುತ್ತಾ 'ಮೂಕಪ್ರಾಣಿ ಕಾಲು ಮುರಿದ್ಲಲ್ಲಾ ಆ ದರಿದ್ರ ಮುಂಡೆಗೆ ನರಕಾನೇ ಗಟ್ಟಿ, ಯಮ ಅವಳ ಕಾಲನ್ನು ಹೀಗೆ ಕಿತ್ತು ಬಿಸಾಕ್ತಾನೆ' ಎಂದು ಒಂದಷ್ಟು ಹಿಡಿಶಾಪ ಹಾಕಿದಳೇ ಹೊರತು ನನ್ನ ಪ್ರಶ್ನೆಗೆ ಉತ್ತರಿಸಲಿಲ್ಲ. ಆಕೆಯ ಶಾಪದ ಮಾತು ನನ್ನ ಜಂಘಾಬಲವನ್ನೇ ಉಡುಗಿಸಿಬಿಡ್ತು. 'ಯಮ ನಿಜವಾಗಿಯೂ ಹಾಗೆ ಮಾಡ್ತಾನ?' ಕೇಳಿದೆ. 'ಹೌದು ನೀನು ಯಾರಿಗೆ ಏನು ಹಿಂಸೆ ಮಾಡ್ತೀಯೋ ಅದನ್ನೇ ಅವ್ನು ನಿನಗೆ ಮಾಡ್ತಾನೆ! ' ಎಂದು ಬಿಕ್ಕುತ್ತಾ ಮಡಿಲಲ್ಲಿದ್ದ ಗಿಳಿಯ ತಲೆಯನ್ನು ನೇವರಿಸುತ್ತಾ ಕೂತಳು. 'ಯಾವ ಪ್ರಾಣಿಗೆ ಹಾಗೆ ಮಾಡಿದರೂ ನಮಗೆ ಶಿಕ್ಷೆ ಆಗುತ್ತಾ?' ಕತ್ತೆತ್ತಿ ನನ್ನ ಮುಖ ನೋಡಿ ಹೌದೆಂದು ತಲೆಯಾಡಿಸಿದಳು. ಚಿಕ್ಕ ವಯಸ್ಸಿನಲ್ಲಿ ಚಿಟ್ಟೆಗಳನ್ನು ಹಿಡಿದು ಅದರ ತಿಕಕ್ಕೆ ಕಡ್ಡಿ ಚುಚ್ಚುತ್ತಿದ್ದ ಒಬ್ಬ ಋಷಿಗೆ ಜೀವನ ಪೂರ್ತಿ ಅವನ ಅಂಡಿಗೆ ಮೊಳೆ ಸಿಕ್ಕಿಕೊಂಡಿತ್ತಂತೆ. ಪ್ರಾಣಿ ಹಿಂಸೆ ಮಾಡಿದ್ದಕ್ಕೆ ಅವನಿಗೆ ನರಕ ದರ್ಶನವಾಯ್ತನಂತೆ ಎಂದೆಲ್ಲ ಏನೇನೋ ಕಥೆ ಹೇಳಿ ಮತ್ತಷ್ಟು ಗಾಬರಿ ಮಾಡಿಟ್ಟಳು. ನನಗೀಗ ಗಿಳಿಯ ವಿಷಯ ಕ್ಷುಲ್ಲಕದಂತಾಗಿ ನಾವು ಹುಡುಗರೆಲ್ಲ ಸೇರಿಮಾಡ್ತಿದ್ದ ಪ್ರಾಣಿ ಹಿಂಸೆಯ ಸ್ವರೂಪಗಳು ಕಣ್ಣಮುಂದೆ ಹಾದು ಹೋಗುತ್ತಿತ್ತು. ನಾವು ಡ್ರಾಗನ್ ಚಿಟ್ಟೆಗಳನ್ನು ಹಿಡಿದು ಅದರ ಬಾಲಕ್ಕೆ ದಾರಕಟ್ಟಿ ಚಿನ್ನಪ್ಪನ ಹಿತ್ತಲಲ್ಲಿದ್ದ ಹೊಂಡಕ್ಕೆ ಇಳಿಬಿಟ್ಟು ಕಪ್ಪೆಯು ಎಗರಿ ಚಿಟ್ಟೆಯನ್ನು ಹಿಡಿದಾಗ ಗಾಳಕ್ಕೆ ಸಿಕ್ಕ ಮೀನಿನಂತೆ ಅದನ್ನು ಹೊರಗೆ ಎಳೆದು ಹಿಡಿದುಕೊಳ್ಳುತ್ತಿದ್ದೆವು. ದೊಡ್ಡಪೇಟೆ ಶಾಲೆಯಲ್ಲಿ ಎಂಕ್ಟಪ್ಪ ಮೇಷ್ಟ್ರು ಕಪ್ಪೆ ಕುಯ್ದು ಅದರ ದೇಹ ಭಾಗಗಳನ್ನು ನಮಗೆ ಪರಿಚಯಿಸುತ್ತಿದ್ದ ಹಾಗೆಯೇ ನಾವು ಕೂಡ ಕಪ್ಪೆಯನ್ನು ಅಂತರಕ್ಕೆ ಮಲಗಿಸಿ ಅದರ ನಾಲ್ಕು ಕಾಲಿಗೆ ಮೊಳೆ ಹೊಡೆದು ಬ್ಲೇಡಿನಲ್ಲಿ ಅದರ ಮಧ್ಯಭಾಗ ಕುಯ್ದು ದೇಹವನ್ನೆಲ್ಲ ಜಾಲಾಡಿ ಕೊನೆಗೆ ಸೂಜಿ ದಾರದಿಂದ ಹೊಲೆದು ಮತ್ತೆ ಹೊಂಡದಲ್ಲೇ ಬಿಡುತ್ತಿದ್ದೆವು. ನನಗೆ ನರಕದಲ್ಲಿ ಎಂತೆಂತಹ ಶಿಕ್ಷೆ ಕಾದಿದೆಯೋ ಎಂದು ಒಳಗೊಳಗೇ ಭಯಗೊಂಡು ಮುದುರಿಹೋಗಿದ್ದೆ! 'ಮಕ್ಕಳಾಟಕ್ಕೆಲ್ಲಾ ಶಿಕ್ಷೆ ಕೊಡ್ತೀಯಾ? ಎಂದು ಯಮನಿಗೇ ನರ್ಮನ್ಸ ಆಗಿ ನೀನು ಭೂಮೀಲಿ ಹುಟ್ಟು ಅಂತ ಶಾಪ ಕೊಟ್ಬುಟ್ನಂತೆ ಆ ಋಷಿ. ಆಗಿಂದ ಮಕ್ಳು ಮಾಡಿದ ತಪ್ಪಿಗೆ ಶಿಕ್ಷೆ ಇಲ್ವಂತೆ. ಆದ್ರೆ ಅದ್ರ ಬದ್ಲು ಅವ್ರ ಅಪ್ಪ-ಅಮ್ಮನಿಗೆ ಆ ಶಿಕ್ಷೆ ಅಂತೇ!' ನಾನು ಗಾಬರಿಯಿಂದ ಕೆಣಕಿ-ಕೆಣಕಿ ಕೇಳುತ್ತಿದ್ದದ್ದನ್ನ ಅರ್ಥ ಮಾಡಿಕೊಂಡು ಅಮ್ಮ ಹೀಗೆ ಸಮಾಧಾನದ ಕಥೆಯ ಉತ್ತರ ಕೊಟ್ಟಳೇನೋ

ಸರಿ ಆದರೆ ನಾವು ಮಾಡಿದ ತಪ್ಪಿಗೆ ಅಪ್ಪ-ಅಮ್ಮನಿಗೆ ಯಾಕೆ ಶಿಕ್ಷೆ? ಎನ್ನುವ ಮತ್ತಷ್ಟು ಗೊಂದಲ ಶುರುವಾಯ್ತು.

ಕಂದು-ಕಪ್ಪು ಮಿಶ್ರ ಬಣ್ಣದ 'ರಾಣಿ' ಅಂತಹ ಜಾತಿ ನಾಯಿಯೇನೂ ಆಗಿರಲಿಲ್ಲ. ಆದರೂ ಆರೇಳು ವರ್ಷದಿಂದ ನಮ್ಮ ಮನೆಯ ಸದಸ್ಯಳೊಬ್ಬಳೇ ಆಗಿದ್ದಳು. ತಲೆಯ ಮೇಲೆ ಹರವಾದ ಬಿದಿರು ಬುಟ್ಟಿಯಲ್ಲಿ ಬಣ್ಣ-ಬಣ್ಣದ ಕೋಳಿಪಿಳ್ಳೆಗಳನ್ನು ಬೀದಿ ಮೇಲೆ ಮಾರಲು ಬರುವ ಒಬ್ಬನಿದ್ದ. ನಾನು 10 ಪೈಸೆ ಕೊಟ್ಟು ಪಡೆದ ಲಾಟರಿ ಟೋಕನ್ನಿಗೆ ಎರಡು ರೂಪಾಯಿ ಬೆಲೆಯ ಗುಲಾಬಿ ಬಣ್ಣದ ಕೋಳಿಪಿಳ್ಳೆ ಬಹುಮಾನವಾಗಿ ಬಂದದ್ದನ್ನು ಜತನವಾಗಿ ಕಾಪಾಡಿ, ಮೇಯಿಸಿ ಮೈತುಂಬಿದ ಹುಂಜನನ್ನಾಗಿ ಮಾಡಿದ್ದುದು ಸುಲಭವೇನೋ ಆಗಿರಲಿಲ್ಲ. ಇತರೆ ಬೀದಿ ನಾಯಿಗಳ ಹಾಗೆ ರಾಣಿ ಯಾವತ್ತೂ ಹುಂಜನನ್ನು ಕಬಳಿಸುವ ಪ್ರಯತ್ನ ಮಾಡಿರಲಿಲ್ಲ. ಗಿಳಿಯನ್ನೂ ಕೂಡ ಮೂಸಿ ನೋಡಿ ಸುಮ್ಮನೆ ಹೋಗುತ್ತಿತ್ತು ಅಷ್ಟೇ. ಈ ತೀಟೆ ಗಿಳಿಯೇ ರಾಣಿಯ ಮೂತಿಯನ್ನು ಕುಕ್ಕುತ್ತಿತ್ತು, ಆಗ ರಾಣಿ 'ಕುಯ್' ಎಂದು ಅಲ್ಲಿಂದ ಜಾಗ ಖಾಲಿ ಮಾಡುತ್ತಿತ್ತು! 'ಕೀ...ಕೀ...' ಕೂಗಿನ ಹೊರತು ಮತ್ತೇನನ್ನೂ ಮಾತನಾಡಿದ ಗಿಳಿಯಲ್ಲ ಅದು! ಗಿಳಿಗೆ ಬಹುಶಃ ಎರಡು ವರ್ಷವಾದರೂ ಆಗಿರಬೇಕು. ಎಲ್ಲಮ್ಮ ದೇವಸ್ಥಾನದ ಆಲದ ಮರದ ಕೆಳಗೆ ಬಿದ್ದು ಕಿರುಚುತ್ತಿದ್ದ, ತಿಂಗಳೂ ತುಂಬದ ಪುಟ್ಟಮರಿಯನ್ನು ಅಂಗೈನಲ್ಲಿ ಜತನವಾಗಿ ಹಿಡಿದು ತಂದಿದ್ದು ನನಗೆ ನೆನಪಿದೆ. ಆ ಹೆಂಗಸು ನಮ್ಮ ಮರಿ ಎಂದು ಹೇಗೆ ಹೇಳಲು ಸಾಧ್ಯ? ರೆಕ್ಕೆ-ಪುಕ್ಕ ಬಲಿತ ಮೇಲೆ ಆಗಾಗ ಹೊರಗೆ ಹಾರಿ ಹೋಗುತ್ತಿತ್ತು. ಅದ್ಯಾವುದೋ ಘಳಿಗೆಯಲ್ಲಿ ಮತ್ತೆ ಗುಮ್ಮನಂತೆ ಹಾರಿ ಬಂದು ಈಚಲು ಚಾಪೆಯ ಮೇಲೆ ಕೂತಿರುತ್ತಿತ್ತು. ಅದ್ಯಾಕೆ ಈ ಪಕ್ಷಿ ಹಾರಿ ತನ್ನ ಸಮುದಾಯವನ್ನು ಸೇರಿಕೊಳ್ಳುತ್ತಿರಲಿಲ್ಲವೋ? ನನಗೆ ದೊಡ್ಡ ಪ್ರಶ್ನೆ. ಅಥವಾ ಚಿಕ್ಕಂದಿನಿಂದ ಇಲ್ಲೇ ಬೆಳೆದು ಈಗ ತನ್ನಷ್ಟಕ್ಕೆ ತಾನೇ ಬದುಕುವುದು ಕಷ್ಟವಾಗಿರಬೇಕು! ಆಗಾಗ ಅದೆಲ್ಲಿ ಹಾರಿ ಹೋಗಿ ಬರುತ್ತಿತ್ತೋ ಕಾಣೆ? ಬಹುಶಃ ಆ ಹೆಂಗಸಿನ ಮನೆಗೆ ಹೋಗಿ ಬರುತ್ತಿದ್ದಿರಬೇಕು. ಅವರು ಇದನ್ನು ತಮ್ಮದೆಂದು ಹಚ್ಚಿಕೊಂಡಿರಬೇಕು. ತುಂಬಾ ದಿನವಾದರೂ ಬಾರದ ಅದನ್ನು ಇಲ್ಲಿ ನೋಡಿ ಜಗಳಕ್ಕೆ ಬಂದಿರಬೇಕು. ಕಾಲು ಸರಿಹೋಗಲಿ, ಮೊದಲು ಇದರ ರೆಕ್ಕೆಯಂಚನ್ನು, ಪುಕ್ಕವನ್ನು ಕತ್ತರಿಸಿ ಹಾಕುತ್ತೇನೆ. ಅದು ಹೇಗೆ ಹಾರಿ ಹೋಗುತ್ತೋ ನೋಡ್ತೀನಿ? ಎಂದೆಲ್ಲಾ ಯೋಚಿಸಿದ್ದೂ ನಿಜ.

ಬೀದಿಯಲ್ಲಿ ಕೋಳಿ ಕಳ್ಳರು ಹೆಚ್ಚಾಗಿ ನಮ್ಮ ಹುಂಜನನ್ನು ಕಾಪಾಡಿಕೊಳ್ಳುವುದು ದುಸ್ತರವಾಗುತ್ತಿತ್ತು. ಅಪ್ಪನಂತೂ 'ಕುಯ್ದು ಎಸರು ಮಾಡ್ಬಿಡು' ಎನ್ನುತ್ತಿದ್ದ. ಮೊದಲಿಗೆ ನಾನು ಪ್ರತಿರೋಧ ತೋರುತ್ತಿದ್ದೆನಾದರೂ ಸಂದರ್ಭದ ಅರಿವಾಗಿ ಸುಮ್ಮನಾದೆ. ಒಂದು ದಿನ ಅಮ್ಮ ಬೆಳಗ್ಗೆ ಅಂಗಡಿಗೆ

ಹೋಗುವ ಮೊದಲು ಹುಂಜನನ್ನು ಕೊಯ್ದು ಅರಿಶಿನ-ಈರುಳ್ಳಿ ಹಾಕಿ ಬೇಯಿಸಿತ್ತು. ಸಂಜೆ ಬಂದು ಎಸರು ಮಾಡುವುದು ಎಂದಿತ್ತು. ನಾವೆಲ್ಲರೂ ಮನೆಗೆ ಬೀಗ ಹಾಕಿಕೊಂಡು ಶಾಲೆಗೆ ಹೋಗಿ ವಾಪಾಸ್ ಬಂದಾಗಲೇ ಗೊತ್ತಾಗಿದ್ದು ರಾಣಿಯನ್ನು ಮನೆಯೊಳಗೇ ಕೂಡಿಹಾಕಿ ಹೋಗಿದ್ದೆವೆಂದು! ಕೋಳಿ ಮಾಂಸದ ತಪ್ಪಲೆ ನೆಲಕ್ಕೆ ಬಿದ್ದಿತ್ತು. ಜಗಿದು ಹೀರಿ ಹಾಕಿದ ಮಾಂಸದ ತುಣುಕುಗಳು, ಮತ್ತೊಂದಷ್ಟು ಮೂಳೆಗಳು ಮನೆಯ ತುಂಬೆಲ್ಲಾ ಚೆಲ್ಲಾಪಿಲ್ಲಿಯಾಗಿ ಹರಡಿದ ರಣರಂಗ ಸದೃಶ ನೋಟ! ಈಚಲು ಚಾಪೆ ಮೇಲೆ ಕೂತು ಇದನ್ನೆಲ್ಲಾ ಗಮನಿಸಿದ್ದ ಗಿಳಿ ನಾವು ಒಳಗೆ ಬಂದೊಡನೆ ಗಾಬರಿಯಿಂದಲೇ 'ಕೀ...ಕೀ...' ಎಂದು ಕಿರುಚುತ್ತಾ ರಾಣಿಯ ಮೇಲೆ ದೂರನ್ನಿತ್ತಿತು. ರಾಣಿ ಗಿಳಿಯ ಕಡೆ ನೋಡಿ ರೇಗಿದಂತೆ 'ಬೌ' ಎಂದು ಬೈದು ಅಲ್ಲಿಂದ ಓಟಕಿತ್ತಿತು. ಕೊನೆಗೂ ಆ ಹುಂಜ ರಾಣಿಯ ಪಾಲಾಯ್ತು! ಒಮ್ಮೆ ಎದುರು ಮನೆ ಮೂಗ ಸಾಕಿದ್ದ ಪರಿವಾಳವನ್ನೂ ಹಿಡಿದುತಿಂದಿತ್ತು. ಪ್ರತೀಕಾರಕ್ಕೆ ರಾಣಿ ಕಂಡಲ್ಲೆಲ್ಲ ಕಲ್ಲನ್ನು ರೊಯ್ಯನೆ ಬೀಸುತ್ತಿದ್ದ ಅವ. ಅವನ ಭಾಷೆಯಲ್ಲೇ ಬೈಯುತ್ತಾ ಅವನೊಡನೆ ಅದೆಷ್ಟೋ ಬಾರಿ ಬೀದಿಯಲ್ಲಿ ಜಗಳಕ್ಕೆ ಬಿದ್ದಿದ್ದೇನೆ! ಆದರೂ ರಾಣಿ ಎಂದೂ ಏಕೆ ಗಿಳಿಯನ್ನು ಮುಟ್ಟುವ ಪ್ರಯತ್ನ ಮಾಡಿರಲಿಲ್ಲ?! ಮನೆ ಸದಸ್ಯರು ಜೀವಂತವಾಗಿದ್ದಾಗ ಬಾಯಿ ಹಾಕಬಾರದೆಂಬ ವಿಚಿತ್ರ ತರ್ಕದ ತಿಳುವಳಿಕೆಯೇನೋ ಅದಕ್ಕೆ? 'ತನ್ನ ಗಂಡನನ್ನು ಕರೆದುಕೊಂಡು ಬರ್ತೀನಿ ಎಂದು ಹೋಗಿದ್ದಾಳೆ ಕೆಂಪಣ್ಣನ ಹೆಂಡತಿ, ಇನ್ನು ಅದೇನು ಜಗಳ ಮಾಡ್ಬೇಕೋ... ಅದೇನ್ ಕಥೆಯೋ? ಹೋಗಿ ನಿಮ್ಮಪ್ಪನನ್ನ ಕರೆದುಕೊಂಡು ಬಾ' ಎಂದು ನನ್ನನ್ನು ಪೇಟೆಗೆ ಕಳುಹಿಸಿದಳು. ವಿಷಯದ ಗಂಭೀರತೆ ತಿಳಿದು ಅಪ್ಪ ಕೂಡ ಬಂದ. ಗಿಳಿಯ ಆ ಸ್ಥಿತಿ ನೋಡಿ ಮರುಗಿ 'ನಾಯಿ, ಬೆಕ್ಕು, ಮೊಲ, ಗುಬ್ಬಿ, ಅಳಿಲು, ಕೋಳಿ, ಗಿಳಿ ಎಲ್ಲಾ ಸಾಕಿ ಆಯಿತು, ಇನ್ನು ಹಾವೊಂದು ಬಾಕಿ ಇದೆ! ನಿಮ್ಮನ್ನು ಸಾಕೋದೆ ಸಾಕಾಗಿದೆ, ಇನ್ನು ಇವು ಬೇರೆ' ಎಂದು ರೇಗಿದ.

ಅದಾಗಲೇ ಸಂಜೆ ಸೂರ್ಯ ಮುಳುಗೋ ಹೊತ್ತು. ಹೊರಗೆ 'ರಂಗಣ್ಣಾ... ಮನೇಲಿದ್ದಿಯಾ?' ಎಂದು ಕೂಗಿದ ಧ್ವನಿ. ಕೆಂಪಣ್ಣ, ಆತನ ಹೆಂಗಸು ಮತ್ತು ಐದಾರು ವರ್ಷದ ಅವರ ಮಗಳು ಮನೆ ಮುಂದೆ ಬಂದು ನಿಂತಿದ್ದರು. ಆ ಹುಡುಗಿಯ ಕೈನಲ್ಲಿ ಒಂದು ಗಿಳಿಮರಿ ಇತ್ತು. ಕೆಂಪು ಚುಂಚದ ಹಸಿರು ಹಕ್ಕಿ ನೋಡಲು ತುಂಬಾ ಚೆಂದವಿತ್ತು. ಭೀತಿಗೊಂಡಿದ್ದ ನಾವೆಲ್ಲಾ ಆ ದೃಶ್ಯ ನೋಡುತ್ತಾ ಅವಕ್ಕಾಗಿ ನಿಂತುಬಿಟ್ಟೆವು. 'ನಮ್ಮನ್ನು ಕ್ಷಮಿಸಿಬಿಡು ತಾಯೀ, ದೊಡ್ಡ ತಪ್ಪಾಗೋಗಿದೆ' ಎಂದು ಕೈಜೋಡಿಸಿ ಗದ್ಗದಿತನಾಗಿ ಮುಖ ಇಳಿಬಿಟ್ಟು ನಿಂತುಬಿಟ್ಟ ಕೆಂಪಣ್ಣ. 'ಥೇಟ್ ಇದೇ ಥರದ ಮರಿ ನಮ್ಮದೂ,

ನಿನ್ನೆಯಿಂದ ಪತ್ತೆಯಿರಲಿಲ್ಲ. ತುಂಬಾ ಹೆದರಿ ಅಟ್ಟದಮೇಲೆ ಸೌದೆಯ ಸಂದಿಯಲ್ಲಿ ಅವುಚಿಕೊಂಡು ಕೂತುಬಿಟ್ಟಿತ್ತು! ಬಹುಶ ಯಾವುದೋ ಕಳ್ಳಬೆಕ್ಕು ಬಂದಿತ್ತೇನೋ? ಸ್ವಲ್ಪ ಕೂಗಿ ಮಾತನಾಡಿಯೂ ಇಲ್ಲ ಬೇವರ್ಸಿದು! ಆ ಮಂಗಮ್ಮ ಹೇಳಿದ್ದು, ನಮ್ಮ ಗಿಳಿಮರಿ ನಿಮ್ಮ ಮನೇಲಿದೆ ಅಂತ. ನನಗೂ ಬುದ್ಧಿ ಕೆಟ್ಹೋಗಿತ್ತು, ತುಂಬಾ ತಪ್ಪಾಗೋಯ್ತು! ಪಾಪದ ಹಕ್ಕಿ ಕಾಲನ್ನು ಮುರಿದ ನನ್ನ ಕಾಲು ಉಳಿತ್ಯೆತ? ತಗೊಳ್ಳಿ ಈ ಮರೀನೂ ನೀವೇ ಸಾಕ್ಕೊಂಬಿಡಿ, ನನ್ನ ಪಾಪ ಸ್ವಲ್ಪ ಕಳೀಲಿ. ಇವನ್ನು ಸಾಕೋ ಯೋಗ್ಯತೆ ನಮಗೆಲ್ಲೈತೆ?' ಆ ಹೆಂಗಸು ಬಿಕ್ಕುತ್ತಾ ಅಲವತ್ತುಕೊಳ್ಳುತ್ತಿತ್ತು. ಅಮ್ಮ ಏನೊಂದೂ ಮಾತನಾಡದೆ ಸೆರಗ ತುದಿಯನ್ನು ಬಿಗಿಯಾಗಿ ಕಚ್ಚಿ ಹಿಡಿದು ತಾನೂ ಬಿಕ್ಕುತ್ತಾ ನಿಂತುಬಿಟ್ಟಳು!

●

# ಗೂಳೀಮದ್ದು

**ಪ್ರಕಾಶ್ ಪೊನ್ನಾಚಿ**
jaypeeponnachi@gmail.com

'ಮಳ್ ಬರೋ ಹೊತ್ತು ಬುದ್ಯೋ ಆ ಮಳೆ ಕಾಜಗ ಸರ್ಯಾಗ್ ಒದ್ಗೊಳಿ, ಆಮ್ಯಾಕೆ ನಿಮ್ ಬೂಟ್ನು ನೆಟ್ಗ್ ಕಟ್ಗಳಿ ಹಾಳಾದ್ ಅಟ್ಟೆ ಹುಳ ಜೀವ ಕೈಗ್ ಬರ್ಸ್ ಬುಡ್ತಾವೆ. ನೀವ್ ಪ್ಯಾಟೆ ಜನ ಇದ್ಯಲ್ಲ ನಿಮ್ಗೆ ಅಭ್ಯಾಸ ಇಲ್ಲ ನೋಡ್ರಿ ಹಂಗಾಗಿ ವಸಿ ಗ್ಯಾನ್ವಾಗ್ ಬರ್ರಿ ಬುದ್ಯೋ' ಎಂದ ತಿಪ್ಪಯ್ಯನ ಕಣ್ಣುಗಳಲ್ಲಿ ಕನಿಕರದ ಛಾಯೆ ಎದ್ದು ಕಾಣುತ್ತಿತ್ತು. 'ಅದೋ ಅಲ್ ಕಡ್ಯಾಗ್ ಕಾಣ್ತಾದಲ್ಲ ಬುದ್ಯೋ ಅಲ್ಲೇ ನೋಡ್ರಿ ನಾವ್ ಇವಾಗ್ ಹೋಗ್ಬೇಕಿರೋದು, ಅದೇ ಅತ್ತೀಖಾನೆ ಎಸ್ಟೇಟು ಅದ್ರ ಡೌನ್ಗ್ ಮೂರು ಮೈಲಿ ಕೆಳಗೆ ಇಳ್ದುಬುಟ್ರೆ ಅಲ್ಲೇ ಕೆರೆದಿಂಬ' ಹಿಂಗೆ ಹೇಳಿ ತಿಪ್ಪಯ್ಯ ಸರಾಗವಾಗೇ ಜೀರಿಗೆ ಗದ್ದೆ ಬಯಲಲ್ಲಿ ಹೆಜ್ಜೆ ಹಾಕಲಾರಂಭಿಸಿದ್ದ.

ಸುಮಾರು ಒಂಬತ್ತು ಮೈಲಿ ದೂರ ನಡೆದೇ ಸಾಗಬೇಕಾದ ಬೆಟ್ಟ. ಅಟ್ಟೆಹುಳ, ಆಕಾಶವೇ ಕಿತ್ತು ಬೀಳುವಂತೆ ಸುತ್ತುವರೆದಿದ್ದ ಕಾರ್ಮೋಡ, ದಾರಿಯುದ್ದಕ್ಕೂ ಹಸಿವಾಸನೆ ಮೆತ್ತಿ ಬಿಟ್ಟಿದ್ದ ಆನೆಯ ಲದ್ದಿಗಳು. ಕೆಸರಿನಲ್ಲಿ ಅಲ್ಲಲ್ಲಿ ಅಚ್ಚೊತ್ತಿದ್ದ ಹೆಜ್ಜೆ ಗುರುತುಗಳನ್ನು ತೋರಿಸಿ 'ನೋಡ್ರಿ ನೋಡ್ರಿ ಹುಲಿಯಪ್ಪನ ಹೆಜ್ಜೆ, ಆ ನನ್ ದ್ಯಾವ್ರು ಇವಾಗ್ ಈ ಕಡೀನೆ ಹೋಗ್ಯದೆ, ವಸಿ ಜಲ್ದಿ ಬಂದಿದ್ರೆ ನಮ್ಗು ದರ್ಶನ ಆಗ್ಬುಡದು ಬುದ್ಯೋ ತಳಾರ ಮಾಡ್ದೆ ವಸಿ ಹೆಜ್ಜೆ ಜೋರಾಗ್ ಕಿತ್ ಹಾಕಿ' ಎಂದ ತಿಪ್ಪಯ್ಯನ ಮಾತು ಕೈ ಕಾಲುಗಳ ಗಡಗಡನೆ ನಡುಗುವಂತೆ ಮಾಡಿದ್ದವು. 'ಬುದ್ಯೋ ನೀವ್ ವಸಿ ರೆಸ್ಟ್ ತಗಂಡ್ ಕೂತಿರಿ. ನಾನ್ ಹಿಂಗೆ ಒಂದ್ ರೌಂಡ್ ಹೋಗಿ ಉಡ ಹಿಡ್ಕಂಡ್

ಬಂದ್ಬುಡ್ತೀನಿ. ತಿರುಮಿಗೆ ಯೋಳಪ್ನಿ ಒಳ್ಳೇ ರುಚ್ಯಾದ್ ಉಡದ್ ಉದ್ಕ ಮಾಡ್ತಾಳೆ ಉಂಡ್ಬುಟ್ ಆಮ್ಯಾಕ್ ಮುಂದಕ್ ಹೋಗುವ' ಎಂದ ತಿಪ್ಪಯ್ಯ ಅದಾಗಲೇ ಚರ್ಮದಿಂದ ಹೆಣೆದಿದ್ದ ಹಗ್ಗ ಹಿಡಿದು ಕೈಯಲ್ಲಿದ್ದ ಕುಡುಗೋಲು ನಡುಗೆ ಸಿಕ್ಕಿಸಿ ಬೆಂಕಿಕಡ್ಡಿಯನ್ನು ಪ್ಲಾಸ್ಟಿಕ್ ಕವರಿನಿಂದ ಬಿಡಿಸಿಕೊಂಡು ಜೇಬಿಗೆ ಹಾಕಿ ಹೊರಟು ನಿಂತ. ಸೂರ್ಯನ ಬೆಳಕೇ ಕಾಣದಂತ ಕಾರ್ಮೋಡ, ಘೀಳಿಡುತ್ತಿದ್ದ ಆನೆ ಶಬ್ದಗಳು, ತಲೆಯಲ್ಲಿ ಅಳಿಯದೇ ಅಚ್ಚೊತ್ತಿದ್ದ ಕೆಸರಿನ ಹುಲಿ ಹೆಜ್ಜೆ ಗುರುತು ಪ್ರಸಾದನ ಭಯವನ್ನು ಇಮ್ಮಡಿಗೊಳಿಸಿತ್ತು. 'ತಿಪ್ಪಯ್ಯ ನಾನು ನಿನ್ ಜೊತೆಗೆ ಬತ್ತೀನ್ ಇರಪ್ಪ' ಎಂದು ಪ್ರಸಾದ್ ತಿಪ್ಪಯ್ಯನನ್ನೇ ಹಿಂಬಾಲಿಸಿದ.

ಅತ್ತೀಖಾನೆ, ನೆಲ್ಲಿಕತ್ರಿ, ಕೆರೆದಿಂಬದ ಕಾಡುಗಳು ತಿಪ್ಪಯ್ಯನಿಗೆ ಹೊಸದೇನು ಆಗಿರಲಿಲ್ಲ. ಪ್ರತೀದಿನ ಆಡು ಮೇಯಿಸಲು ಬುತ್ತಿ ಸಮೇತ ಇದೇ ಕಾಡಿನಲ್ಲಿ ತಿಪ್ಪಯ್ಯ ಅಲೆಮಾರಿಯಂತೆ ಅಲೆದಿದ್ದ. ಕಾಡಿನ ಒಂದೊಂದು ಮೂಲೆ ಮೂಲೆಯೂ ತಿಪ್ಪಯ್ಯನಿಗೆ ಪರಿಚಿತವಾಗಿದ್ದವು. ಹೊಸದಾಗಿ ಬರುವ ಫಾರೆಸ್ಟ್ ಆಫೀಸರ್‌ಗಳಿಗೆಲ್ಲಾ ಇದೇ ತಿಪ್ಪಯ್ಯ ಕಾಡಿನ ಪರಿಚಯ ಮಾಡಿಕೊಡುತ್ತಿದ್ದ. ಕಾಡು ಅವನಿಗೆ ತವರು ಮನೆಯೇ ಆಗಿತ್ತು.

ದುರ್ಗಮವಾದ ಇಳಿಜಾರಿನಲ್ಲಿ ತಿಪ್ಪಯ್ಯ ರೇಸಿಗೆ ಬಿದ್ದವನಂತೆ ಜಾರಿ ಹೋಗುತ್ತಿದ್ದ. ಅವನ ಕಣ್ಣುಗಳು ಬೇಟೆಯ ಉದ್ದೀಪನವನ್ನೇ ಹೊದ್ದುಕೊಂಡು ಉಡದ ಜಾಡುಗಳನ್ನು ಜಾಲಾಡುತ್ತಿದ್ದವು. 'ವಸಿ ಮೆಲ್ಗೆ ಹೆಜ್ಜೆ ಹಾಕಿ ಬುದ್ಯೋ ಪಾಸೆ ಬಲ್ ಜಾರ್ತದೆ' ಎಂದ ತಿಪ್ಪಯ್ಯನಿಗೂ, ಪ್ರಸಾದನಿಗೂ ಫರ್ಲಾಂಗು ದೂರವೇ ಸರಿದು ಹೋಗಿತ್ತು. ಪ್ರಸಾದ್ ನಡುಗುತ್ತಾ ನಿಧಾನಕ್ಕೆ ತಿಪ್ಪಯ್ಯನನ್ನು ಹಿಂಬಾಲಿಸತೊಡಗಿದ. ಇಂತಹ ಭಯಾನಕ ದಾರಿಯಲಿ ಕೆರೆದಿಂಬ ತಲುಪಬೇಕಾದ ಪ್ರಸಂಗ ನೆನೆದು ಒಮ್ಮೆ ಬೆವರು ಬರಲಾರಂಭಿಸಿತು. ಶೂ ಒಳಗೆ ನುಸುಳಿದ ಅಟ್ಟೆಹುಳವೊಂದು ಹೀರಿಬಿಟ್ಟ ರಕ್ತ ಸಾಕ್ಸ್ ಒದ್ದೆಯಾಗಿಸಿ ಈಚೆ ಸುರಿಯುತ್ತಿತ್ತು.

ಸುಮಾರು ಅರ್ಧ ಮೈಲಿ ಸಾಗುವಷ್ಟರಲ್ಲಿ ನಡುವೆ ಹಳ್ಳವೊಂದು ಕೆನೆ ಹಾಲಿನ ರೀತಿ ಹರಿಯುತ್ತಿತ್ತು. ಹಾಳು ಕಣ್ಣುಗಳಲ್ಲಿ ಇಂತಹ ಪ್ರಕೃತಿ ಸೌಂದರ್ಯ ನೋಡುವುದೇ ಒಂದು ಭಾಗ್ಯ. ಇಷ್ಟೊಂದು ಪರಿಶುದ್ಧವಾದ ನೀರು, ನಾಣ್ಯ ಒಂದನ್ನು ಇಳಿಬಿಟ್ಟರೆ ತಳ ಕಾಣುವ ಹಾಗಿತ್ತು. ತನ್ನದೇ ವೈಯ್ಯಾರ ಬೀರಿಕೊಂಡು ಮೀನುಗಳು ಅತ್ತಿಂದಿತ್ತ ಚೆಲ್ಲಾಟವಾಡುತ್ತಿದ್ದವು. ತಿಪ್ಪಯ್ಯ ತನ್ನ ಹರಿತವಾದ ಕುಡುಗೋಲು, ಹಗ್ಗ, ಬೆಂಕಿಪೆಟ್ಟಿಗೆಯನ್ನೆಲ್ಲಾ ಹಿಡಿದುಕೊಂಡು 'ಪ್ರಸಾದಪ್ಪ ನೀವ್ ಯಾವ್ದುಕ್ಕೂ ವಸಿ ಗ್ಯಾನ್ವಾಗಿರಿ. ಹಾಳಾದ್ ಕರಡಿಗುಳು ಆಳ್ ಕಂಡ್ರೆ ಮ್ಯಾಲೆ ಬೀಳ್ತಾವೆ. ಯಾನುಕ್ಕೂ ಈ ಸೂಟಿ ಹಿಡ್ಕಳಿ'

ಎಂದು ಕೈಗೊಂದು ಸೂಟಿಯ ದೊಣ್ಣೆಯನ್ನು ಕೈಗಿತ್ತು ಬಂಡೆಗಳತ್ತ ಹೆಜ್ಜೆ ಹಾಕಿದ.

ಹಸಿ ಬಂಡೆಗಳು ಮಳೆಗೆ ತೇವಗೊಂಡು ಹೆಜ್ಜೆ ಇಟ್ಟರೆ ಜಾರಿ ಹೋಗುವಂತಿದ್ದವು. ಪಸೆ ಬೆಳೆದ ಜೊಂಡು ಬೂಟ್ ಕಾಲುಗಳನ್ನು ಮಾರುದ್ದ ಜಾರಿಸಿ ಬಿಡುತ್ತಿತ್ತು. ತಿಪ್ಪಯ್ಯ ಮರದ ಕೊಕ್ಕೆಗಳನ್ನು ಹಗ್ಗಕ್ಕೆ ಬಿಗಿದು ಅದನ್ನು ಕಲ್ಲಿನ ಕೊರಡುಗಳಿಗೆ ಸಿಕ್ಕಿಸಿ ಒಂದೊಂದೇ ಬಂಡೆಯನ್ನೇ ಮೆಲ್ಲಗೆ ಜಿಗಿಯುತ್ತಾ ಮಧ್ಯ ಬಂಡೆಯ ಪಾದ ತಲುಪಿದ್ದ. ಉಡವನ್ನು ಕೇವಲ ಪುಸ್ತಕದಲ್ಲಿ ಓದಿದ್ದ, ನೋಡಿದ್ದ ಪ್ರಸಾದನಿಗೆ ಅದರ ಭೇಟಿ ನೋಡುವ ಕುತೂಹಲ ತುಸು ಹೆಚ್ಚೇ ಆಯಿತು. ಅದರಲ್ಲೂ ಬಂಡೆಗಳ ಮೇಲೆ ಹೀಗೆ ಜಿಗಿಯುವ ತಿಪ್ಪಯ್ಯ ಯಾವ ಸ್ಪೈಡರ್‌ಮ್ಯಾನಿಗಿಂತಲೂ ಕಡಿಮೆಯಿಲ್ಲ ಎನಿಸಿತು.

ಇದೇ ಜಾಗದಲ್ಲಿ ಉಡ ಸಿಗಬಹುದೆಂದು ಕರಾರುವಾಕ್ಕಾಗಿ ತಿಳಿದಿದ್ದ ತಿಪ್ಪಯ್ಯನಿಗೆ ಅವು ಮೋಸ ಮಾಡಲಿಲ್ಲ. ಆಕಾಶ ತಾಗುತ್ತಿದ್ದ ಹೊನ್ನೆ ಮರಕ್ಕೆ ಅಂಟಿಕೊಂಡಂತಿದ್ದ ದೊಡ್ಡ ಬಂಡೆಯ ಬುಡದಲ್ಲಿ ದೊಡ್ಡ ಗಾತ್ರದ ಉಡವೊಂದು ಬಂಡೆಯನ್ನು ಅಪ್ಪಿಕೊಂಡು ಕುಳಿತಿತ್ತು. ತಿಪ್ಪಯ್ಯ ಅದನ್ನು ಕಂಡೊಡನೆ ಖುಷಿಯಲ್ಲಿ ತೇಲಾಡಿ 'ಪ್ರಸಾದಪ್ಪ ಇಲ್ನೋಡಿ ವಸಿ, ಇವತ್ತು ಹಬ್ಬನೇ ಕಣ್ ಬುಡಿ' ಎಂದು ಕೂಗಲಾರಂಭಿಸಿದ. ಇವನ ಜೋರು ಕೂಗಿಗೆ ಉಡ ಓಡಿ ಹೋಗಬಹುದೆಂದು ಪ್ರಸಾದ್ ಅಚ್ಚರಿಯಿಂದ ನೋಡುತ್ತಾ ನಿಂತ. ಉಡ ಎಲ್ಲೂ ಕದಲಲಿಲ್ಲ. ತನ್ನ ನಡುಗೆ ಸಿಕ್ಕಿಸಿದ ಚರ್ಮದ ಹುರಿಯೊಂದನ್ನು ಎಳೆದು ಉಡದ ಬಾಲಕ್ಕೆ ಗಂಟುಗಳನ್ನು ಬಿಗಿದ. ಮತ್ತೊಂದು ಹುರಿ ತೆಗೆದು ಸೀದಾ ಅದರ ಕತ್ತಿಗೆ ಬೀಸಿದ. ಅದು ಪ್ರತಿಕ್ರಿಯೆ ರಹಿತವಾಗಿ ಕಲ್ಲಿಗೆ ಗಟ್ಟಿಯಾಗಿ ಅಂಟಿಕೊಂಡಿತ್ತು. ಪ್ರಸಾದ್ ಅಚ್ಚರಿಗೊಂಡು ನೋಡುತ್ತಾ ನಿಂತ. 'ಅಪ್ಪೋ ಇತ್ತಾಗ್ ವಸಿ ನೋಡಿ' ಎಂದು ಕೂಗಿದ ತಿಪ್ಪಯ್ಯ ಹುರಿಗಳಿಗೆ ಜೋತುಬಿದ್ದು ಉಯ್ಯಾಲೆ ಆಡಲಾರಂಭಿಸಿದ. 'ಉಘೇ ದೊಡ್ಡ ಸಂಪ್ಗೆ ನನ್ನೊಡೆಯ' ಎಂದು ಕಿರುಚಲಾರಂಭಿಸಿದ. ಪ್ರಸಾದ್ ಮೈಯೆಲ್ಲಾ ಜುಮ್ಮೆನಿಸಿದಂತೆ ತಿಪ್ಪಯ್ಯನನ್ನೇ ನೋಡುತ್ತಾ ನಿಂತ. ಎರಡು ಹುರಿಗಳನ್ನು ಕಾಲಿಗೆ ಸಿಕ್ಕಿಸಿಕೊಂಡು ಮತ್ತೆ ಮೇಲಕ್ಕೆ ನೆಗೆದು ಬಂಡೆಯ ಮೇಲೆ ನಿಂತ. ತನ್ನ ನಡುವಿಗೆ ಸಿಕ್ಕಿಸಿಕೊಂಡ ಹರಿತವಾದ ಕುಡುಗೋಲು ತೆಗೆದು ಅದಕ್ಕೊಂದು ಮುತ್ತನಿಟ್ಟು 'ತಾಯಿ ಹೊನ್ನಲಗಮ್ಮ ಒಪ್ಪೊತ್ತೂಟ ಹೊಟ್ಯಾಗಾಕ್ಕೊವ್ವ' ಎಂದು ಕೂಗಿ ಉಡದ ನಡು ಭಾಗಕ್ಕೆ ಬಲವಾಗಿ ಕುಡುಗೋಲು ಬೀಸಿದ. ಉಡ ತುಂಡಾಗಿ ಹುರಿಗಳಲ್ಲಿ ನೇತಾಡಲಾರಂಭಿಸಿತು. ಸೋರುತ್ತಿದ್ದ ರಕ್ತಕ್ಕೆ ಬೊಗಸೆ ಒಡ್ಡಿ ಗಟಗಟನೆ ಕುಡಿದು ಬಾಯಿ ಚಪ್ಪರಿಸಿದ. ನೇತಾಡುತ್ತಿದ್ದ ರುಂಡ ಮುಂಡಗಳನ್ನು ಜೊನ್ನೆಯಲ್ಲಿ ಹಾಕಿ ಹೆಗಲಿಗೇರಿಸಿಕೊಂಡು ಬಂಡೆ ಇಳಿಯಲಾರಂಭಿಸಿದ. ಎಲ್ಲವನು ಅವಕ್ಕನೆ

ನೋಡುತ್ತಾ ನಿಂತ ಪ್ರಸಾದನನ್ನು 'ನೋಡ್ರಿ ಬುದ್ಯೋ, ಉಡ್ಗೋಳು ಹಿಂಗೆಯ ಬಸ್ಗೆ ಹಗ್ಗ ಕಟ್ಟುಬುಟ್ಟು ಎಳುದ್ರು, ಅವು ಬಂಡೆ ಬುಟ್ ಕದ್ಲುದಿಲ್ಲ. ನಡ್ರಿ ನಡ್ರಿ ತಿರುಮಿ ಬೇಟೆಗ್ ಕಾಯ್ತಾವ್ಳೆ ಒಳ್ಳೇ ರಾಗಿ ಮುದ್ದೆ ಉಡದ್ ಉದ್ಕ ತಿಂದ್ಬುಟ್ಟು ಮುಂದನ್ ದಾರಿ ಹಿಡ್ಯುವ' ಎಂದು ಬೆಟ್ಟ ಹತ್ತಲಾರಂಭಿಸಿದ. ತಿರುಮಿ ಘಳಿಗೆಯಲ್ಲಿ ಮುದ್ದೆ ಉಡದ ಸಾರು ಮಾಡಿ ಬಡಿಸಿದಳು. ಹಸಿದಿದ್ದ ಹೊಟ್ಟೆಗೆ ಮೃಷ್ಟಾನ್ನ ಸಿಕ್ಕಂತಾಗಿತ್ತು.

ಕಾಂಕ್ರೀಟ್ ನಾಡಿನಿಂದ ತನ್ನನ್ನು ಬೇರ್ಪಡಿಸಿಕೊಂಡು ಸ್ವರ್ಗದ ತುಣುಕಿನಂತೆ ತನ್ನ ಚೆಲುವನ್ನು ತಾನೇ ಹಿಡಿದಿಟ್ಟುಕೊಂಡ ಪುಟ್ಟ ಊರು ಅತ್ತೀಖಾನೆ. ಹುಲಿ ಸಂರಕ್ಷಿತ ಪ್ರದೇಶದ ಒಳ ಸಿಕ್ಕಂದಿನಿಂದಂತೂ ಹೊರಗಿನ ಒಂದು ಪಿಳ್ಳೆ ಒಳ ನುಸುಳಬೇಕಾದರೂ ಫಾರೆಸ್ಟ್ ಆಫೀಸರ್‌ಗಳ ಅಪ್ಪಣೆ ಬೇಕು. ಹಾಗಾಗಿ ಮನುಷ್ಯನ ಪಾಪದ ಪಾದಗಳು ಇಲ್ಲಿ ಅಷ್ಟಾಗಿ ಅಚ್ಚೊತ್ತಿಲ್ಲವಾದ್ದರಿಂದ ಇಲ್ಲಿನ ಸೌಂದರ್ಯಕ್ಕೆ ಇನ್ನೂ ಕುತ್ತು ಬಂದಿಲ್ಲ. 'ಇನ್ ಎರಡ್ ಫರ್ಲಾಂಗು ಪ್ರಸಾದಪ್ಪ ಎಸ್ಟೇಟ್ ಸಿಕ್ತದೆ ಸೂರ್ಯ ಇಳಿಯಾ ವತ್ತಾಯ್ತು ಬೇರೆ, ಅಲ್ಲೇ ನಿಮ್ಮಪ್ಪೋರು ಓದುಸ್ತಿದ್ ಇಸ್ಕೂಲ್ಲೇ ತಂಗಿದ್ದು ವತ್ತಾರೆ ಕೆರೆದಿಂಬದ್ ಕಡೆ ಹೋಗುವ. ಇಸ್ಕೂಲಾಗ ನಮ್ ಸೋದ್ರತ್ತೆ ಮಗಳೆ ಅಡ್ಗೆ ಮಾಡೂದು. ಅವಳ್ಗೇಳವ್ನಿ ಎಲ್ಲಾ ಯವಸ್ಥೆ ಮಾಡ್ತಾಳೆ' ಎಂದ ತಿಪ್ಪಯ್ಯನ ಹೆಜ್ಜೆಗಳು ರಭಸವಾಗಿ ದಾರಿಯಲ್ಲಿ ನಡೆಯಲಾರಂಭಿಸಿದವು. ಸಮಯ ಐದಾಗುವಷ್ಟರಾಗಲೇ ಕತ್ತಲು ಕವಿಯಲಾರಂಭಿಸಿತ್ತು. ಈ ಸರಿ ರಾತ್ರಿಯಲಿ ಹುಲಿಯೋ, ಆನೆಯೋ ಎದುರಾದರೆ ಗತಿ ಏನು? 'ತಿಪ್ಪಯ್ಯ ನನಗ್ಯಾಕೋ ಹೆದರಿಕೆ ಆಗ್ತಿದೆ ಇನ್ನೂ ಎಷ್ಟು ದೂರ' ಎಂದ ಪ್ರಸಾದ. 'ನಾನಿರ್ಬೇಕಾದ್ರೆ ಎಂಥ ಭಯ ಪ್ರಸಾದಪ್ಪ, ಅಲ್ ಕಾಣ್ತಾ ನೋಡ್ರಿ ಲೈಟು ಅದೆ ಇಸ್ಕೂಲು ಬಿಲ್ಡಿಂಗು ಇನ್ ವಸಿ ದೂರ ಅಷ್ಟೇಯಾ', ಎಂದು ಹೇಳಿ ತನ್ನ ಬೆನ್ನಿಗೆ ಸಿಕ್ಕಿಸಿಕೊಂಡಿದ್ದ ಸೂಟಿಗಳನ್ನು ಎಳೆದು ಬೆಂಕಿಯಿಟ್ಟು ಪ್ರಸಾದನ ಕೈಗೂ ಒಂದು ಕೊಟ್ಟು 'ಧೈರ್ಯ ತಕಂಡ್ ನಡೀರಿ ಆ ನನ್ನಪ್ಪ ದೊಡ್ಸಂಪ್ಗೆ ನನ್ನೊಡೆಯ ಅವ್ನೆ ಕಣ' ಎಂದು ಮುನ್ನುಗ್ಗಿದ.

ಮೈ ನಡುಗುವಂತ ಚಳಿಗೆ ದೇಹ ಮುದುಡಿ ಹೋಗಿತ್ತು. ಅಟ್ಟೆ ಹುಳ ಕಚ್ಚಿದ್ದ ಕಾಲಿನ ಭಾಗಗಳು ಊದಿಕೊಂಡು ನೋವು ಬಾಧಿಸತೊಡಗಿತ್ತು. 'ಮೋರೆ ಉಜ್ಕಂಡು ಊಟಕ್ ಬರ್ರಿ ಒಡೆಯ ಬಿಸಿ ರಾಗಿ ಇಟ್ ಆರೋಯ್ತದೆ' ಎಂದು ಚೌಡಮ್ಮ ಕೂಗು ಹಾಕಿದಳು. 'ನೀವ್ ಉಣ್ತೆರಿ ಪ್ರಸಾದಪ್ಪ ನಾನ್ ವಸಿ ಪಾನಕ ಹಾಕಂಬತ್ತೀನಿ' ಎಂದು ಹೇಳಿ ತಿಪ್ಪಯ್ಯ ಅಂಗಡಿ ಹುಡುಕಿ ಹೊರಟ.

'ಏನ್ ಚೌಡಮ್ಮ ಅಪ್ಪ ಇದ್ದಾಗಿಂದ್ಲು ನೀನೇ ಅಡುಗೆ ಮಾಡ್ತಿದಿಯಾ ಏನು?' ಎಂದ. 'ಅಯ್ಯೋ ಆ ಕಾಲ್ದಾಗಿಂದ್ಲು ನಾನೆ ಮಾಡ್ತೀವ್ನಿ ಒಡೆಯ.

ಅವನ್ಕೊಡೊ ಕಾಸು ಒಪ್ಪೊತ್ತುಗ್ಗ ಸಾಲಲ್ಲ. ಯಾನೋ ಸೇರ್ಬುಟ್ಟಿವ್ನಿ ಬುಡ್ಬಾರ್ದು ಅಂತ ಮಾಡ್ಕೊಂಡ್ ಸಾಯ್ತಾವ್ನಿ... ಏನ ಅವರ್ ಕೊಟ್ಟದ್ನ ಬೇಯ್ಸಾಕ್ತಿನಿ ಅವು ತಿಂದ್ಬುಟ್ ಒಂಟೋಯ್ತವೆ' ಎಂದಳು. ಅಷ್ಟರಲ್ಲಾಗಲೇ ತಿಪ್ಪಯ್ಯ ಬಾಯಿಗೆ ಟವೆಲ್ ಮುಚ್ಚಿಕೊಂಡು ಓಡಿ ಬಂದ. ಬಸಳೆ ಸೊಪ್ಪು ಸಾರು, ರಾಗಿ ಮುದ್ದೆ ಬಾಯಿಗೆ ಅಮೃತವಿಟ್ಟಂತಿತ್ತು.

ಅಷ್ಟು ದಣಿದಿದ್ದರೂ ಯಾಕೋ ನಿದ್ರೆ ಬರುವ ಹಾಗೆ ಕಾಣಲಿಲ್ಲ. ಜರ್ಕಿನ್ ಮೇಲೆ ಕಂಬಳಿ ಹೊದ್ದಿದ್ದರೂ ರಣ ಚಳಿ ಮೈ ರೋಮಗಳನ್ನೆಲ್ಲಾ ನೆಟ್ಟಗೆ ನಿಲ್ಲಿಸಿತ್ತು. ಕಾಂಪೌಂಡಿನ ಮೂಲೆಗಳಲ್ಲಿ ಸಿಕ್ಕಿಸಿದ ಸೂಟಿ ನಿಧಾನವಾಗಿ ಬೆಂಕಿ ನಂದಿಕೊಳ್ಳಲಾರಂಭಿಸಿತ್ತು. 'ಪ್ರಸಾದಪ್ಪ ಈ ಸೊಳಿಗೆ ನಿದ್ದೆ ಹತ್ತುದಿಲ್ಲ ನಡ್ರಿ ಹೊರಗೆ ಉಕ್ಕಡ ಹಾಕ್ತೀನಿ ಮೈ ಬೆಚ್ಚಗ್ ಮಾಡುವ' ಎಂದು ಹೊರ ನಡೆದ

'ತಿಪ್ಪಯ್ಯ, ಇಲ್ಲಿ ಕಾಫಿ ಎಸ್ಟೇಟ್ ಬಂದಿದ್ದಾದರೂ ಹೇಗೆ? ಎಂದ. 'ಅಯ್ಯೋ ಅದೊಂದ್ ದೊಡ್ ಕಥೆ ಪ್ರಸಾದಪ್ಪ, ನಮ್ ಹಿರೀಕ ಜಡೆಮಾದ ಅಂತ ಇದ್ನಂತೆ, ಊರ್ಲೆಲ್ಲಾ ಬರ್ಗಾಲ ಬಂದು ಜನ ಗುಳೆ ಹೋದಂಗ್ ಹೋಗಿ ಅವ್ನು ಯಾವ್ದೋ ಎಸ್ಟೇಟ್ ಇಂದ ಒಂದೊಸಿ ಕಾಫಿ ಗಿಡ ತಂದು ಇಲ್ಲಿ ನೆಟ್ಟನಂತೆ. ಅದು ವರ್ಷದಿಂದ್ ವರ್ಷಕೆ ದೊಡ್ ತ್ವಾಟ್ವೇ ಆಗಿತ್ತಂತೆ. ಆ ಟೈಮ್ಗೆ ಕರೆಟ್ಟಾಗಿ ಬ್ರಿಟೀಷ್ನೋರು ದಬ್ಬಾಳ್ಕೆ ಮಾಡಿ ಈ ಜಾಗನೆಲ್ಲಾ ಅದುಮ್ಕೊಂಡ್ರಂತೆ ಆ ನನ್ ಮಕ್ಳೆ ಈ ಎಸ್ಟೇಟ್ನ ಈ ಪಾಟಿ ಇಂಪ್ರು ಮಾಡುದ್ದು. ಅವರು ದೇಶ ಬುಟ್ಮೇಲೆ ಅದ್ಯಾರೋ ಬುರ್ಲಾ ಕಂಪನಿವ್ರು ಈ ಎಸ್ಟೇಟ್ ತೆಕ್ಕೊಂಡ್ರಂತೆ, ಈಗ್ಲೂ ಅವ್ರೆಯಾ ನೋಡ್ಕಾತಿರದು. ಕೂಲಿಗೆ ಅಂತ ನಾವು ಅಲ್ಗೆ ಹೋಯ್ತಿವಿ. ನಮ್ ಹಿರೀಕ್ರು ಭೂಮಿಗೆ ನಾವೇ ಗೇಯೋಕೋಯ್ತಿವಿ. ಎಲ್ಲಾ ಆ ನನ್ ಒಡೆಯನ್ ಲೀಲೆ ಪ್ರಸಾದಪ್ಪ' ಎಂದು ಕಂಬಳಿ ಎಳೆದ ಉಕ್ಕಡದ ಬೆಂಕಿ ನಿಧಾನವಾಗೇ ಆಕಾಶ ಮುಟ್ಟುತ್ತಿತ್ತು.

ಅಚ್ಚ ಹಸಿರಿನ ಮಧ್ಯೆ ಮಲ್ಲಿಗೆ ಹೂ ಬಿದ್ದಂತೆ ಕೆರೆದಿಂಬದಲ್ಲಿ ಬಿಳಿ ಬಳಿದುಕೊಂಡ ನಾಲ್ಕೈದು ಮನೆಗಳು ಕಾಣಲಾರಂಭಿಸಿದವು 'ಅದೇ ನೋಡ್ರಿ ಕೆರೆದಿಂಬ, ಸ್ಯಾನೆ ಹತ್ರ ಬಂದ್ಬುಟ್ನೋ' ಎಂದ ತಿಪ್ಪಯ್ಯ. ಸ್ವಲ್ಪ ದೂರ ಕ್ರಮಿಸುವಷ್ಟರಲ್ಲೇ ಧೂಪದ ಘಮಲು, ಜಾಗಟೆ ಸದ್ದು, ಕಹಳೆ ಕೂಗು ಕೇಳಲಾರಂಭಿಸಿತು. ತಿಪ್ಪಯ್ಯ ಅತ್ತಲೇ ಹೆಜ್ಜೆ ಹಾಕುತ್ತಾ 'ಪ್ರಸಾದಪ್ಪ ಅದೇ ನೋಡ್ರಿ ನಮ್ ಏಳ್ ಮಲೆನೂ ಕಾಯೋ ಒಡೆಯ ದೊಡ್ಡಸಂಪ್ಗೆ ಮುನೇಶುರ. ಆ ನಮ್ಮಪ್ಪ ಇಡೀ ನಮ್ ಪ್ಪೋಡ್ಗುಗ್ಳ್ನ ಹೂವ ಹೂವ ಮಡುಗ್ದಂಗೆ ಮಡ್ಗವ್ನೆ. ನೀವು ಬೇಡ್ಕಳಿ ಅವ ಯಾವತ್ತೂ ಮೋಸ ಮಾಡುದಿಲ್ಲ ಎಂದು ಸೀದಾ ಹೋಗಿ ಮರದ ಬುಡದಲ್ಲಿ ಇದ್ದ

ಲಿಂಗದಂತ ಕಲ್ಲಿನಿಂದ ವಿಭೂತಿ ಎಳೆದು ತಂದು ಹಣೆಗೆ ಹಚ್ಚಿದ ಮೈ ರೋಮಾಂಚನವಾದಂತಾಯಿತು.

ಕುರುಜ ಸುರುಳಿ ಕಟ್ಟಿದ ಜಡೆ, ದೊಡ್ಡ ಮೀಸೆ, ಯಾವಾಗಲೂ ಕೈಯಲ್ಲೊಂದು ಭಂಗಿ ಸೇದುವ ಗೊರಟು, ಹೊಗೆ ಸೊಪ್ಪಿನ ಚೀಲ ನೋಡುಗರಿಗೆ ಭಯ ಹುಟ್ಟಿಸುವಂತಹ ವ್ಯಕ್ತಿತ್ವ. ಅವನ ಅಪ್ಪ ಗಿರಿಮಾದ ಹಣ್ಣಾದ ಮುದುಕ ಇದೇ ಕೆರೆದಿಂಬದಲ್ಲಿ ಸುಮಾರು ನಲವತ್ತು ವರ್ಷಗಳಿಂದ ನೆಲೆಸಿದ್ದ. ವ್ಯವಸಾಯವನ್ನೇ ನೆಚ್ಚಿದ ಕುಟುಂಬವಾದರೂ ಅವನ ವ್ಯವಹಾರವೇ ಬೇರೆ ಇತ್ತು. ಸುತ್ತ ಮುತ್ತಲ ಪೋಡಲ್ಲದೆ ಪ್ಯಾಟೆಯ ಜನಗಳು ಕುರುಜನಿಗಾಗಿ ಕಾಯತೊಡಗಿದ್ದರು. ವಾರಕ್ಕೊಮ್ಮೆ ಅವನು ಪಾಳ್ಯ ತಲುಪುವುದನ್ನೇ ಕಾಯುತ್ತಿದ್ದ ಜನ ಮುಗಿ ಬೀಳುತ್ತಿದ್ದರು. ಸಂಜೆಯೊಳಗೆ ಕುರುಜ ತನ್ನ ಜೇಬು ತುಂಬಿಸಿ ವಾಪಸ್ಸು ಬರುತ್ತಿದ್ದ.

ಕೆರೆದಿಂಬದ ಕಾಡೆಂದರೆ ಔಷಧ ಸಸ್ಯಗಳ ತವರು. ಗಿರಿಮಾದ ಇದನ್ನೇ ಬಂಡವಾಳವನ್ನಾಗಿಸಿದ್ದ. ಬೃಹದಾಕಾರದ ಹಳೆಯ ಯಾವುದೋ ಒಂದು ಮರದ ಬೇರನ್ನು ಸಿಗಿದು ಅದನ್ನು ನುಣ್ಣಗೆ ಅರೆದು ಅದಕ್ಕೆ ಕೆಲವು ಔಷಧೀಯ ಸಸ್ಯದ ಎಲೆಗಳನ್ನು ನೀರಿನಲ್ಲಿ ಹಾಕಿ ಚೆನ್ನಾಗಿ ಬೇಯಿಸಿ, ಅದಕ್ಕೆ ಹಾಲು, ಕಲ್ಲು ಸಕ್ಕರೆ ಹಾಕಿ ವಾರಗಟ್ಟಲೆ ಉನಿಸಿ ಅದನ್ನು ಎತ್ತುಗಳಿಗೆ ಕುಡಿಸುತ್ತಿದ್ದ. ಅವು ನೋಡ ನೋಡುತ್ತಿದ್ದಂತೆ ಬಲಿಷ್ಠವಾಗುತ್ತಿದ್ದವು. ಇದೇ ಔಷಧಿಯನ್ನ ಮನುಷ್ಯರ ಮೇಲೆ ಪ್ರಯೋಗಿಸಿದ ಗಿರಿಮಾದನಿಗೆ ಅಚ್ಚರಿ ಕಾದಿತ್ತು. ಔಷಧಿ ಮನುಷ್ಯನ ಪುರುಷತ್ವವನ್ನು ವೃದ್ಧಿಸುವಂತಾಗಿತ್ತು. ಇದನ್ನೇ ಬಂಡವಾಳವಾಗಿಸಿ ಅತ್ತೀಖಾನೆ ಎಸ್ಟೇಟಿನಲ್ಲಿದ್ದ ಬ್ರಿಟೀಷ್ ಅಧಿಕಾರಿಗಳಿಗೆ ರುಚಿ ಹತ್ತಿಸಿ ಕೆರೆದಿಂಬದ ಜಮೀನನ್ನು ಅವರಿಂದ ಬಳುವಳಿಯಾಗಿ ಪಡೆದಿದ್ದ. ಕುರುಜ ಅಪ್ಪನ ಸಂಶೋಧನೆಯನ್ನು ವ್ಯಾಪಾರವಾಗಿಸಿಕೊಂಡು ಗೂಳೀಮದ್ದಿನ ಕುರುಜ ಎಂದೇ ಪ್ರಖ್ಯಾತಿಯಾಗಿದ್ದ.

ಪ್ರಸಾದ್ ಹೀಗೆ ಕುರುಜನನ್ನು ಹುಡುಕಿ ಬಂದ ವಿಷಯ ತಿಪ್ಪಯ್ಯನ ತಲೆ ಕೆಡಿಸಲಾರಂಭಿಸಿತು. ಏನೊಂದು ಹೇಳದೇ ಹೀಗೆ ತನ್ನನ್ನು ಸಂಗ ಮಾಡಿಕೊಂಡು ಈ ಭಯಾನಕ ಕಾಡಿನಲ್ಲಿ ಪ್ರಸಾದ್ ಒಬ್ಬಂಟಿಯಾಗಿ ಕೆರೆದಿಂಬಕ್ಕೆ ಬರಬಹುದಾದ ಕಾರಣವಾದರೂ ಏನೆಂದು ಎಷ್ಟು ತಿಳಿಯಲು ಪ್ರಯತ್ನಿಸಿದಾಗಲು ಪ್ರಸಾದ್ ಇನ್ನಿಲ್ಲದಂತೆ ನುಣುಚಿ ವಿಷಯಾಂತರ ಮಾಡುತ್ತಿದ್ದುದು ತಿಪ್ಪಯ್ಯನಲ್ಲಿ ಒಂದು ಅನುಮಾನವನ್ನು ಹುಟ್ಟುಹಾಕಿತ್ತು. 'ಪ್ರಸಾದಪ್ಪ ಎರಡೆಜ್ಜೆ ಕಡುದ್ರೆ ಕೆರೆದಿಂಬ ಬಂದಾಯ್ತು. ಇನ್ನ ನನ್ತವ ಇಷ್ಯ ಮುಚ್ಚಿಡುದು ಯೋನೈತೆ ಯೋಳಿ ಮತ್ತ ಈ ಪಾಟಿ ಕಾಡ್ನಾಗೆ ಈ ಕುರುಜನ್ನ ಹುಡ್ಕಂಡು ಇಷ್ಟ್ ದೂರು ನೀವ್ ಬಂದಾದ್ರ ಯೋನಕ್ಕೆ? 'ತಿಪ್ಪಯ್ಯ ತನ್ನಲ್ಲಿದ್ದ ಗೊಂದಲಗಳನ್ನೆಲ್ಲಾ ಹೀಗೆ ಪ್ರಶ್ನೆಗಳ ಮಾಡಿ ಬಿಡುತ್ತಿದ್ದರೆ ಪ್ರಸಾದ್ ಗೊಂದಲಕ್ಕೆ ಬಿದ್ದವನಂತೆ ಮಾತು ಮರೆಸುತ್ತಾ ಹೋದ.

ತನ್ನ ನರದೌರ್ಬಲ್ಯದ ವ್ಯಾಧಿ, ಮಕ್ಕಳಿಲ್ಲದ ಕೊರಗು, ಬೇಸತ್ತ ಜೀವನಕ್ಕೆ ಇದೇ ಗೂಳೀಮದ್ದು ಔಷಧಿಯಾಗಬಹುದೆಂದು ಯಾರೋ ನೀಡಿದ ಸಲಹೆ ಮೇರೆಗೆ ತಾನು ಈ ದುರ್ಗಮವಾದ ಕಾಡಿನಲ್ಲಿ ಅಲೆಯುತ್ತಿರುವುದೆಂದು ಹೇಗೆ ತಿಪ್ಪಯ್ಯನಿಗೆ ಹೇಳಬೇಕೆಂದು ತಿಳಿಯದೆ ಪ್ರಸಾದ್ ಒದ್ದಾಡಿದ.

ಹೊತ್ತು ಮುಳುಗುವ ವೇಳೆಯಾಗಿತ್ತು. ಸುತ್ತ ಭಯಾನಕವಾದ ಕಾಡಿನ ಮಧ್ಯೆ ಇರುವ ನಾಲ್ಕು ಮನೆಗಳ ಹೆಂಚಿನ ಮೇಲೆಲ್ಲಾ ಪಾಚಿ ಬೆಳೆದು ನಿಂತಿತ್ತು. ನವಿಲು ಗರಿಬಿಚ್ಚಿದಂತೆ ಕಾಣುತ್ತಿದ್ದ ಅತ್ತೀಖಾನೆ ಎಸ್ಟೇಟಿನ ಸಾಲು ಅಲ್ಲೊಂದು ಸ್ವರ್ಗದ ಅನುಭವವನ್ನು ಉಂಟು ಮಾಡಿದ್ದವು. ಇಂಥ ಸ್ಥಳಕ್ಕೆ ಅಪ್ಪ ಒಮ್ಮೆಯು ಕರೆತರಲಿಲ್ಲವಲ್ಲ ಎಂದು ಕೊಂಡು ಬೆಟ್ಟದ ಮೇಲೆ ಕಾಣುತ್ತಿದ್ದ ದೊಡ್ಡಸಂಪಿಗೆ ಗುಡಿಯತ್ತ ಕೈಮುಗಿದು, 'ದೇವ್ರೇ ಬಂದ ಕಾರ್ಯ ಕೈಗೂಡಿಸೋ ನನ್ನೊಡೆಯ' ಎಂದ.

ಬಿದಿರಿನ ತಟ್ಟೆಗಳಲ್ಲಿ ಹೆಣೆದಿದ್ದ ಗೇಟ್ ಬಿಡಿಸಿ ಇಬ್ಬರೂ ಒಳ ನಡೆದರು. ಕುರುಜನ ಹೆಂಡತಿ ಸೀಗಿ ಮೊರ ಗೆರಸಿಗಳನ್ನೆಲ್ಲಾ ಗಂಜಳ ಹಾಕಿ ಬಳಿಯುತ್ತಾ ಕುಳಿತಿದ್ದಳು. ಗಿರಿಮಾದ ಚಪ್ಪಡಿ ಮೇಲೆ ಕುಳಿತು ತನ್ನ ಭಂಗಿ ಗೊರಟೆಗೆ ಬೆಂಕಿ ಹಚ್ಚಿದ್ದ ಹೊಗೆ ಆಕಾಶ ಮುಟ್ಟುತ್ತಿತ್ತು. ತುಸು ಭಯಗೊಂಡವಳಂತೆ ಕಂಡ ಸೀಗೀ 'ಯಾರು ವೇಣು?' ಎಂದಳು. 'ಉಂಗ್ ಗಂಡ ಯಂಗ್ ಪೋಯಿರಕ, ಪ್ಯಾಟೆಕಾರ ಪಾತರಿಕ್ ವಂದಿರ್ಕ' ಎಂದ. 'ಅವ ಪ್ಯಾಟೆಕ್ ತಾ ಪೋರ, ಇನ್ ಕೊಂಜ ವೇಳೆ ವಂದಿರ್ಕ' ಎಂದು. ಅಲ್ಲೇ ಜೋಡಿಸಿಟ್ಟಿದ್ದ ಕುಂದಾಣಿ ತೋರಿಸಿ ಕುಳಿತುಕೊಳ್ಳಲು ಹೇಳಿದಳು. 'ಪ್ರಪಂಚ ಏನೆಲ್ಲಾ ಬದಲಾಗಿದೆ. ಆದರೂ ಈ ಜನರ ಸ್ಥಿತಿ, ಈ ಕಾಡಲ್ಲಿ ಹೀಗಿದ್ಯಲ್ಲ ತಿಪ್ಪಯ್ಯ' ಎಂದ. 'ಅಯ್ಯೋ ಹಂಗ್ಯಾಕಂದೀರಿ ಬುದ್ದಿ, ಸರ್ಕಾರ್ದವ್ರು ಪ್ಯಾಟೇಲ್ ಜಾಗ ತೋರ್ಸಿ ಅಲ್ಗ್ ಬಂದ್ಬುಡಿ ಅಂತಾರೆ. ನಾವೇಯಾ ಈ ಜಾಗ ಬುಟ್ ಕದ್ಲುದಿಲ್ಲ. ಈ ಕಾಡ್ನೆ ದ್ಯಾವ್ರು ಅಂತ ನಂಬಿವಿ. ಇದ್ನ ಬುಟ್ಬುಟ್ಟು ಆ ಹಾಳ್ ಪ್ಯಾಟೆಗೆ ಜಪ್ಪಯ್ಯ ಅಂದ್ರು ಯಾರೂ ಬರಾಕಿಲ್ಲ ಗೊತ್ರ' ಎಂದ ತಿಪ್ಪಯ್ಯನ ಮಾತುಗಳಲ್ಲಿನ ಮುಗ್ಧತೆ ಕರುಳು ಚುರ್ ಎನಿಸಿತು.

'ಪ್ರಸಾದಪ್ಪ ಗೂಳೀಮದ್ದು ಕುಡ್ಯೋಕಲ್ಲವ್ರ ನೀವ್ ಇಲ್ಗೆ ಬಂದಿರೋದು ನಂಗೋತ್ತಾಯ್ತು ಕಣ್ ಬುಡಿ' ಎಂದು ಅವನ ಮುಖವನ್ನೇ ದಿಟ್ಟಿಸಿ ನಕ್ಕ. 'ಹೌದು ತಿಪ್ಪಯ್ಯ ಥ್ಯಾಂಕ್ಸ್ ನನಗೆ ಅದರ ಆವಶ್ಯಕತೆ ಈಗ ತುಂಬಾ ಇದೆ' ಎಂದ. 'ತಡೀರಿ ತಡೀರಿ ಕುರುಜ ಬರ್ಲಿ ಅರೊತ್ನಾಗ್ ರೆಡಿ ಮಾಡಿ ಕೊಟ್ಬುಡ್ತಾನೆ' ಎನ್ನುವಷ್ಟರಲ್ಲಿ ಗೇಟಿನ ಅಚ್ಚೆಗಳು ಕಿತ್ತು ಹೋಗುವಂತೆ ತಳ್ಳಿ ಓಡಿಬಂದ ಕುರುಜನ ಮಗ ಸಿಳ್ಳೆ 'ಅವ್ವೆ, ಅಪ್ಪನ್ನ ಆನೆ ಆಡರ್ತಂಬ' ಎಂದು ಗೋಳಾಡಲಾರಂಭಿಸಿದ. ಸೀಗಿ ಅಯ್ಯೋ ದ್ಯಾವ್ರೇ ಎನ್ನುತ್ತಾ

ಓಡಲಾರಂಭಿಸಿದಳು. ಏನೂ ಅರ್ಥವಾಗದವನಂತೆ ಪ್ರಸಾದ್ ತಿಪ್ಪಯ್ಯನ ಮುಖ ನೋಡಿದ. 'ಕುರುಜನ್ನ ಆನೆ ತುಳ್ದು ಸಾಯ್ಸಿದ್ಯಂತೆ ಬುದ್ಯೋ' ಎಂದು ತಿಪ್ಪಯ್ಯನೂ ಅವರನ್ನೇ ಹಿಂಬಾಲಿಸಿ ಓಡಿದ. ಪ್ರಸಾದನಿಗೆ ಆಕಾಶವೇ ಕಳಚಿ ಬಿದ್ದಂತಾಯಿತು. ಬೀಳುತ್ತಿದ್ದ ಕಣ್ಣಾಲಿಗಳ ಒರೆಸಿಕೊಂಡು ಗುಡ್ಡದತ್ತ ನೋಡಿದ, ಗುಡಿಯ ಮುಂಭಾಗದಲ್ಲಿದ್ದ ಗಂಟೆಯ ನಾಲಿಗೆ ಕಿತ್ತು ಅಂಗಳದಲಿ ಬಿದ್ದಿತ್ತು.

●

# ಜಮಾ

**ಸಂಪತ್ ಸಿರಿಮನೆ**

sirimane.sampath@gmail.com

ವಾರದ ಕಲೆಕ್ಷನ್ನಿಗೆಂದು ವಿನೋಬನಗರಕ್ಕೆ ಹೋದಾಗ ದುಗ್ಗಪ್ಪಗೌಡರು 'ಭಟ್ರೇ ಅಕೌಂಟಿಗೆ ದುಡ್ ಬಿದ್ ತಕ್ಷಣ ಮೆಸೇಜು ಬರ್ತಿತ್ತಲ್ರೀ, ಈ ಸಲ ಯಾಕೋ ಬಂದೇ ಇಲ್ಲ' ಎಂದು ಕೇಳಿದಾಗಲೂ ಅನಾಹುತವೇನೋ ನಡೆದಿರಬಹುದು ಎಂದು ಸದಾನಂದನಿಗೆ ಕಿಂಚಿತ್ತೂ ಅನುಮಾನ ಬರಲಿಲ್ಲ. 'ಒಂದೊಂದ್ಸಲ ಬರಲ್ಲ ಗೌಡ್ರೇ, ನಂಗ್ ಕಮಿಷನ್ ಹಾಕಿದ್ದೇ ಎಷ್ಟೋ ಸಲ ಗೊತ್ತಾಗಲ್ಲ. ನಿಮ್ ಪಾಸ್ ಬುಕ್ ಕೊಡಿ ಎಂಟ್ರಿ ಮಾಡಿಸ್ಕೊಂಡು ಬರ್ತೀನಿ' ಎಂದು ನಿರ್ಲಕ್ಷ್ಯದಿಂದಲೇ ಹೇಳಿದ್ದ. ಮಾರನೆಯ ದಿನ ಬ್ಯಾಂಕಿಗೆ ಹಿಂದಿನ ದಿನದ ಕಲೆಕ್ಷನ್ನಿನ ದುಡ್ಡನ್ನೆಲ್ಲಾ ಕಟ್ಟಿ ಇನ್ನೇನು ಹೊರಡುವವನಿದ್ದವನಿಗೆ ಬ್ಯಾಗಿನಲ್ಲಿದ್ದ ದುಗ್ಗಪ್ಪಗೌಡರ ಪಾಸ್‌ಬುಕ್ ಕಾಣಿಸಿತು. ಇದೂ ಒಂದು ಕೆಲಸ ಮುಗಿಸಿಬಿಡೋಣ ಎಂದು ಶಾರದಾ ಮೇಡಂ ಕೈಲಿ ಪಾಸ್‌ಬುಕ್ ಕೊಟ್ಟು ಅವರು ಪರಿಶೀಲಿಸಿ 'ಎಲ್ಲಾ ಅಪ್ ಟು ಡೇಟ್ ಇದ್ಯಲ್ಲ' ಎಂದಾಗ ಒಮ್ಮೆ ಅವನ ಎದೆ ಸಣ್ಣದಾಗಿ ನಡುಗಿತು. 'ಇಲ್ಲ ಮೇಡಂ ಹೋದ್ ಸೋಮವಾರ ಒಂದ್ ಲಕ್ಷ ಕಟ್ಟಿದೀನಿ' ಎಂದು ನಡುಗುವ ಧ್ವನಿಯಲ್ಲಿಯೇ ಹೇಳಿದ. ಶಾರದಾ ಮೇಡಂ ಇನ್ನೊಮ್ಮೆ ಕಂಪ್ಯೂಟರಿನಲ್ಲಿ ಪರೀಕ್ಷಿಸಿ 'ಇಲ್ಲ ರೀ, ಹೋದ್ ತಿಂಗ್ಳೇ ಲಾಸ್ಟ್ ಡೆಪಾಸಿಟ್ ಆಗಿದ್ದು' ಎಂದು ಪಾಸ್‌ಬುಕ್ಕನ್ನು ಮುಲಾಜಿಲ್ಲದೇ ಇವನತ್ತ ತಳ್ಳಿದಾಗ ಸದಾನಂದನಿಗೆ ಕಾಲ ಕೆಳಗಿನ ನೆಲ ಕುಸಿದಂತಾಯಿತು. ಪಾಸ್ ಬುಕ್ಕು ಕೈಯಲ್ಲಿ ಹಿಡಿದುಕೊಂಡು ಡಾಕ್ಯುಮೆಂಟ್ಸ್ ರೂಮಿನಲ್ಲಿದ್ದ ಟೇಬಲ್ ಬಳಿ ಹೋಗಿ ತನ್ನ ಬ್ಯಾಗೊಳಗಿದ್ದ ಎಲ್ಲಾ ಪೇಪರಿನ ರಾಶಿಗಳನ್ನೂ ಅಲ್ಲಿ ಸುರಿದ.

ಯಾವ್ಯಾವುದೋ ಚಲನ್ನುಗಳು, ಯಾರ್ಯಾರದೋ ಚೆಕ್ಕುಗಳು, ಪಿಗ್ಮಿ ಮೆಷಿನ್ನಿಗೆ ಹಾಕುವ ಪೇಪರ್ ರೋಲುಗಳು, ಬೇರೆ ಬೇರೆ ಬೀದಿಯಲ್ಲಿ ಗಣಪತಿ ಇಟ್ಟ ಹುಡುಗರು ಬಲವಂತವಾಗಿ ಖರೀದಿ ಮಾಡಿಸಿದ ಲಾಟರಿ ಟಿಕೆಟ್ಟುಗಳು ಈ ಎಲ್ಲದರ ಮಧ್ಯೆ ಅವನು ಉಸಿರು ಬಿಗಿಹಿಡಿದು ತಾನು ಹೋದ ವಾರ ದುಡ್ಡು ಕಟ್ಟಿದಾಗ ಕ್ಯಾಷಿಯರ್ ಕೊಟ್ಟ ಕೌಂಟರ್ ಫಾಯಿಲನ್ನು ಹುಡುಕುತ್ತಿದ್ದ. ತಾನು ತೆಗೆದುಕೊಂಡ ಐದಾರು ಲಾಟರಿ ಟಿಕೆಟ್ಟುಗಳಿಗೆ ಬಹುಮಾನ ಬರಲಿ ಎಂದೂ ಅವನು ಗಣಪತಿಗೆ ಬೇಡಿಕೊಂಡಿರಲಿಲ್ಲವೇನೋ, ಆದರೆ 'ಅದನ್ನೊಂದು ನಾನು ಬಿಸಾಕಿಲ್ದೇ ಇರೋ ಹಾಗೆ ಮಾಡಪ್ಪಾ' ಎಂದು ಗಣಪತಿಯೂ ಸೇರಿದಂತೆ ಎಲ್ಲಾ ದೇವರಿಗೆ ನಿಂತ ನಿಲುವಲ್ಲೇ ಹರಕೆ ಹೊತ್ತ. ಕೊನೆಗೂ ನಜ್ಜುಗುಜ್ಜಾಗಿದ್ದ ಆ ಕೌಂಟರ್ ಫಾಯಿಲ್ ಎಂಬ ಮಹಾಸಾಕ್ಷಿ ಅವನ ಕೈಗೆ ತಗುಲಿತು. ಮುದುರಿದ್ದ ಅದನ್ನು ಬಿಡಿಸಿ ನೋಡಿದ. 'ದುಗ್ಗಪ್ಪಗೌಡ' ಎಂದು ಹೆಸರನ್ನು ಸರಿಯಾಗಿಯೇ ಬರೆದಿದ್ದ. ಅಕೌಂಟ್ ನಂಬರನ್ನು 751867869 ಎಂದು ನಮೂದಿಸಿದ್ದ. ಆತಂಕದಿಂದಲೇ ಪಾಸ್‌ಬುಕ್ಕಿನ ಮೊದಲ ಪುಟ ತೆಗೆದ. ಅಲ್ಲಿ ಅಕೌಂಟ್ ನಂಬರು 751867689 ಎಂದು ಸ್ಪಷ್ಟವಾಗಿ ಕಣ್ಣಿಗೆ ರಾಚುತ್ತಿತ್ತು! .

ಸದಾನಂದ ಶಿವಮೊಗ್ಗದ ನೆಹರೂ ರಸ್ತೆಯ ಕರ್ನಾಟಕ ಬ್ಯಾಂಕಿನಲ್ಲಿ ಪಿಗ್ಮಿ ಸಂಗ್ರಾಹಕನಾಗಿ ಸೇರಿ ಎರಡು ದಶಕ ಕಳೆದಿದೆ. ಪಿಗ್ಮಿ ಸಂಗ್ರಾಹಕರನ್ನೂ ಬ್ಯಾಂಕ್ ನೌಕರರೆಂದು ಪರಿಗಣಿಸಬೇಕೆನ್ನುವ ಹೋರಾಟ ಕೋರ್ಟು ತಲುಪಿಯೂ ಎರಡು ದಶಕ ಕಳೆಯುತ್ತಾ ಬಂದಿದೆ. ಪಿಗ್ಮಿಯಲ್ಲಿ ಬರುವ ಕಮಿಷನ್ನಿನಲ್ಲಿ ಮೂರು ಜನರ ಸಂಸಾರವನ್ನು ನಡೆಸಲು ಹೆಣಗಾಡಿ ಸವೆದಿರುವ ಸದಾನಂದ 'ನಮ್ಮ ಪೈಕೀಲಿ ಸ್ವಂತ ಮನೆ ಇಲ್ದೇ ಇರೋನು ನೀನೊಬ್ನೇ ಅನ್ಸುತ್ತೆ ಅಲ್ವಾ?' ಎಂದು ಅಪ್ಪನ ವೈದಿಕದಲ್ಲಿ ಯಾರೋ ಸಂಬಂಧಿಕರು ನುಡಿದ ಮಾತನ್ನು ಅವಮಾನವೆಂಬಂತೆ ತಲೆಗೆ ತೆಗೆದುಕೊಂಡು ಬಿಪಿಎಲ್ ಕಾರ್ಡು ಹಿಡಿದು ಫ್ರೀ ಸೈಟಿಗಾಗಿ ತಾಲ್ಲೂಕಾಫೀಸಿಗೆ ಹತ್ತಾರು ಬಾರಿ ಓಡಾಡಿದ್ದ. ಈ ವರ್ಷ ಆಗೇ ಆಗುತ್ತದೆ ಎಂದು ಅಶ್ವತ್ಥಕಟ್ಟೆಯ ಪುರೋಹಿತರು ಹೇಳಿದ್ದನ್ನು ನಂಬಿ ಸಂಸಾರದ ಖರ್ಚನ್ನು ತೀರಾ ಕಡಿಮೆ ಮಾಡಿ ಚಿಕ್ಕಪುಟ್ಟ ಸಹಕಾರ ಸಂಘಗಳಲ್ಲಿ ಒಂದಿಷ್ಟು ದುಡ್ಡು ಕೂಡಾ ಹೊಂದಿಸಿದ್ದ. ಸೈಟು ಸ್ಯಾಂಕ್ಷನ್ ಆಗುತ್ತಿದ್ದಂತೆಯೇ ಕೈಯಲ್ಲಿರುವ ದುಡ್ಡಿನಲ್ಲಿ ಗುದ್ದಲಿ ಪೂಜೆ ಮಾಡಿ ಪಾಯ ಹಾಕಿಸಿಬಿಡುವುದು, ಮ್ಯಾನೇಜರ್ ಹೇಗಿದ್ದರೂ 'ಒಂದ್ ಸೈಟ್ ಮಾಡ್ಕೋ ಸದಾನಂದ, ಮನೆ ಕಟ್ಟಕ್ಕೆ ಲೋನ್ ಕೊಡ್ತೀನಿ' ಎಂದು ಅಭಯ ನೀಡಿದ್ದಾರೆ. ಅಲ್ಲಿಗೆ ಮುಂದಿನ ವರ್ಷ ವೈದಿಕದ ಮುನ್ನ ತನ್ನ ಮನೆಯ ಗೃಹಪ್ರವೇಶವೇ ಆಗಿಬಿಡುತ್ತದೆ ಎನ್ನುವುದು ಅವನ ಉಪಾಯವಾಗಿತ್ತು. ಆದರೆ ಚಾತಕಪಕ್ಷಿಯಂತೆ ಕಾದಿದ್ದ ಸದಾನಂದನಿಗೆ

ಆ ಬಾರಿಯೂ ಸಿಕ್ಕಿದ್ದು ನಿರಾಸೆಯೇ. 'ಇದಾಗೂದಿಲ್ಲ ಬಿಡಿ, ಇನ್ನೊಂದ್ಸಲ ಅಪ್ಲಿಕೇಷನ್ ಹಾಕೂಕೆ ಹೋಗುದ್ ಬ್ಯಾಡ ನೀವು, ಬಾಡಿಗೆ ಮನೇನೇ ಸಾಕು' ಎಂದು ಸವಿತಾ ಹೇಳಿದ್ದು ಗಂಡನನ್ನು ಸಮಾಧಾನ ಪಡಿಸಲಿಕ್ಕೇ ಆಗಿತ್ತು. ಆದರೆ ಅದನ್ನೂ ಅವಮಾನದಂತೆ ತೆಗೆದುಕೊಂಡ ಸುಧಾಕರ 'ನನ್ನನ್ನ ಮದ್ವೆ ಆಗಿ ನಿನ್ ಜೀವನ ಹಾಳಾಗ್ ಹೋಯ್ತು ಅಲ್ವಾ?, ಈ ದೇಶದಲ್ಲಿ ನಾನು ಎಸ್ಸಿ ಎಸ್ಟೀನೋ, ಮುಸ್ಲಿಮ್ನೋ ಆಗಿ ಹುಟ್ಬೇಕಿತ್ತು, ನಿಂತ ಕಡೇನೇ ಸೈಟ್ ಸ್ಯಾಂಕ್ಷನ್ ಆಗ್ತಿತ್ತು, ಬ್ರಾಹ್ಮಣ ಆಗ್ಬಿಟ್ಟೆ ನನ್ ಕರ್ಮ, ಗೌರ್ಮೆಂಟೋರು, ರಿಲೇಟಿವ್ಸು ಸಾಲ್ದು ಅಂತ ನೀನೂ ಹಂಗಿಸ್ತೀಯಾ ಅಲ್ವಾ?' ಎಂದು ಗದ್ಗದಿತ ಸ್ವರದಲ್ಲಿ ಕಿರುಚಾಡಿ ಉಪ್ಪಿಟ್ಟನ್ನೂ ತಿನ್ನದೇ ಮನೆಯಿಂದ ಹೊರಬಿದ್ದಿದ್ದ. ಅದೇ ಒತ್ತಡದಲ್ಲಿಯೇ ಬ್ಯಾಂಕಿಗೆ ಹೋಗಿ ಕೈತಪ್ಪಿ ಬೇರೆ ಖಾತೆಯ ನಂಬರ್ ಬರೆದು ದುಡ್ಡು ಕಟ್ಟಿಬಿಟ್ಟಿದ್ದ.

ಅನವಶ್ಯಕ ಮಾತನಾಡಿ ರೊಚ್ಚಿಗೆಬ್ಬಿಸಿದ ಹೆಂಡತಿ, ತಾನು ಬರೆದುಕೊಟ್ಟ ಚಲನ್ನಿನಲ್ಲಿದ್ದ ಹೆಸರಿಗೂ ಖಾತೆ ನಂಬರ್ ಹೊಡೆದಾಗ ಬಂದ ಹೆಸರಿಗೂ ವ್ಯತ್ಯಾಸವಿರುವುದನ್ನು ಗಮನಿಸದೇ ಬೇಜವಾಬ್ದಾರಿಯಿಂದ ದುಡ್ಡನ್ನು ಖಾತೆಗೆ ನೂಕಿದ ವಿಷ್ಣುಮೂರ್ತಿಗಳು, ಗ್ರಾಹಕರ ಸಂಖ್ಯೆ ಅತಿಯಾಗಿ ಜಾಸ್ತಿಯಾಗಿದ್ದರೂ ಸಿಬ್ಬಂದಿಗಳ ಸಂಖ್ಯೆ ಹೆಚ್ಚಿಸದೇ ವಿಷ್ಣುಮೂರ್ತಿಗಳು ಗಡಿಬಿಡಿಯಲ್ಲಿ ಕೆಲಸ ಮಾಡುವಂತಹ ಸ್ಥಿತಿಗೆ ತಂದ ಉನ್ನತಾಧಿಕಾರಿಗಳು, ಕಮಿಷನ್ ಜಾಸ್ತಿ ಮಾಡದ ಬ್ಯಾಂಕು, ತಮ್ಮ ಕೇಸನ್ನು ಬಗೆಹರಿಸದ ಕೋರ್ಟು, ತನಗೆ ಸೈಟು ಕೊಡದ ಸರ್ಕಾರ, ಹೀಗೆ ತನ್ನ ಪರಿಸ್ಥಿತಿಗೆ ಯಾರ್ಯಾರನ್ನು ದೂಷಿಸಬಹುದೆಂದು ಹುಡುಕಿ ಅವರಿಗೆಲ್ಲಾ ತಾರಾಮಾರಿ ಬೈದುಕೊಳ್ಳುತ್ತಾ ಸದಾನಂದ ಶಾರದಾ ಮೇಡಂ ಎದುರು ಕಾಯುತ್ತಾ ನಿಂತಿದ್ದ. ಊಟದ ಸಮಯ ಆಗಲೇ ಮೀರಿ ಅಸಹನೆಯಲ್ಲೇ ಪಾಸ್ ಬುಕ್ಕುಗಳನ್ನು ಎಂಟ್ರಿ ಮಾಡುತ್ತಿದ್ದ ಶಾರದಾ ಮೇಡಂ 'ಯಾರ್ ಅಕೌಂಟಿಗೆ ಹೋಗಿದೆ ಅಂತ ಗೊತ್ತಾದ್ರೆ ರಿವರ್ಸ್ ಮಾಡ್ಬೋದಲ್ವಾ ಮೇಡಂ?' ಎಂಬ ಸದಾನಂದನ ಅಸಂಬದ್ಧ ಪ್ರಶ್ನೆಗೆ 'ಅದೇನ್ ಬಸ್ಸೇನ್ರೀ ರಿವರ್ಸ್ ತೆಗಿಯಕ್ಕೆ?, ಯಾರಿಗ್ ಹೋಗಿದ್ಯೋ ಅವ್ರ ಹತ್ರ ಮಾತಾಡಿ ಚೆಕ್ ಬರೆಸ್ಕೊಂಡು ಬನ್ನಿ, ಒಂದ್ ಸಣ್ಣ ಕೆಲಸಾನೂ ಸರಿಯಾಗ್ ಮಾಡಲ್ಲ ಎಲ್ಲಾ ನಮ್ ತಲೆಗ್ ತಂದಿಡ್ತೀರಾ?' ಎಂದು ಬೈದರು. ಹಾಗೆ ನೋಡಿದರೆ ದುಗ್ಗಪ್ಪಗೌಡರ ಖಾತೆಗೆ ದುಡ್ಡು ಹಾಕುವುದು ಇವನ ಕೆಲಸವೇ ಅಲ್ಲ. ಪ್ರತಿದಿನ ಪಿಗ್ಮಿ ಅಕೌಂಟು ಹೊಂದಿರುವವರ ಮನೆಗೆ ಹೋಗುವುದು, ಅವರು ಕೊಡುವ ದುಡ್ಡು ಪಡೆದುಕೊಂಡು ಬ್ಯಾಂಕಿಗೆ ಮರುದಿನ ಕಟ್ಟುವುದು, ತಿಂಗಳ ಕೊನೆಯಲ್ಲಿ ಕಮಿಷನ್ ಪಡೆಯುವುದು, ಇಷ್ಟೇ ಅವನ ಕೆಲಸ. ಈ ರೀತಿ ಸೇವಿಂಗ್ಸ್ ಅಕೌಂಟಿಗೆ ದುಡ್ಡು ಹಾಕಿ ಎಂದು ಕೊಡುವುದು, ಚೆಕ್ ಕೊಟ್ಟು ಡ್ರಾ ಮಾಡಿಸಿಕೊಂಡು

ಬರ್ತೀರಾ ಎಂದು ಕೇಳುವುದು, ಪಾಸ್ ಬುಕ್ ಎಂಟ್ರಿ ಮಾಡಿಸಿಕೊಂಡು ಬನ್ನಿ ಎಂದು ಕೊಡುವುದು ಇವೆಲ್ಲಾ ಅವನ ಪಿಗ್ಮಿ ಖಾತೆದಾರರು ಅವನ ಕೈಯಲ್ಲಿ ಮಾಡಿಸಿಕೊಳ್ಳುತ್ತಿದ್ದ ಹೆಚ್ಚುವರಿ ಕೆಲಸ. ಅದನ್ನು ಇಲ್ಲಿಯವರೆಗೂ ಅವನು ಸರಳ ಸಹಾಯ ಎಂದಷ್ಟೇ ನೋಡುತ್ತಿದ್ದ. ಬ್ಯಾಂಕಿಗೆ ಮತ್ತು ಜನರಿಗೆ ಮಧ್ಯದಲ್ಲಿ ತಾನೊಂದು ಸೇತುವೆಯಿದ್ದಂತೆ ಎಂಬ ಗರ್ವದೊಂದಿಗೆ ಓಡಾಡುತ್ತಿದ್ದವನಿಗೆ ಅದೇ ಇಂದು ಮುಳುವಾಯಿತಲ್ಲಾ ಎಂದು ಹತಾಶೆಯಾದರೂ ಕೊನೇ ಪಕ್ಷ ತನ್ನ ಖಾತೆದಾರರಲ್ಲೇ ಯಾರದ್ದಾದರೂ ಅಕೌಂಟಿಗೆ ಹೋಗಿರುತ್ತದೆ, ಬೇಡಿಕೊಂಡು ವಾಪಸ್ ತೆಗೆದು ಕೊಟ್ಟರಾಯಿತು ಎಂಬ ಸಣ್ಣ ನೆಮ್ಮದಿಯೂ ಆ ಕ್ಷಣದಲ್ಲಿ ಅವನ ಮನಸ್ಸಿನಲ್ಲಿ ಮೂಡಿತು. ಪಾಸ್ ಬುಕ್ ಎಂಟ್ರಿ ಮುಗಿಸಿ 751867869 ನಂಬರನ್ನು ನಮೂದಿಸಿ ವಿವರಗಳನ್ನು ನೋಡಿದ ಶಾರದಾ ಮೇಡಂ ಒಮ್ಮೆ ಗಂಭೀರವಾಗಿ ಸದಾನಂದನತ್ತ ದಿಟ್ಟಿಸಿದರು. ನಂತರ ಕನಿಕರದ ಧ್ವನಿಯಲ್ಲಿ 'ರಫೀಕ್ ಅನ್ನೋರ ಅಕೌಂಟಿಗೆ ಹೋಗಿದೆ ಸದಾನಂದ್, ಅವ್ರದ್ದು ಹೋಂ ಲೋನ್ ಎಂಟು ತಿಂಗ್ಳಿಂದ ಪೆಂಡಿಂಗ್ ಇತ್ತು, ಹಾಗಾಗಿ ನೀವು ದುಡ್ಡು ಹಾಕಿದ್ ಮಾರ್ನೇ ದಿನಾನೇ ಲೋನಿಗ್ ಜಮಾ ಮಾಡಿದಾರೆ' ಎಂದರು. ಸದಾನಂದನ ಕೆಳಗಿನ ನೆಲ ಮತ್ತೊಮ್ಮೆ ಜೋರಾಗಿ ಕುಸಿಯಿತು.

ಅಡಿಕೆ ಮಂಡಿಯ ಸುತ್ತಮುತ್ತಲಿನ ಏರಿಯಾಗಳಲ್ಲಿ ಹುಟ್ಟಿ ಬೆಳೆದು ಈಗ ಜಗತ್ತಿನ ಯಾವುದೇ ಭಾಗದಲ್ಲಿ ಬದುಕುತ್ತಿರುವವರಲ್ಲಿ 90 ಪ್ರತಿಶತ ಜನ ಮೊಟ್ಟಮೊದಲಿಗೆ ಎರಡು ಚಕ್ರದ ವಾಹನವನ್ನು ಓಡಿಸಲು ಕಲಿತಿದ್ದು ರಫೀಕ್ ಸಾಬರ ಬದ್ರಿಯಾ ಸೈಕಲ್ ಶಾಪ್ ಕೃಪೆಯಿಂದಲೇ. ಹಾಗೆ ನೋಡಿದರೆ ಐವತ್ತರ ದಶಕದಲ್ಲಿ ಇಡೀ ಶಿವಮೊಗ್ಗಕ್ಕೇ ಮೊದಲು ಸೈಕಲ್ ಶಾಪ್ ತೆರೆದಿದ್ದು ರಫೀಕ್ ಸಾಬರ ತಾತನಂತೆ. ಸದಾನಂದನೂ ಪಿಗ್ಮಿ ಶುರು ಮಾಡಿದ ಹೊಸತರಲ್ಲಿ ದಿನದ ಬಾಡಿಗೆಗೆ ರಫೀಕ್ ಸಾಬರ ಬಳಿ ಸೈಕಲ್ ಪಡೆದೇ ಕಲೆಕ್ಷನ್ನಿಗೆ ಹೋಗುತ್ತಿದ್ದುದು. ಪಡೆಯುವುದೇನು, ಬ್ಲೋ ಹೊಡೆಸುವ ಸಮಯ ಬಿಟ್ಟರೆ ಆ ಸೈಕಲ್ಲು ಸದಾನಂದನ ಮನೆಯಲ್ಲೇ ಇರುತ್ತಿತ್ತು. ಆಗೆಲ್ಲಾ ದಿನದ ಬಾಡಿಗೆ ಐದು ರೂಪಾಯಿ. ಅದನ್ನು ಅವರಿಗೆ ಕೊಡುವ ಬದಲು ಅವರ ಪಿಗ್ಮಿ ಖಾತೆಗೆ ಇವನೇ ಪ್ರತಿದಿನ ಎರಡು ರೂಪಾಯಿ ಹಾಕಿ ತಿಂಗಳ ಕೊನೆಗೆ ರಸೀದಿ ತಂದುಕೊಡುತ್ತಿದ್ದ. ತಾನು ಮತ್ತೆ ಮತ್ತೆ ಅರ್ಜಿ ಹಾಕಿದರೂ ಸಿಗದ ಫ್ರೀ ಸೈಟು ರಫೀಕ್ ಸಾಬರಿಗೆ ಮೊದಲನೇ ಅರ್ಜಿಗೇ ದಕ್ಕಿದಾಗ ಸದಾನಂದ ಹೊಟ್ಟೆ ಉರಿದುಕೊಂಡಿದ್ದನಾದರೂ ಅವರು ಹೋಂ ಲೋನಿಗೆ ಅರ್ಜಿ ಹಾಕಿದಾಗ ಪ್ರತಿದಿನ ಪಿಗ್ಮಿ ಕಟ್ಟುತ್ತಾರೆಂದು ಮ್ಯಾನೇಜರಿಗೆ ತೋರಿಸಿ ಸುಲಭವಾಗಿ ಸಾಲ ಸಿಗುವುದರಲ್ಲಿ ಸದಾನಂದನೂ ಪಾತ್ರ ವಹಿಸಿದ್ದ. ಆ ಮನೆಯಲ್ಲಿ ರಫೀಕ್ ಸಾಬರು ಆರಾಮವಾಗಿ ಒಂದು ದಿನವಾದರೂ ಮಲಗಿರುವುದು

ಅನುಮಾನವೇ. ಮನೆ ಕ್ಯೂರಿಂಗಿಗೆ ಬರುವ ಹೊತ್ತಿಗಾಗಲೇ ರಸ್ತೆಗಳಲ್ಲಿ ಬೈಕುಗಳ ಭರಾಟೆ ಜಾಸ್ತಿಯಾಗಲು ಶುರುವಾಗಿತ್ತು. ನಿಧಾನಕ್ಕೆ ಸೈಕಲ್ ಸವಾರಿ ಜನರಿಗೆ ರುಚಿಸುವುದು ಕಡಿಮೆಯಾಗುತ್ತಾ ಹೋಯಿತು. ತರೀಕೆರೆಯಲ್ಲಿ ತೋಟ ಮಾಡಿಕೊಂಡಿದ್ದ ದುಗ್ಗಪ್ಪಗೌಡರು ಮಳೆ ಕಡಿಮೆಯಾಗುತ್ತಿರುವುದನ್ನು ನೋಡಿ ಮುಂದೆ ಕಷ್ಟವಾಗಬಹುದೆಂದು ತೋಟವನ್ನು ಮಾರಿ ವಿನೋಬನಗರಕ್ಕೆ ಬಂದು ಟಿವಿಎಸ್ ಶೋರೂಮು ಹಾಕುವಷ್ಟರಲ್ಲಿ ಸದಾನಂದನೂ ಕಂತುಗಳಲ್ಲಿ ಟಿವಿಎಸ್ ಎಕ್ಸೆಲ್ ಖರೀದಿಸುವಷ್ಟು ಮಟ್ಟಕ್ಕೆ ಬೆಳೆದಿದ್ದ. ತನ್ನ ಖಾಯಂ ಗಿರಾಕಿಯಾಗಿದ್ದ ಸದಾನಂದನೂ ಸೈಕಲನ್ನು ವಾಪಸ್ ಕೊಟ್ಟು, ಟಿವಿಎಸ್ ತೆಗೆದುಕೊಂಡಿದ್ದ ಖುಷಿಗೆ ದೂಧ್‌ಪೇಡಾ ಕೊಟ್ಟುಹೋದ ಮೇಲೆ ರಫೀಕ್ ಸಾಬರಿಗೆ ಇನ್ನು ಇದರಲ್ಲಿ ಏಳಿಗೆಯಿಲ್ಲ ಎಂದೆನ್ನಿಸಲು ಶುರುವಾಯಿತು. ದಿನಕ್ಕೆ ಐದೋ ಹತ್ತೋ ರೂಪಾಯಿ ಪಿಗ್ಮಿ ಕಟ್ಟುವಷ್ಟಾದರೂ ದುಡಿಯಬೇಕಾದರೆ ವಂಶಪಾರಂಪರ್ಯ ವೃತ್ತಿಯನ್ನು ಬಿಡುವುದೊಂದೇ ದಾರಿ ಎಂಬ ಕಠಿಣ ನಿರ್ಧಾರಕ್ಕೆ ಬಂದರು. ಆಗ ಅವರು ಆಯ್ಕೆ ಮಾಡಿಕೊಂಡಿದ್ದೇ ತರಕಾರಿ ವ್ಯಾಪಾರ. ಅಲ್ಲಿಂದ ಅವರ ಅವಸಾನ ಶುರುವಾಯಿತೆನ್ನಬಹುದು.

ಸದಾನಂದ ಹೇಳಿದ್ದನ್ನೆಲ್ಲಾ ಕೇಳಿಸಿಕೊಂಡ ರಫೀಕ್ ಸಾಬರು ತುಟಿಪಿಟಿಕ್ಕೆನ್ನದೇ ಸುಮ್ಮನೆ ಕೂತಿದ್ದರು. 'ಸಾಬ್ರು ಸೋಲುಪಾರ್ಟಿ ಮಾರ್ರೇ, ತಿಂಗ್ಳಿಗೆ ನೂರು ರೂಪಾಯೀನೂ ಕಟ್ತಾ ಇಲ್ಲ ಇತ್ತೀಚೆಗೆ' ಎಂದು ತಾನು ಒಂದಷ್ಟು ಜನರೆದುರು ನಾಲಿಗೆ ಹರಿಬಿಟ್ಟಿದ್ದು ರಫೀಕ್ ಸಾಬರ ಕಿವಿಗೆ ತಲುಪಿರಬಹುದಾ?, ಅದನ್ನೇ ಮನಸ್ಸಿನಲ್ಲಿಟ್ಟುಕೊಂಡು ದುಡ್ಡು ವಾಪಸ್ ಕೊಡುವುದಿಲ್ಲ ಎಂದರೆ ಏನು ಮಾಡುವುದು ಎಂಬ ಆತಂಕದಲ್ಲಿ ಮೈಮುನ್ನೀಸಾ ತಂದುಕೊಟ್ಟ ಕಾಫಿಯನ್ನೂ ಕುಡಿಯದೇ ಸದಾನಂದ ಸಾಬರನ್ನೇ ನೋಡುತ್ತಿದ್ದ. ಒಮ್ಮೆ ನಿಟ್ಟುಸಿರುಬಿಟ್ಟ ಅವರು 'ಅದೇ ಯೋಚ್ನೆ ಮಾಡ್ತಿದ್ದೆ ಈ ತಿಂಗ್ಳು ನೋಟಿಸ್ನೇ ಬರ್ಲಿಲ್ವಲ್ಲಾ ಅಂತ... ಪಿಗ್ಮಿ ಕಟ್ಟುವಾಗ್ಲೇ ಬಡ್ಡಿ ತಗೊಳ್ತಾ ಇರ್ಲಿಲ್ಲ ನಾನು, ಅಂಥಾದ್ರಲ್ಲಿ ಬೇರೆಯವರ ದುಡ್ಡು ನಂಗೆ ಬ್ಯಾಡ... ಆದ್ರೆ ಈಗ ನನ್ ಕೈಯಲ್ಲಿ ನಿಜ್ವಾಗ್ಲೂ ದುಡ್ಡಿಲ್ಲ ಭಟ್ರೇ... ಇತ್ತೀಚೆಗೆ ಯಾಕೋ ತರಕಾರಿ ವ್ಯಾಪಾರ ಡೌನ್ ಆಗಿದೆ... ಸ್ವಲ್ಪ ದುಗ್ಗಪ್ಪ ಗೌಡ್ರಿಗೆ ಹೇಳಿ, ಇನ್ನೊಂದ್ ಎರಡು ಮೂರು ತಿಂಗ್ಳಲ್ಲಿ ವಾಪಸ್ ಕೊಡ್ತೀನಿ ಅಂತ' ಎಂದಾಗ ಸದಾನಂದನಿಗೆ ಹೋದ ಜೀವ ಬಂದಂತಾಯಿತು. ಕಷ್ಟದ ಕೆಲಸ ಮುಗಿಯಿತು, ಇನ್ನು ಸುಲಭದ ಕೆಲಸ ಎಂದುಕೊಂಡು ದುಗ್ಗಪ್ಪಗೌಡರ ಮನೆಯತ್ತ ಹೆಜ್ಜೆ ಹಾಕಿದ.

'ನಂಗೇನೂ ತೊಂದ್ರೆ ಇಲ್ಲ ಭಟ್ರೇ, ರಫೀಕ್ ಸಾಬರು ಒಳ್ಳೇ ಜನ, ಇವತ್ತಲ್ಲ ನಾಳೆ ಕೊಟ್ಟೇಕೊಡ್ತಾರೆ. ಆದ್ರೂ ಒಂದ್ ಸಲ ನನ್ ಮಗನ್ ಹತ್ರ

ಮಾತಾಡ್ಬಿಡಿ. ವ್ಯಾಪಾರ ಪೂರ್ತಿ ಅವ್ನಿಗೆ ವಹಿಸಿಕೊಟ್ಟು ಎರಡು ವರ್ಷ ಆಯ್ತಲ್ಲ. ದುಡ್ಡಿನ್ ವಿಚಾರ ಏನಿದ್ರೂ ಅವ್ನಿಗ್ ಹೇಳೀನೇ ಮಾಡೋ ತರ ಆಗಿದೆ' ಎಂದು ದುಗ್ಗಪ್ಪಗೌಡರು ಹೇಳಿದಾಗ ಸದಾನಂದನಿಗೆ ಎದೆಯ ಭಾರ ಪೂರ್ತಿ ಇಳಿದಂತಾಯಿತು. ಸದಾನಂದ ಟಿವಿಎಸ್ ಎಕ್ಸೆಲ್ಲಿನ ಕಂತು ಕಟ್ಟುತ್ತಿದ್ದಾಗ ದುಗ್ಗಪ್ಪಗೌಡರ ಮಗ ರಂಜಿತ್ ಇನ್ನೂ ಪ್ರೈಮರಿ ಹುಡುಗ. ತನ್ನ ಕಣ್ಣೆದುರೇ ಬೆಳೆದವನು, ಅವನ ಬಳಿ ತಾನೇನು ಹೋಗಿ ಮಾಹಿತಿ ಕೊಡುವುದು ಎಂಬ ಉಡಾಫೆಯಲ್ಲಿ ಸದಾನಂದ ಶೋರೂಂ ಕಡೆಗೆ ಹೋಗದೇ ಮನೆಗೆ ಹೋಗಿ ನೆಮ್ಮದಿಯಾಗಿ ನಿದ್ರೆ ಮಾಡಿದ. ತಾನು ತಪ್ಪು ಮಾಡಿದೆ ಎಂದವನಿಗೆ ಅರಿವಾಗಿದ್ದು ಮಾರನೆಯ ದಿನ ಅಡಿಕೆಮಂಡಿ ದಿನೇಶನ ಕರೆ ಬಂದಾಗಲೇ.

'ಎಲ್ಲಾ ಸರಿಯಾಯ್ತು ಕಣೇ ನನ್ ಪುಣ್ಯ, ಐದು ರೂಪಾಯಿ ಎತ್ತಿಟ್ಟಿದ್ಯಲ್ಲ ಕೊಡು ಈಶ್ವರ ದೇವಸ್ಥಾನಕ್ಕೆ ಹಾಕಿ ಹೋಗ್ತೀನಿ ಹೋಗುವಾಗ' ಎಂದು ಹೆಂಡತಿಯ ಜೊತೆ ನೆಮ್ಮದಿಯಿಂದ ಮಾತನಾಡಿದ ಸದಾನಂದ ಪಿಗ್ಮಿ ಮೆಷಿನ್ನು ತೆಗೆದುಕೊಂಡು ಇನ್ನೇನು ಚಪ್ಪಲಿ ಹಾಕಿಕೊಳ್ಳುತ್ತಿದ್ದನಷ್ಟೇ, ಅವನ ಫೋನ್ ರಿಂಗಣಿಸಿತು. ಒಳಗೆ ಹೋಗಿ ಐದು ರೂಪಾಯಿ ತರುವುದರೊಳಗೆ ಇವರು ಪಿಗ್ಮಿ ಮೆಷಿನ್ನನ್ನೂ ಬಿಸಾಕಿ ಎಲ್ಲಿ ಹೋದರು ಎಂದು ಸವಿತಾ ಅಚ್ಚರಿಯಿಂದ ಯೋಚಿಸುತ್ತಿರುವಷ್ಟರಲ್ಲಿ ಇತ್ತ ಸದಾನಂದ ಟಿವಿಎಸ್ ಹತ್ತಿ ವೇಗವಾಗಿ ಹೋಗುತ್ತಿದ್ದ.

ರಫೀಕ್ ಸಾಬರ ಮನೆಯ ಎದುರು ಆಗಲೇ ಸಣ್ಣ ಗುಂಪು ಸೇರಿಬಿಟ್ಟಿತ್ತು. ಮಧ್ಯದಲ್ಲಿ ರಫೀಕ್ ಸಾಬರು ತಪ್ಪಿತಸ್ಥರಂತೆ ನಿಂತಿದ್ದರೆ ರಂಜಿತ್ ಮತ್ತು ಅವನ ಒಂದಿಷ್ಟು ಗೆಳೆಯರು ಯಾವುದೋ ಸಂಘಟನೆಯ ಶಾಲನ್ನು ಕುತ್ತಿಗೆಗೆ ಹಾಕಿಕೊಂಡು ಕುರಿಯನ್ನು ಬೇಟೆಯಾಡುವ ಹುಲಿಗಳಂತೆ ಘರ್ಜಿಸುತ್ತಾ ನಿಂತಿದ್ದರು. ದೂರದಿಂದ ನೋಡಿದಾಗಲೇ ಇದು ತನ್ನೆದುರು ಬೆಳೆದ ಹುಡುಗನಲ್ಲ ಎಂದು ಸದಾನಂದನಿಗೆ ಅನ್ನಿಸಿತು. ಇವನು ಹೋಗುವ ಮುಂಚೆ ಅದೇನೇನು ಮಾತುಗಳಾಗಿತ್ತೋ ಗೊತ್ತಿಲ್ಲ, ಟಿವಿಎಸ್ ನಿಲ್ಲಿಸಿ ಇವನು ಇಳಿದು ಬರುತ್ತಿರುವಾಗ ರಂಜಿತ್ 'ಇಷ್ಟಕ್ಕೂ ಇತ್ತೀಚೆಗೆ ನಿನ್ ವ್ಯಾಪಾರ ಯಾಕ್ ಡಲ್ಲಾಗಿದೆ ಅಂತ ಗೊತ್ತಾ?, ನಿನ್ ಹತ್ರ ತರಕಾರಿ ತಗೋಳೋಕೆ ಎಲ್ಲಾರ್ಗೂ ಹೆದ್ರಿಕೆ, ನಿಮಗೆ ನೂರ್ ರೂಪಾಯಿ ಕೊಟ್ರೆ ಅದು ಎಲ್ಲೆಲ್ಲಿಗ್ ಹೋಗುತ್ತೋ ಯಾರಿಗ್ ಗೊತ್ತು?... ಇನ್ನಾದ್ರೂ ಡಿಸೈಡ್ ಮಾಡಿ, ಇಲ್ಲಿರ್ತೀರಾ ಅಂದ್ರೆ ನಮ್ಗೆ ಅಡ್ಜಸ್ಟ್ ಆಗೋದು ಕಲ್ತುಕೊಳ್ಳಿ' ಎಂದು ಹೇಳುತ್ತಿದ್ದ. ದುಡ್ಡಿನ ವಿಚಾರ ಇದೆಲ್ಲಿಗೆ ಬಂದು ತಲುಪಿದೆ ಎಂದು ಸದಾನಂದನಿಗೆ ಗೊಂದಲವಾಯಿತು. ಹಿಂದೆಲ್ಲಾ ಬೇರೆ ಬೀದಿಯವರು ಗುಂಪು ಕಟ್ಟಿಕೊಂಡು ಬಂದರೆ ಸಾಕು ಎದೆಯುಬ್ಬಿಸಿ ಬರುತ್ತಿದ್ದ ಈ ಬೀದಿಯ ಧೈರ್ಯವಂತರು ಎಲ್ಲಿ ಹೋದರು?... ಎಲ್ಲಾ

ಇಲ್ಲಿಯೇ ಇದ್ದಾರೆ, ಆದರೂ ಯಾಕೆ ಅವರೆಲ್ಲಾ ಸಾಬರ ಪರ ಬಂದು ನಿಂತಿಲ್ಲ ಎಂದು ಸದಾನಂದನಿಗೆ ಅರ್ಥವಾಗಲಿಲ್ಲ. ಬೇರೆ ನಂಬರ್ ಬರೆದುಕೊಟ್ಟಿದ್ದು ನಾನು, ಸಾಬರದ್ದು ಏನೂ ತಪ್ಪಿಲ್ಲ ಎಂದು ಮತ್ತೆಮತ್ತೆ ಹೇಳಿ ಬಿಸಿರಕ್ತದ ಹುಡುಗರನ್ನು ಸಮಾಧಾನಿಸುವಷ್ಟರಲ್ಲಿ ಸದಾನಂದನ ಕಣ್ಣಲ್ಲೇ ಒಂದೆರಡು ಹನಿ ನೀರು ಬಂತು. 'ಒಂದ್ ವಾರದಲ್ಲಿ ದುಡ್ಡು ವಾಪಸ್ ಕೊಟ್ರೆ ಸರಿ, ಇಲ್ದೇ ಇದ್ರೆ ಲೀಗಲ್ಲಾಗ್ ಬರ್ಬೇಕಾಗುತ್ತೆ' ಎಂದು ಬೆದರಿಸಿ ರಂಜಿತ್ ಮತ್ತು ಗೆಳೆಯರು ಗೆದ್ದ ಖುಷಿಯಲ್ಲಿ ವಾಪಸ್ ಹೋಗುತ್ತಿದ್ದರೆ ಸದಾನಂದ ದೈನ್ಯವಾಗಿ ರಫೀಕ್ ಸಾಬರ ಕಡೆಗೆ ನೋಡಿದ. ಅವರ ಮುಖದಲ್ಲಿ ಯಾವುದೇ ಭಾವನೆಯಿರಲಿಲ್ಲ. ಅವರ ಬಳಿ ಹೇಗೆ ಕ್ಷಮೆ ಕೇಳುವುದೆಂದು ಗೊತ್ತಾಗದೇ ಗಲಿಬಿಲಿಯಾಗಿ ಸದಾನಂದ ಮತ್ತೆ ರಂಜಿತ್ ಹಿಂದೆಯೇ ಓಡಿ ಹೋಗಿ 'ಸಾರಿ ಕಣಪ್ಪಾ ನಿನ್ನೇನೇ ನಿಂಗ್ ಹೇಳ್ಬಿಡ್ಬೇಕಿತ್ತು, ಗೌಡ್ರಿಗೆ ಹೇಳಿದ್ನಲ್ಲ ಅಂತ ಸುಮ್ನಾದೆ' ಎಂದ. ಒಂದು ಕ್ಷಣ ನಿಂತು ಅವನತ್ತ ಗಂಭೀರವಾಗಿ ನೋಡಿದ ರಂಜಿತ್ ಅವನ ಹೆಗಲ ಮೇಲೆ ಕೈ ಹಾಕಿ 'ಏ ಬಿಡಿ ಭಟ್ರೇ ಪರ್ವಾಗಿಲ್ಲ ನೀವ್ ನಮ್ಮೋರಲ್ವಾ... ಒಂದ್ ಲಕ್ಷ ಒಂದ್ ಘಂಟೇಲಿ ದುಡೀತೀನಿ, ಆದ್ರೆ ಇಂಥಾ ಚಾನ್ಸು ಯಾವಾಗ್ಲೂ ಸಿಕ್ಕಲ್ಲ... ನಿಮ್ಗಿವೆಲ್ಲಾ ಗೊತ್ತಾಗಲ್ಲ ಬಿಡಿ, ನೀವೂ ನಮ್ಮಪ್ಪನ್ ತರಾನೇ' ಎಂದು ಹೇಳಿ ಗೆಳೆಯರೊಂದಿಗೆ ಗಾಡಿ ಹತ್ತಿದ. ಇತ್ತ ತಿರುಗಿದರೆ ರಫೀಕ್ ಸಾಬರು ತಮ್ಮ ಸ್ವಂತ ಮನೆಯ ಎದುರು ಅನಾಥರಾಗಿ ನಿಂತಿದ್ದರು.

ಪಾಯ ಹಾಕಿಸುತ್ತೇನೆ ಎಂದು ಒಂದೊಂದೇ ರೂಪಾಯಿ ಉಳಿಸಿ ಗಾಯತ್ರಿ ಫೈನಾನ್ಸಿನಲ್ಲಿ ಮಾಡಿಟ್ಟುಕೊಂಡಿದ್ದ ಇಡುಗಂಟನ್ನು ಸದಾನಂದ ಸೈಟು ಸ್ಯಾಂಕ್ಷನ್ ಆಗದಿದ್ದರೂ ಇದ್ದಕ್ಕಿದ್ದಂತೆ ಯಾಕೆ ಡ್ರಾ ಮಾಡಿಕೊಂಡು ಬಂದ ಎಂದು ಸವಿತಾಳಿಗೆ ಅರ್ಥವಾಗಲಿಲ್ಲ. 'ಸ್ವಂತ ಮನೆ ಆಸೆ ಬಿಟ್ರಾ?' ಎಂದು ಕೇಳಿದ್ದಕ್ಕೆ ಸದಾನಂದ 'ನಾವ್ ಏನ್ ಮಾಡ್ದೇ ಇದ್ರೂ ಇದ್ ನಮ್ಗೆ ಸ್ವಂತ ಮನೇನೇ, ಅವ್ರು ಎಷ್ಟು ಮಾಡಿದ್ರೂ ಅವ್ರಿಗಿದು ಬಾಡ್ಗೆ ಮನೇನೇ' ಎಂದು ವಿಚಿತ್ರವಾಗಿ ಹೇಳಿ ದುಡ್ಡು ಹಿಡಿದುಕೊಂಡು ದುಗ್ಗಪ್ಪಗೌಡರ ಶೋರೂಂ ಕಡೆಗೆ ಹೊರಟ.

●

# ಲೋನ್ಲಿ ಕ್ಲೌಡ್

**ದಯಾನಂದ**
chamrajdaya@gmail.com

ಬಾಬಿಯನ್ನು ನಾನು ಮೊದಲು ಕಂಡಿದ್ದು ಸಂಡೇ ಬಜಾರಿನಲ್ಲಿ. ಅಳಿಲಿನ ಕುಂಚದ ಬ್ರಷ್‌ನ ವ್ಯಾಪಾರದಲ್ಲಿ ಚೌಕಾಶಿ ಮಾಡುತ್ತಾ ತನ್ನ ಬುದ್ಧಿಯನ್ನೆಲ್ಲಾ ಖರ್ಚು ಮಾಡುತ್ತಿದ್ದ ಬಾಬಿ ಕೊನೆಗೆ ಬ್ರಷ್ ಬಿಸಾಡಿ ಹೊರಟಿದ್ದ. ಅವನು ಬ್ರಷ್ ಬಿಸಾಡಿದ್ದರಿಂದ ರೊಚ್ಚಿಗೆದ್ದಿದ್ದ ಮಾರುವವನು ಇವನ ಕಾಲರ್‌ಗೆ ಕೈ ಹಾಕಿ, ಇನ್ನೇನು ಎರಡು ಬಿಗಿದೇ ಬಿಡುತ್ತಾನೆ ಎನ್ನುವಷ್ಟರಲ್ಲಿ ನಾನು ಮಧ್ಯ ಹೋಗಿ ಅವನಿಗೆ ಬೀಳಲಿದ್ದ ಏಟು ತಪ್ಪಿಸಿದ್ದೆ. ಇನ್ನೇನು ಒಂದು ರೋಡ್ ಷೋ ನಡೆದೇ ಹೋಗುತ್ತದೆ ಎಂದು ಕುತೂಹಲಿಗಳಾಗಿದ್ದ ಜನ ನನ್ನನ್ನು ಶಪಿಸಿಕೊಂಡು ಬಜಾರಿನೊಳಗೆ ಕಳೆದುಹೋದರು. ಆದರೆ, ಬಾಬಿ ಮಾತ್ರ ಪದೇಪದೇ 'ವೆರೀ ಕೈಂಡ್ ಆಫ್ ಯೂ, ವೆರೀ ಕೈಂಡ್ ಆಫ್ ಯೂ' ಎನ್ನುತ್ತಾ ನನ್ನ ಕೈ ಹಿಡಿದುಕೊಂಡು ಒತ್ತಾಯ ಮಾಡಿ ಪಕ್ಕದ ದೌಲತ್ ಹೋಟೆಲಿನಲ್ಲಿ ಮಸಾಲಾ ಚಾ ಕೊಡಿಸಿದ್ದ.

ಆಮೇಲೆ ಆಗೊಮ್ಮೆ ಈಗೊಮ್ಮೆ ಸಂಡೇ ಬಜಾರಿನಲ್ಲೇ ಎದುರಾಗಿ ಮಸಾಲಾ ಚಾ ಅನ್ನೋ, ರೋಟಿ ಕರಿಯನ್ನೋ ಷೇರ್ ಮಾಡಿಕೊಳ್ಳುತ್ತಿದ್ದವರು, ಮುಂದೆ ಗೋಲ್ಡನ್ ಬಾರ್ನಲ್ಲಿ ವಾರಕ್ಕೊಮ್ಮೆಯಾದರೂ ಸೇರಿ ರಮ್ ಕುಡಿಯಲು ಹೆಚ್ಚು ಸಮಯ ಹಿಡಿಯಲಿಲ್ಲ. ಒಮ್ಮೊಮ್ಮೆ ಸಂತನಂತೆ, ಒಮ್ಮೊಮ್ಮೆ ಪುಡಾರಿಯಂತೆ, ಒಮ್ಮೊಮ್ಮೆ ಹಲ್ಕಾನಂತೆ ಕಾಣುತ್ತಿದ್ದ ಅವನು ಎಂಥವರಿಗಾದರೂ ಹತ್ತಿರಾಗಬಲ್ಲ ಪರ್ಸನಾಲಿಟಿ ಆಗಿದ್ದ. ಆದರೆ, ಅವನು ಮಾತ್ರ ಯಾರಿಗೂ ಹತ್ತಿರ ಆಗುತ್ತಿರಲಿಲ್ಲ.

'ತುಂಬಾ ಹತ್ತಿರ ಹೋದರೆ ಮಹಾತ್ಮರ ಚಡ್ಡಿಯಲ್ಲೂ ಕಲೆಗಳು ಕಾಣುತ್ವೆ, ಅದಕ್ಕೇ ನಾನು ಯಾರಿಗೂ ಕ್ಲೋಸ್ ಆಗಲ್ಲ' ಎನ್ನುತ್ತಿದ್ದ ಅವನು, ಒಮ್ಮೆ ಮಾತ್ರ ತಾನು ಕ್ಯುರೇಟರ್ ಆಗಿ ಕೆಲಸ ಮಾಡುತ್ತಿದ್ದ ಮ್ಯೂಸಿಯಂ ರೋಡ್‌ನ ಗ್ಯಾಲರಿಗೆ ಕರೆದಿದ್ದು ಬಿಟ್ಟರೆ ಉಳಿದ ನಮ್ಮ ಭೇಟಿಗಳೆಲ್ಲಾ ಅಚಾನಕ್ಕೇ.

'ಕ್ಯಾನ್ವಾಸ್‌ಗೂ ಪೇಂಟ್‌ಗೂ ಮಧ್ಯ ಒಂದು ಗ್ಯಾಪ್ ಇರುತ್ತೆ. ಕ್ಯಾನ್ವಾಸ್ ಪೇಂಟ್ ತನಗೇ ಅಂಟಿಕೊಂಡಿರೋದು ಅಂತ ಅಂದುಕೊಂಡ್ರೆ ಅದು ಕ್ಯಾನ್ವಾಸ್‌ನ ಮುಠ್ಠಾಳತನ. ಮನುಷ್ಯ ಈ ಗ್ಯಾಪನ್ನ ಕಂಡುಕೊಳ್ಳದಿದ್ರೆ ಈ ಪ್ರಪಂಚದಲ್ಲಿ ಬದುಕೋದು ಕಷ್ಟ. ಪೇಂಟ್ ಯಾವತ್ತೂ ಸ್ವತಂತ್ರ, ಅದು ಕ್ಯಾನ್ವಾಸ್‌ಗೆ ಅಂಟಿಕೊಂಡಿದೆ ಅಂದುಕೊಳ್ಳೋದು ಜೀವ ದೇಹಕ್ಕೆ ಅಂಟಿಕೊಂಡಿದೆ, ಮನುಷ್ಯ ಸಂಬಂಧಗಳಿಗೆ ಅಂಟುಕೊಂಡಿದ್ದಾನೆ ಅಂತ ಅಂದುಕೊಂಡ ಹಾಗೆ. ದೇಹ ಕ್ಯಾನ್ವಾಸ್, ಜೀವ ಪೇಂಟ್ ಅಂದ್ಕೋ ಈಗ. ಈಗೇಳು, ಯಾವ್ದು ಯಾವ್ದಕ್ಕೆ ಅಂಟಿಕೊಂಡಿದೆ ಅಂತ'

ಆರಂಭದ ದಿನಗಳಲ್ಲಿ ಅವನು ಕುಡಿದು ಹೀಗೆ ಮಾತಾಡುವಾಗೆಲ್ಲಾ ಕುಡಿದ ಕಾರಣಕ್ಕೆ ಹೀಗೆ ಬೆಡಗಿನ ಮಾತಾಡುತ್ತಿದ್ದಾನೆ ಅನಿಸುತ್ತಿತ್ತು. ಆದರೆ, ಆಮೇಲಾಮೇಲೆ ಗೊತ್ತಾಗಿದ್ದು ಏನೆಂದರೆ ಕುಡಿಯದೇ ಇದ್ದಾಗಲೂ ಅವನ ಮಾತುಗಳು ಹೀಗೇ ಇರುತ್ತಿದ್ದವು. ಅವನಂತೆ ಅವನ ಮಾತುಗಳೂ ನೇರವಾಗಿ ಅರ್ಥವಾಗುತ್ತಿರಲಿಲ್ಲ. ಇನ್ನೇನು ಅರ್ಥವಾದವು ಎಂದುಕೊಳ್ಳುವ ಹೊತ್ತಿಗೆ ಅನರ್ಥದಲ್ಲಿ ಮುಳುಗಿ, ನಿರ್ವಾತದ ಬಾನಲ್ಲಿ ರೆಕ್ಕೆ ಬಡಿಯುತ್ತಾ ಹಾರಿ ಬಿಡುತ್ತಿದ್ದವು. ಆದರೆ, ದಿನದಿನಕ್ಕೆ ನಾನು ಅವನಿಗೆ ಅಂಟಿಕೊಳ್ಳುತ್ತಾ ಹೋಗುತ್ತಿದ್ದೆ. ಆಫೀಸಿನ ಕೆಲಸದ ಒತ್ತಡ, ಅಮ್ಮನ ಖಾಯಿಲೆ, ಅದರ ಜತೆಗೆ ಆವರಿಸಿಕೊಂಡು ಮುಕ್ಕುತ್ತಿದ್ದ ಏಕಾಂಗಿತನಗಳನ್ನು ದೂರ ಮಾಡಲು ನನಗಾಗಿಯೇ ದೇವರು ಕಳಿಸಿಕೊಟ್ಟಿರುವ ವಿಶೇಷ ಸಖ ಈ ಬಾಬಿ ಅನಿಸಲು ಶುರುವಾಗಿತ್ತು. ಒಂದು ಭಾನುವಾರ ಕಳೆಯುತ್ತಲೇ ಮುಂದೆ ಬರಲಿರುವ ಭಾನುವಾರಕ್ಕಾಗಿ ಹಪಹಪಿಸುತ್ತಿದ್ದೆ. ಅವನ ಮಾತುಗಳನ್ನು ಕೇಳಲು, ಅವನ ಸಾಮೀಪ್ಯ ಅನುಭವಿಸಲು, ಅವನ ಜತೆಗೆ ಸಿಗುವ ಕೆಲವೇ ಗಂಟೆಗಳನ್ನು ಇಡಿಯಾಗಿ ಜೀವಿಸಲು ವಾರವಿಡೀ ತವಕಿಸುತ್ತಿದ್ದೆ. ದಿನಕಳೆದಂತೆ ಇದು ಬಾಬಿಗೂ ಗೊತ್ತಾಗಿತ್ತೋ ಏನೋ.

ಒಂದು ಭಾನುವಾರ ರಾತ್ರಿ ಹೆಚ್ಚು ಮಾತಿಲ್ಲದೆ ಕುಡಿಯುತ್ತಾ, ಸಿಗರೇಟ್ ಸೇದುತ್ತಾ ಕೊನೆಗೆ ಬಾಬಿ, 'ನಾವು ಏರಬೇಕಾದ ಶಿಲುಬೆಗಳನ್ನ ನಾವೇ ಹೊರಬೇಕು. ಹೀಗಾಗಿ ನಾವು ನೇತಾಡೋ ಶಿಲುಬೆಗಳನ್ನಾದರೂ ಸುಂದರ ಮಾಡಿಕೊಳ್ಳೋ ಅಷ್ಟಾದರೂ ಕಲೆ ಗೊತ್ತಿರಬೇಕು ನಮಗೆ. ಆ ಸಾಯೋ ಶಿಲುಬೆಯ ಮೇಲೇ ಒಂದಷ್ಟು ಚಿತ್ತಾರದ ಕಲೆಗಳನ್ನ ಕೆತ್ತಿಕೊಳ್ಳಬೇಕು. ನಾವು

ಸಾಯುವಾಗ ಹರಿಯೋ ನೆತ್ತರು ಆ ಚಿತ್ತಾರಗಳಲ್ಲಿ ಮೂಡಿ ಮುಂದಿನ ಜನಾಂಗಕ್ಕೆ ಆ ನೆತ್ತರ ಚಿತ್ತಾರದ ಕಲೆಗಳೇ ನಿಜವಾದ ಕಲೆ, ಕಲಾತ್ಮಕತೆ ಅನಿಸಬೇಕು. ನೀನು ನಿನಗೆ ಬೇಕಾದ ಚಿತ್ತಾರಗಳನ್ನ ಕೆತ್ತಿಕೊಳ್ಳೋಕೆ ತಯಾರಾಗು ನನ್ನನ್ನ ಯಾಕೆ ಹೀಗೆ ಹಚ್ಕೋತಿದ್ದೀಯಾ' ಎಂದು ತನ್ನ ಕುರುಚಲು ಗಡ್ಡ ಕೆರೆದುಕೊಳ್ಳುತ್ತಾ ವಿಚಿತ್ರವಾಗಿ ನಕ್ಕಿದ್ದ.

'ದಿನಾ ಬೆಳಿಗ್ಗೆ ನಾಲ್ಕು ಗಂಟೆಗೇ ಎದ್ದು, ರಾತ್ರಿ ಹನ್ನೆರಡಕ್ಕೆ ಮಲಗೋರು ಇರ್ತಾರಲ್ಲ ಅವರಿಗೆ ದಿನ ಅನ್ನೋದು ತುಂಬಾ ದೀರ್ಘ ಅನಿಸುತ್ತೆ. ಆ ದೀರ್ಘವಾದ ದಿನದಲ್ಲಿ ಅನುಭವಿಸಿದ ಎಲ್ಲವನ್ನೂ ಅವರು ನಾಳೆ ಅನ್ನೋ ಮತ್ತೊಂದು ದೀರ್ಘವಾದ ದಿನಕ್ಕೂ ದಾಟಿಸಿಕೊಂಡೇ ಹೋಗಬೇಕಾಗುತ್ತೆ. ಈ ದಾಟಿಸಿಕೊಂಡು ಹೋಗೋ ಭಾರವನ್ನ ಬೇರೆ ಯಾರ ಹೆಗಲಿಗೋ ಹಾಕೋಕೆ ಬರಲ್ಲ. ಅದನ್ನ ಅವರವರೇ ಹೊರಬೇಕು. ನಾವು ಬೇಗ ಎಚ್ಚರವಾದೋರ ಸಮಸ್ಯೆನೂ ಇದೇ ನೋಡು. ನಮಗೆ ನೆಮ್ಮದಿ ಇಲ್ಲ, ಯಾಕಂದ್ರೆ ನಾವು ಎಚ್ಚರ ಆಗೋಗಿದ್ದೀವಿ' ಅವನು ಅವನ ಭಾರದ ಬಗ್ಗೆ, ಅವನ ದಾರಿಯ ಬಗ್ಗೆ ಅವನಿಗವನೇ ಸಂತೈಸಿಕೊಳ್ಳುತ್ತಾ ಸಂತನಾಗುತ್ತಿದ್ದಾನೋ, ಗೊಂದಲವಾಗುತ್ತಿತ್ತು.

ಯಾವತ್ತೂ ಕೈಕುಲುಕಿ ಹೊರಡುತ್ತಿದ್ದವನು ಆ ರಾತ್ರಿ ಗಟ್ಟಿಯಾಗಿ ಹಗ್ ಮಾಡಿ, 'You need to go hell for others hearty memories, this is what fucking reality in life' ಎಂದು ಹೇಳಿ ತಿರುಗಿಯೂ ನೋಡದಂತೆ ಮಾರ್ಕೆಟ್ ರೋಡ್‌ನಲ್ಲಿ ಕರಗಿಹೋಗಿದ್ದ. ಆ ರಾತ್ರಿ ಅವನು ಹೆಚ್ಚು ಮಾತಾಡಲಿಲ್ಲ. ಅಲ್ಲಿಂದ ಮತ್ತೆಂದೂ ಬಾಬಿ ನನಗೆ ಸಿಗಲೇ ಇಲ್ಲ. ಬಾಬಿ ಎಂಬ ಎರಡಕ್ಷರದ ಹೆಸರಿನ ಭಾರ ಬಿಟ್ಟರೆ ಊರು, ವಿಳಾಸ, ಫೋನ್ ನಂಬರ್, ಸಂಬಂಧ, ವ್ಯವಹಾರಗಳ ಭಾರವನ್ನು ಕಳಚಿಕೊಂಡು ಶತಶತಮಾನಗಳೇ ಕಳೆದು ಹೋದ ಹಾಗಿದ್ದ ಬಾಬಿಯನ್ನು ಹುಡುಕುವುದು ಸುಲಭವಿರಲಿಲ್ಲ. ಬಹುಶಃ ಹಗ್ ಮಾಡಿ ಹೋದ ವಾರದಲ್ಲೇ ಮ್ಯೂಸಿಯಂ ರೋಡಿನ ಆರ್ಟ್ ಗ್ಯಾಲರಿಯ ಕೆಲಸಕ್ಕೂ ಅವನು ಗುಡ್‌ಬೈ ಹೇಳಿ ಹೋಗಿದ್ದ.

## 2

'ಐವತ್ತರ ಹಿಂದೆಮುಂದೆ ಇರೋರಿಗೆ ಇದೆಲ್ಲಾ ಹೀಗೆ ಅನಿಸೋದು ನಾರ್ಮಲ್, ಅದಕ್ಯಾಕೆ ಇಷ್ಟೊಂದು ಡಿಪ್ರೆಸ್ ಆಗ್ತೀರಿ'

ನನ್ನ ಮಾನಸಿಕತೆಯನ್ನು ನನ್ನಿಂದಲೇ ಕೇಳಿಸಿಕೊಂಡವರು ಮುಂದೆ ಹೀಗೆ ಸಂತೈಸಿ, ಬೆನ್ನ ಹಿಂದೆ, 'ಈಗಲೇ ಅರವತ್ತರ ಹಾಗೆ ಅರಳುಮರಳಾಗಿದ್ದಾನೆ, ಅರ್ಲೀ ಬುಡ್ಡ' ಎಂದು ಆಡಿಕೊಳ್ಳುವುದು ಹಿಂಸೆ ಅನಿಸಿ, ಆಮೇಲೆ ಯಾರಲ್ಲೂ ಏನನ್ನೂ ಹಂಚಿಕೊಳ್ಳದೇ ಇದ್ದು ಬಿಡುವುದನ್ನು ಅಭ್ಯಾಸ ಮಾಡಿಕೊಂಡೆ.

ನಾವು ಎಷ್ಟೇ ಪ್ರಾಮಾಣಿಕವಾಗಿದ್ರೂ, ಎಷ್ಟೇ ಸೆಂಟಿಮೆಂಟಲ್ ಆಗಿದ್ರೂ, ಎಷ್ಟೇ ಡೆಮಕ್ರಟಿಕ್ ಆಗಿದ್ರೂ ಬೆಳಿಗ್ಗೆ ಎದ್ದು ಮತ್ತೆ ಮತ್ತೆ ಅದೇ ಹಿಪೋಕ್ರಟ್‌ಗಳ ಜತೆಗೆ, ಅದೇ ಸ್ಯಾಡಿಸ್ಟ್‌ಗಳ ಜತೆಗೆ, ಅದೇ ಭೋಳೆ ಮನುಷ್ಯರ ಜತೆಗೇ ಬದುಕಬೇಕು. ವಿಕಾಸದ ದಾರಿಯಲ್ಲಿ ಸಾವಿರಾರು ವರ್ಷ ಸೈಕಲ್ ಹೊಡೀತಿದ್ರೂ ತನಗಿಂತ ವೀಕ್ ಆದವರ ತುಳಿಯೋದನ್ನ ಮನುಷ್ಯ ಇನ್ನೂ ಬಿಡೋಕಾಗಿಲ್ಲ. ಮನುಷ್ಯ ಮನುಷ್ಯನಾಗೋ ದಾರಿಯಲ್ಲಿದ್ದಾನೆಯೇ ಹೊರತು ಇನ್ನೂ ಮನುಷ್ಯನಾಗಿಲ್ಲ, ಪೂರ್ ಹೋಮೋಸೆಫಿಯನ್ ಪ್ರಾಣಿ.

ಈ ವಿಚಿತ್ರ ಜ್ವರ ಬಂದು ಹೋದ ಮೇಲೆ ಬಾಬಿ ಎಂಬ ಪ್ರಾಣಿಯೂ ಮೇಲಿಂದ ಮೇಲೆ ನೆನಪಾಗುತ್ತಿದ್ದ. ಆಫೀಸ್‌ನ ಫಿಷ್ ಟ್ಯಾಂಕಿನೊಳಗೆ ಸಿಕ್ಕಿಕೊಂಡ ಮೀನಾಗಿ, ಮೆಟ್ರೊ ರೈಲಿನ ಇಕ್ಕಟ್ಟಿನಲ್ಲಿ ದಿಕ್ಕುಗೆಟ್ಟ ಸೊಳ್ಳೆಯಾಗಿ, ಬಸ್ಸಿನ ಕಿಟಕಿಗಾಜು ದಾಟಿಕೊಂಡು ಹೋಗಲಾಗದೆ ಒದ್ದಾಡುವ ಚಿಟ್ಟೆಯಾಗಿ, ನಡೆದು ಹೋಗುವಾಗ ಹೆಜ್ಜೆಹೆಜ್ಜೆಗೆ ಸಿಗುವ ಇರುವೆಯಾಗಿ ಕಾಡುತ್ತಿದ್ದ. ಇಷ್ಟೊಂದು ನೆನಪಾಗುತ್ತಿದ್ದಾನೆ, ಸತ್ತುಗಿತ್ತು ಹೋದನೋ ಹೇಗೋ ಅನಿಸಿ ತುಂಬಾ ಸಂಕಟವಾಗುತ್ತಿತ್ತು. ಹಚ್ಚಿಕೊಂಡ ಜೀವವೊಂದು ಯಾವುದೇ ಸುಳಿವು ಕೊಡದೆ ದೂರಾಗಿ ಬಿಟ್ಟರೆ ಮನಸ್ಸು ಎಷ್ಟೊಂದು ವಿಲಗುಡುತ್ತಿದೆ, ಸಂಕಟಪಡುತ್ತದೆ. ಈ ಸಂಕಟದ ಮಧ್ಯೆಯೇ ಒಂದು ದಿನ ಕಲ್ಕತ್ತಾದಿಂದ ಫೋನ್ ಬಂದಿತ್ತು. ಬಾಬಿ ಈಶಾನ್ಯ ದಿಕ್ಕಿನ ಗ್ಯಾಂಗ್ಟಕ್ ಎಂಬ ಹಿಮ ಸುರಿವ ಬೆಟ್ಟದೂರಿನಲ್ಲಿ ಯಾವುದೋ ಆರ್ಟ್ ವರ್ಕ್‌ಶಾಪ್‌ನಲ್ಲಿದ್ದಾನೆ ಎಂಬ ಸುದ್ದಿ ಕೇಳಿದ್ದೇ ತಡ ಸತ್ತೇ ಹೋಗಿದ್ದ ಈ ದೇಹಕ್ಕೆ ಹಳತರ ಜತೆಗೆ ಹೊಸದೂ ಒಂದು ಜೀವ ಸೇರಿಬಂದಂತೆ ಕೆನೆದಾಡಿದ್ದೆ.

'ನೀಡ್ ಮೆಡಿಕಲ್ ಕೇರ್, ಆನ್ ಅನ್‌ಕಂಡೀಷನಲ್ ಸಿಕ್ ಲೀವ್' ಎಂದು ಎಚ್ಚಾರ್‌ಗೆ ಸಿಸಿಯೊಂದಿಗೆ ಮ್ಯಾನೇಜರ್‌ಗೆ ಮೇಲ್ ಮಾಡಿ, ಅರ್ಜೆಂಟ್ ಟಿಕೆಟ್ ಬುಕ್ ಮಾಡಿಸಿ ನಾಲ್ಕು ಜತೆ ಬಟ್ಟೆ ತುಂಬಿಕೊಂಡು ಬೆಳಗಿನ ಜಾವವೇ ಪಾಕ್ಯಾಂಗ್ ಫ್ಲೈಟ್ ಹತ್ತಿದ್ದೆ. ಎಂಟು ಗಂಟೆಗಳ ದೀರ್ಘ ಆಕಾಶಯಾನದ ಮಧ್ಯೆ ಕಲ್ಕತ್ತಾದಲ್ಲೊಂದು ಸ್ಟಾಪ್. ಎಷ್ಟೊತ್ತಿಗೆ ಗ್ಯಾಂಗ್ಟಕ್ ತಲುಪುತ್ತೇನೋ, ಎಷ್ಟೊತ್ತಿಗೆ ಬಾಬಿಯನ್ನು ಕಾಣುತ್ತೇನೋ ಎಂಬ ಚಡಪಡಿಕೆಯ ಜತೆಗೇ ಪಾಕ್ಯಾಂಗ್ ಏರ್‌ಪೋರ್ಟ್‌ನಲ್ಲಿ ಇಳಿದಾಗ ಮಧ್ಯಾಹ್ನ ಹನ್ನೆರಡಾಗಿತ್ತು. ನಿದ್ರೆ, ಎಚ್ಚರ, ಟಾಯ್ಲೆಟ್, ಕಾಫಿ, ಪುಟ್ಟ ಪೊಟ್ಟಣದ ತಿಂಡಿ–ಊಟ, ಕೆಲಸಕ್ಕೆ ಬಾರದ ಮ್ಯಾಗಜಿನ್‌ಗಳ ತಿರುವಾಟ, ಏರ್‌ಬಸ್ ಎಂಜಿನ್‌ನ ಝ್ಯೂಂಯೆನುವ ಸದ್ದಿನೊಂದಿಗೆ ಬಾನ ದಾರಿ ಸುಸ್ತು ಹೊಡೆಸಿತ್ತು.

ಗ್ಯಾಂಗ್ಟಕ್‌ಗೆ ಟ್ಯಾಕ್ಸಿ ಹಿಡಿದು ಕುಳಿತರೂ ಜೀವದ ಚಡಪಡಿಕೆ ಕಡಿಮೆಯಾಗಿರಲಿಲ್ಲ. ನವೆಂಬರ್‌ನ ಕೊನೆಗಾಗಲೇ ಆ ಸೀಮೆಯಲ್ಲಿ ಬರ್ಫ್

ಸುರಿಯಲು ಶುರುವಾಗಿತ್ತು. ಹೊರಗೆ ಲೈಟ್‌ಕಂಬ, ಮರ, ಬೆಟ್ಟ, ಮನೆ, ಜನ ಎಲ್ಲವೂ ಬಿಡಿಸಿಕೊಂಡು ಹಿಂದಕ್ಕೆ ಹೋಗುತ್ತಾ, ಮತ್ತೆ ಮುಂದೆ ಬಂದು ಕೈಗೆ ಸಿಕ್ಕು, ಮತ್ತೆ ಕೈ ಬಿಡಿಸಿಕೊಂಡು ಹಿಂದೆಹಿಂದಕ್ಕೆ ಓಡುತ್ತಿದ್ದವು. ಅವು ನನ್ನ ನೋಟದಿಂದ ಬಿಡಿಸಿಕೊಳ್ಳುತ್ತಿವೆಯೋ ಅಥವಾ ನಾನೇ ಜಗತ್ತಿನಿಂದ ಬಿಡಿಸಿಕೊಂಡು ಹೋಗುತ್ತಿದ್ದೇನೋ ಎಂದು ಗೊಂದಲವಾಯಿತು.

ಟ್ಯಾಕ್ಸಿ ಕಡಿದಾದ ಬೆಟ್ಟದ ತಿರುವುಗಳನ್ನು ಹಾದು ಗ್ಯಾಂಗ್ಟಕ್‌ಗೆ ಬಂದಾಗ ಸಂಜೆಯಾಗುತ್ತಿತ್ತು. ಮೂರ್ನಾಲ್ಕು ಜನರಲ್ಲಿ ಅಡ್ರೆಸ್ ಕೇಳಿಕೊಂಡು ವರ್ಕ್‌ಶಾಪ್ ನಡೆಯುತ್ತಿದ್ದ ಜಾಗಕ್ಕೆ ಹೋದಾಗ ಬಾಬಿ ಸೆಷನ್‌ನಲ್ಲಿದ್ದ. ಹಲವು ವರ್ಷಗಳ ಹಿಂದೆ ಅಚಾನಕ್ ಆಗಿ ಕಳೆದೇ ಹೋಗಿದ್ದ ಬಾಬಿ ಆಗ ಹೇಗಿದ್ದನೋ ಈಗಲೂ ಹಾಗೇ ಇದ್ದ. ಅದುವರೆಗೂ ಅವನನ್ನು ಕಂಡ ಕೂಡಲೇ ಏನು ಮಾಡಬೇಕು, ಹಾಯ್ ಹೇಳಬೇಕಾ, ಏಕಾಏಕಿ ಹೋಗಿ ತಬ್ಬಿಕೊಳ್ಳಬೇಕಾ, ಕೈಕುಲುಕಬೇಕಾ ಎಂದುಕೊಳ್ಳುತ್ತಿದ್ದ, ಅವನನ್ನು ಕಾಣಲು ಇನ್ನಿಲ್ಲದ ಹಾಗೆ ಚಡಪಡಿಸುತ್ತಿದ್ದ ಮನಸ್ಸು ಈಗ ಅವನನ್ನು ನೋಡಿದ್ದೇ ಉದ್ವೇಗ ಕಳೆದುಕೊಂಡು ನಾರ್ಮಲ್ ಆಗಿ ಹೋಗಿತ್ತು.

'ಪೇಟಿಂಗ್, ಕಲೆ, ಚಿತ್ರ, ರೇಖೆ, ಕ್ರಿಯೇಟಿವಿಟಿ, ಇನ್‌ಸ್ಪಿರೇಷನ್, ಮೂಡ್, ಎಸ್ತೆಟಿಕ್, ಡಿವೈನಿಟಿ ಎಲ್ಲವೂ ಬುಲ್ ಷಿಟ್' ಎಂದು ಸೆಷನ್ನಲ್ಲಿ ಮಾತಾಡುತ್ತಿದ್ದವನು ನನ್ನನ್ನು ನೋಡಿದ್ದೇ, 'ಹೊರಗೆ ಇರು, ಇನ್ನೇನು ಬಂದೆ' ಎನ್ನುವಂತೆ ಕೈಸನ್ನೆ ಮಾಡಿದ. ಸದ್ಯ ನನ್ನನ್ನು ಮರೆತುಬಿಟ್ಟಿಲ್ಲವಲ್ಲ ಎಂದು ಸಮಾಧಾನವಾದರೂ, ನಾನು ಯಾರು ಎಂದು ನಿಜಕ್ಕೂ ಅವನಿಗೆ ಗೊತ್ತಾಯಿತೋ, ಇಲ್ಲಾ ಯಾರೋ ಆಸಾಮಿ ಸೆಷನ್ ಮಧ್ಯ ನುಗ್ಗಿ ಬಂದಿದ್ದಾನೆ ಎಂದು ಆಚೆ ಹೋಗುವಂತೆ ಸನ್ನೆ ಮಾಡಿದನೋ ಎಂದು ಮನಸ್ಸು ಮತ್ತೆ ಗೊಂದಲಕ್ಕೆ ಬಿತ್ತು.

ನಿಮಿಷದೊಳಗೇ, 'ಹೆಲ್ಲೋ ಮೈಡಿಯರ್' ಎಂದು ಜೋರಾಗಿ ಕೂಗುತ್ತಾ ಬಂದ ಬಾಬಿ ಗಟ್ಟಿಯಾಗಿ ನನ್ನನ್ನು ತಬ್ಬಿಕೊಂಡ. ಮಾತು, ಮಾತಲ್ಲದ್ದು, ಮಾತಿಗೆ ಮೀರಿದ್ದು ಎಲ್ಲವೂ ಅಲ್ಲಿ ಶ್ರುತಿ ಹಿಡಿದು ಕೂರಲು ಮತ್ತೆರಡು ನಿಮಿಷ ಬೇಕಾಯಿತು. 'ಬಾ ನಾನಿರೋ ಹೋಟೆಲ್ಗೇ ಹೋಗೋಣ' ಎಂದು ನನ್ನ ಬ್ಯಾಗ್ ಕಸಿದುಕೊಂಡ. ನನ್ನ ಬಗ್ಗೆ ಅವನೂ ಏನೂ ಕೇಳಲಿಲ್ಲ, ಅವನ ಬಗ್ಗೆ ನಾನೂ ಏನೂ ಕೇಳಲಿಲ್ಲ. ಅದರ ಅಗತ್ಯವೇ ಇಲ್ಲವೇನೋ ಎನ್ನುವ ಹಾಗೆ ಅವನು ಮುಂದೆ ಮುಂದೆ, ನಾನು ಅವನ ಹಿಂದೆ ಹಿಂದೆ ಹೆಜ್ಜೆ ಹಾಕಿದೆ.

ಹೋಟೆಲ್‌ನಲ್ಲಿ ಬಿಸಿಬಿಸಿ ನೀರಲ್ಲಿ ಫ್ರೆಷ್ ಆಗಿ ಇನ್ನೆರಡೆರಡು ಸಾಕ್ಸ್, ಗ್ಲೌಸ್ ತೊಟ್ಟು ಊರು ಸುತ್ತಲು ಹೊರಟೆವು. ರೋಪ್ ವೇಯಲ್ಲಿ ಇತ್ತಿಂದ ಅತ್ತ, ಅತ್ತಿಂದಿತ್ತ ಸುತ್ತಿದೆವು. ಕುಡಿಯಲೇಬೇಕು ಅಂತೇನೂ ಇರಲಿಲ್ಲ. ಆದರೂ

ಗ್ಯಾಂಗ್ಟಕ್‌ನ ಕೊರೆಯುವ ಚಳಿಗೆ ನಾವಿಬ್ಬರೂ ಕುಡಿಯದೇ ಇರುವುದು ಸಾಧ್ಯವಿರಲಿಲ್ಲ. ಕುಡಿಯುತ್ತಾ ಕುಂತು ಎಷ್ಟೋ ಹೊತ್ತಾದ ಮೇಲೆ ಬಾಬಿ, 'ನಾನು ಹಿಂದೇನೇ ನಿನಗೆ ಹೇಳಿದ್ದೆ, ನಾನು ಯಾರಿಗೂ ಕ್ಲೋಸ್ ಆಗಲ್ಲ ಅಂತ. ಆದರೆ, ಒಂದು ವಿಷಯ ಗೊತ್ತಾ, ನಾನೂ ನಿನಗೆ ಹತ್ತಿರ ಆಗ್ತಿದ್ದೀನಿ, ನಿನ್ನ ಹಚ್ಚಿಕೊಳ್ತಿದ್ದೀನಿ ಅನಿಸೋಕೆ ಶುರುವಾಗಿತ್ತು. ಅದಕ್ಕೇ ಊರು ಬಿಟ್ಟೆ' ಎಂದ ಸೀರಿಯಸ್ಸಾಗಿ.

'ಯು ಕಾನ್ಟ್ ಬಿಲೀವ್, ನೀನು ಇವತ್ತು ಸಿಗದಿದ್ರೆ ನಾನೇ ನಿನ್ನ ಹುಡ್ಕೊಂಡು_' ಎನ್ನುತ್ತಾ ರಮ್ಮಿನ ಜತೆಗೇ ಮಾತನ್ನೂ ನುಂಗಿದ. ನನಗೆ ಮಾತು ಹೊರಡಲಿಲ್ಲ. ರನ್ನಿಂಗ್ ವೇಳೆ ಎದುರಿಗೆ ಸಿಕ್ಕು, ಕ್ಲಿನಿಕ್‌ನಲ್ಲಿ ಡಾಕ್ಟರ್ ಆಗಿ, ಮನೆಯ ಚೇರ್ ಮೇಲೆ ಹಲ್ಲಿಯಾಗಿ, ಮೀನಾಗಿ, ಸೊಳ್ಳೆಯಾಗಿ, ಚಿಟ್ಟೆಯಾಗಿ, ಇರುವೆಯಾಗಿ ಕಾಡಿದ ಗಳಿಗೆಗಳಲ್ಲಿ ಬಾಬಿಯೂ ನನ್ನನ್ನು ತುಂಬಾ ಮಿಸ್ ಮಾಡಿಕೊಳ್ಳುತ್ತಿದ್ದನೇನೋ ಅನಿಸಿ ಎದೆ ಹುಳಿಹುಳಿಯಾಯಿತು.

ಆ ರಾತ್ರಿ ನಾನು ಅವನ ರೂಮಿನಲ್ಲೇ ಉಳಿದೆ. ಬೆಳಿಗ್ಗೆ ಐದು ಗಂಟೆಗೆ ಎಚ್ಚರಾದಾಗ ಬಾಬಿ ಇನ್ನೂ ಗೊರಕೆ ಹೊಡೆಯುತ್ತಿದ್ದ. ಊರಿನಲ್ಲಿದ್ದಿದ್ದರೆ ಇಷ್ಟೊತ್ತಿಗೆ ಎದ್ದು ಬೂಟ್ ಕಟ್ಟಿಕೊಂಡು ರನ್ನಿಂಗ್ಗೆ ಹೋಗಲು ರೆಡಿಯಾಗಬೇಕಿತ್ತು. ಉಸಿರನ್ನೇ ಹೆಪ್ಪುಗಟ್ಟಿಸುವ ಇಲ್ಲಿನ ಚಳಿಯಲ್ಲಿ ರನ್ನಿಂಗ್ ಇರಲಿ, ರಗ್ಗಿನಿಂದ ಹೊರಬರುವುದೂ ಅಸಾಧ್ಯವಾಗಿತ್ತು. ಸುತ್ತಿಕೊಂಡು ಮತ್ತೆ ಮಲಗಿದವನಿಗೆ ಎಚ್ಚರಾಗಿದ್ದು ಒಂಬತ್ತಕ್ಕೆ. ಒಂಬತ್ತಾದರೂ ಇನ್ನೂ ಬಿಸಿಲು ಬಲಿತಿರಲಿಲ್ಲ. ರೂಮಿನಲ್ಲಿ ಬಾಬಿ ಇರಲಿಲ್ಲ. ಬಹುಶಃ ರೆಡಿಯಾಗಿ ವರ್ಕ್‌ಶಾಪ್‌ಗೆ ಹೋಗಿರಬಹುದು ಎಂದುಕೊಂಡು ತಿಂಡಿ ಮುಗಿಸಿ ವರ್ಕ್‌ಶಾಪ್ ನಡೆಯುತ್ತಿದ್ದ ಜಾಗಕ್ಕೆ ಹೋದರೆ ಅಲ್ಲಿಯೂ ಬಾಬಿ ಇರಲಿಲ್ಲ. 'ನಿನ್ನೆ ನಿಮ್ಮ ಜತೆಗೆ ಹೋದವರು, ಇವತ್ತು ಇನ್ನೂ ಬಂದಿಲ್ಲ' ಎಂದ ವರ್ಕ್‌ಶಾಪ್‌ನ ಇಂಚಾರ್ಜ್ ಆ ದಿನದ ಸೆಷನ್ ಕತೆ ಮುಂದೇನು ಎಂಬ ಟೆನ್ಷನ್‌ನಲ್ಲಿದ್ದ. ವರ್ಕ್‌ಶಾಪ್‌ಗೆ ಬಂದಿದ್ದ ಹುಡುಗಿ–ಹುಡುಗರು ಸದ್ದಿಲ್ಲದೆ ತಮ್ಮ ತಮ್ಮ ಕ್ಯಾನ್ವಾಸ್‌ಗಳಿಗೆ ಬಣ್ಣಗಳ ಸಂಬಂಧ ಸೇರಿಸುತ್ತಿದ್ದರು. ಮಧ್ಯಾಹ್ನದವರೆಗೂ ವರ್ಕ್‌ಶಾಪ್ ನಡೆಯುತ್ತಿದ್ದ ಜಾಗದ ಸುತ್ತಮುತ್ತ ಅಡ್ಡಾಡುತ್ತಾ ಕಾಲ ಕಳೆದು, ಮಧ್ಯಾಹ್ನದ ಮೇಲೂ ಬಾಬಿ ವರ್ಕ್‌ಶಾಪ್‌ಗೆ ಬರದಿದ್ದುದು ಖಾತ್ರಿಯಾದ ಮೇಲೆ, 'ಮತ್ತೆ ಎಲ್ಲಿ ಹಾಳಾಗಿ ಹೋದ್ನೋ' ಎಂದು ಬಾಬಿಯನ್ನು ಬೈದುಕೊಂಡು ಹೋಟೆಲ್‌ಗೆ ಮರಳಿದೆ.

ಸಂಜೆ ಬರಬಹುದು ಎಂದು ಛಾ ಸಮಯದವರೆಗೂ ಕಾದೆ. ರಾತ್ರಿ ಡ್ರಿಂಕ್ ಹೊತ್ತಿಗಾದರೂ ಬರಬಹುದು ಎಂದು ಊಟದ ಸಮಯದವರೆಗೂ ಕಾದೆ. ಉಹುಂ, ಬಾಬಿ ಬರಲಿಲ್ಲ. ಬೆಳಿಗ್ಗೆಯಾದರೂ ಸಿಗಬಹುದು ಎಂದುಕೊಂಡು ಮಲಗಿದೆ. ಮಾರನೆಯ ದಿನವೂ ಬಾಬಿಯ ಸುಳಿವಿಲ್ಲ. ಮಾರನೆಯ ಆ

ಇಡೀ ದಿನ ಗ್ಯಾಂಗ್ಟಕ್‌ನ ಗಲ್ಲಿಗಲ್ಲಿಗಳಲ್ಲಿ ಅವನಿಗಾಗಿ ಅಲೆದಾಡಿದೆ. ರೋಪ್ ವೇಯ ಎರಡೂ ಡಬ್ಬಿಗಳಲ್ಲಿ ಮತ್ತೆ ಮತ್ತೆ ಸುತ್ತಿದೆ. ಆ ರಾತ್ರಿ ಅವನಿಲ್ಲದೆ ತುಂಬಾ ಬೇಸರವಾಯಿತು. ಎಲ್ಲಾದರೂ ಹಾಳಾಗಿ ಹೋಗಲಿ, ಒಂದು ಮಾತು ಹೇಳಾದರೂ ಹೋಗಬಾರದಿತ್ತಾ ಎಂದು ಕೆಟ್ಟ ಸಿಟ್ಟು ಬಂತು. ಇಡೀ ರಾತ್ರಿ ಕಣ್ಣಿಗೆ ನಿದ್ದೆ ಹತ್ತಲಿಲ್ಲ. ಇದೀಗ ತಾನೇ ಸಿಕ್ಕ ನನ್ನದೇ ಒಂದು ಭಾಗ ಮತ್ತೆ ಕಳಚಿ ಕೊಚ್ಚಿ ಹೋಯಿತೇನೋ ಎಂದು ಮನಸ್ಸು ಬಳಲಲು ಶುರುವಾಯಿತು.

ಅವನು ನಾಳೆಯಾದರೂ ಬರಬಹುದು, ನಾಳಿದ್ದಾದರೂ ಅಥವಾ ಒಂದು ವಾರದ ಮೇಲಾದರೂ ಬರಬಹುದು ಎಂದು ಕಾದೆ. ದಿನವೂ ವರ್ಕ್‌ಶಾಪ್ ಜಾಗಕ್ಕೆ ಹೋಗುವುದು ಅವನಿಗಾಗಿ ಕಾಯುವುದು, ಆ ಮೇಲೆ ಇಡೀ ಬೆಟ್ಟದೂರನ್ನು ಅಲೆಯುವುದು, ಮತ್ತೆ ಅವನ ಮೇಲೆ ಸಿಟ್ಟು ಮಾಡಿಕೊಂಡು ಹೋಟೆಲ್‌ಗೆ ವಾಪಸ್ ಬರುವುದು. ಇದರ ಮಧ್ಯದಲ್ಲೇ ವರ್ಕ್‌ಶಾಪ್ ಕೂಡಾ ಮುಗಿದು ಹೋಯಿತು. ಅವನ ರೂಮ್ನಲ್ಲಿ ನಾನೇ ಸ್ಟೇ ಕಂಟಿನ್ಯೂ ಮಾಡಿದೆ. ಆದರೆ, ಹದಿನೈದು ದಿನವಾದರೂ ಅವನ ಸುಳಿವಿಲ್ಲ. ಯಾವ ಗುಡ್ಡ ಹತ್ತಿ, ಯಾವ ಬಂಡೆ ಮೇಲೆ ಕೂತು, ಕೂತಲ್ಲೇ ಸಿಗರೇಟ್ ಪ್ಯಾಕು ಮುಗಿಸಿ ಅದನ್ನೂ ಮರೆತು ಬೀಳುತ್ತಿರುವ ಬರ್ಫ್ ಜತೆಗೆ ಆಟವಾಡುತ್ತಾ ಎಲ್ಲಿ ಕಳೆದು ಹೋದನೋ ಎನಿಸಿ, ಆ ಎಲ್ಲಾ ಚಿತ್ರಗಳು ಕಣ್ಣ ಮುಂದೆ ಬಂದವು. ತಾನು ಯಾರಿಗೂ ಹತ್ತಿರ ಆಗಬಾರದು ಎಂಬ ತನ್ನ ಫಿಲಾಸಫಿಗೆ ಅಂಟಿಕೊಂಡು ನಾನು ಹೋಗುವವರೆಗೂ ಅವನು ಬರದೇ ಇರಬಹುದು, ಬಂದರೂ ಮತ್ತೆ ಹೀಗೇ ಹೇಳದೇ ಕೇಳದೇ ಹೊರಟು ಹೋಗಲೂಬಹುದು. ಅಥವಾ ಅವನಿಗೂ ಬದುಕಿನಲ್ಲಿ ಹೀಗೇ ಎಂದು ಕೊರೆದ ಒಂದು ದಾರಿ ಬಹುಶಃ ಇಲ್ಲವೇ ಇಲ್ಲ. ಅದು ಅವನ ಬದುಕು, ಅವನ ದಾರಿ. ನಾನ್ಯಾಕೆ ಅವನನ್ನು ನನ್ನ ಸೊಂಟಕ್ಕೆ ಕಟ್ಟಿಕೊಳ್ಳಬೇಕಂಬ ಹಠಕ್ಕೆ ಬಿದ್ದಿದ್ದೇನೆ?

'ಯಾರನ್ನೂ ಹೆಚ್ಚು ಹಚ್ಕೋಬಾರದು, ನಮ್ಮ ನಮ್ಮ ಖುಷಿಯ, ಸಮಾಧಾನದ, ನೆಮ್ಮದಿಯ ಗಳಿಗೆಗಳನ್ನ ಅಲ್ಲಲ್ಲೇ ಆದಷ್ಟೂ ತೀವ್ರವಾಗಿ ಅನುಭವಿಸಿಬಿಡಬೇಕು. ಆ ತೀವ್ರತೆ ನಾಳೆಗೂ ಇರಲಿ, ನಾಳಿದ್ದಿಗೂ ಇರಲಿ, ಮುಂದಿನ ವಾರಕ್ಕೂ ಇರಲಿ, ಜೀವನವಿಡೀ ಇರಲಿ ಎಂದುಕೊಳ್ಳುವುದು ಫೂಲಿಷ್' ಎಂದ ಅವನದೇ ಮಾತು ತಲೆಮೇಲೆ ಹೊಡೆದು ಹೋಯಿತು.

ಅವನು ಮತ್ತೆ ಸಿಗಬಹುದು ಅಥವಾ ಸಿಗದೆಯೂ ಇರಬಹುದು. ಆದರೆ, ಅವನ ಜತೆಗೆ ಕಳೆದ ಕ್ಷಣಗಳು, ಅವನ ಮಾತಿಗೆ, ಅವನ ನಿರ್ಮೋಹ ಪ್ರೀತಿಗೆ ಸಿಕ್ಕ ಗಳಿಗೆಗಳಲ್ಲಿ ಬಾಬಿ ನನ್ನೊಂದಿಗೆ ಇದ್ದೇಇರುತ್ತಾನೆ ಎಂದುಕೊಳ್ಳುತ್ತ ನನ್ನನ್ನು ನಾನೇ ಸಮಾಧಾನಿಸಿಕೊಳ್ಳಲು ಪ್ರಯತ್ನಿಸುತ್ತಿದ್ದೆ. ಇಂಥದ್ದೇ ಒಂದು ಸಮಾಧಾನದ ಬೆಳಿಗ್ಗೆ ಬ್ಯಾಗ್ ಪ್ಯಾಕ್ ಮಾಡಿಕೊಂಡು, ಹೋಟೆಲ್

ರೂಮ್ ಖಾಲಿ ಮಾಡಿ ಊರಿಗೆ ವಾಪಸ್ ಬರಲು ಟ್ಯಾಕ್ಸಿ ಹತ್ತಿದೆ. ಅಲ್ಲಿಂದ ಹೊರಡುವಾಗ, ಅವನು ಇನ್ನೊಂದಷ್ಟು ಹೊತ್ತಾದರೂ ನನ್ನ ಜತೆಯಲ್ಲಿ ಇರಬೇಕಿತ್ತು ಎನಿಸಿ ಅಳು ಬರುವ ಹಾಗಾಯಿತು.

ಒಂದು ಜೀವಕ್ಕೆ ಆತ್ಮೀಯವಾದ ಇನ್ನೊಂದು ಜೀವದ ಸಾಮಿಪ್ಯ, ಆ ಸಾಮಿಪ್ಯದ ಕ್ಷಣಗಳ ಹಿತವಾದ ನೆನಪು ಕೊಡುವಷ್ಟು ಸಮಾಧಾನವನ್ನು ಬದುಕಲ್ಲಿ ಬೇರೆ ಯಾವುದೂ ಕೊಡಲು ಸಾಧ್ಯವಿಲ್ಲ. ಮತ್ತೆಮತ್ತೆ ಸಿಗುವ, ಮತ್ತೆಮತ್ತೆ ಕಳೆದುಹೋಗುವ ಮನುಷ್ಯನನ್ನು ಮನಸ್ಸು ಇಷ್ಟು ಇಡಿಯಾಗಿ ಹಿಂಡಿಹಿಂಡಿ ನೆನೆಯುವುದೂ ಇದೇ ಕಾರಣಕ್ಕೆ. ಕೊನೆಗೂ ಜೀವಕ್ಕೆ, ಜೀವನಕ್ಕೆ ಬೇಕಾಗುವುದು ಒಂದಿಷ್ಟು ಪ್ರಾಮಾಣಿಕ ಪ್ರೀತಿಯೇ ಹೊರತು ಮತ್ಯಾವ ಸಾಮ್ರಾಜ್ಯವೂ ಅಲ್ಲ.

*"And how many years can a mountain exist*
*Before it's washed to the sea?"*

**–Bob Dylan**

●

# ಮಣ್ಣೆತ್ತಿನ ಉಸಿರು

**ಸಂಜೋತಾ ಪುರೋಹಿತ**

sanjota.purohit@gmail

ಕಿತ್ತೂರಿನಲ್ಲಿ ಅಂತಾರಾಷ್ಟ್ರೀಯ ವಿಮಾನ ನಿಲ್ದಾಣ ಆಗಲಿದೆಯೆಂಬ ಸುದ್ದಿ ಅವತ್ತಿನ ದಿನಪತ್ರಿಕೆಗಳಲ್ಲಿ ಹೆಡಲೈನ್ಸ್ ಆಗಿ ದೊಡ್ಡ ಅಕ್ಷರಗಳಲ್ಲಿ ಪ್ರಕಟವಾಗಿತ್ತು. ಬೆಂಗಳೂರಿನಲ್ಲಿ ಜಾಗ ಸಾಲದಾಗಿ ಬಿಡದಿ, ಮೈಸೂರು, ಹುಬ್ಬಳ್ಳಿಗಳ ಮೇಲೆ ಬಾಣಗಳನ್ನು ಹೂಡುತ್ತಿದ್ದ ರಿಯಲ್ ಎಸ್ಟೇಟ್ ಉದ್ಯಮಿಗಳ ಕಣ್ಣು ಈಗ ಕಿತ್ತೂರಿನತ್ತ ಹೊರಳಿತು. ಇಷ್ಟು ದಿನ ಯಾವ ಅಭಿವೃದ್ಧಿಯೂ ಆಗದೇ, ಜೋರಾಗಿ ಗಾಳಿ ಬೀಸಿದರೆ ಬುಡ ಕಿತ್ತುಕೊಂಡು ಬೀಳುವಂತಿದ್ದ ಮುಖ್ಯ ಬಸ್ ನಿಲ್ದಾಣ, ದಶಕಗಳಿಂದಲೂ ನಿರ್ಲಕ್ಷ್ಯಕ್ಕೊಳಗಾಗಿದ್ದ ದೈನೇಸಿ ಚೆನ್ನಮ್ಮನ ಕೋಟೆ, ಹರೆಯದ ಮೊಡವೆಗಳಂತೆ ರಸ್ತೆಯ ಉದ್ದಗಲಕ್ಕೆ ಯಥೇಚ್ಛವಾಗಿ ಹಬ್ಬಿದ್ದ ಗುಂಡಿಗಳು ಇವೆಲ್ಲವೂ ಕಿತ್ತೂರು ತನ್ನ ಮಡಿಲಿನಲ್ಲಿ ಏರಪೋರ್ಟನ್ನು ಕಟ್ಟಿಕೊಂಡು ಸಾಕಲು ಅಸಮರ್ಥವಾಗಿದೆ ಎಂದೇ ಸಾರುತ್ತಿದ್ದವು. ಆದರೆ ಸುದ್ದಿ ನಿಖರವಾಗಿತ್ತು. ಸರಕಾರದಿಂದಲೇ ಹೊರ ಹೊಮ್ಮಿತ್ತು. ಕಪ್ಪಾಗಿ ಹಾಳು ಮಣ್ಣಿನಂತೆ ಕಾಣಿಸುತ್ತಿದ್ದ ನೆಲ ಒಮ್ಮೆಲೇ ಬಂಗಾರದಂತೆ ಹೊಳೆಯತೊಡಗಿತು. ಈಗಾಗಲೇ ಸೈಟು, ಮನೆಗಳಿದ್ದವರು ಅದೃಷ್ಟ ಖುಲಾಯಿಸಿತೆಂದು ಬೀಗತೊಡಗಿದರು. ಹಣ ಹಾಕಿ ಹಣ ಬೆಳೆಯುವ ಕೌಶಲ್ಯ ಹೊಂದಿದ ಸಿರಿವಂತರು ಬೆಲೆಗಳು ಗಗನಕ್ಕೇರುವ ಮುನ್ನ ಖರೀದಿಸಿ ಅದರಿಂದ ಐದಾರು ಪಟ್ಟು ಲಾಭ ಮಾಡಿಕೊಳ್ಳುವ ತರಾತುರಿಯಲ್ಲಿದ್ದರು. ಏರಪೋರ್ಟ್ ನಿರ್ಮಾಣವಾಗಬೇಕಾಗಿದ್ದ ಜಾಗದ ಸುತ್ತಮುತ್ತಲಿನ ಹೊಲಗಳನ್ನೆಲ್ಲ ಕೊಂಡುಕೊಳ್ಳಲು ಸರಕಾರ ಬೆಲೆ ಘೋಷಿಸಿ ಅವುಗಳ ಒಡೆಯರಿಗೆ ನೋಟಿಸ್ ಕಳುಹಿಸಿತ್ತು.

ಇದಾವುದೂ ತನಗೆ ಸಂಬಂಧಿಸಿದ್ದೇ ಅಲ್ಲವೆಂಬಂತೆ ಮನೆಯ ಮುಂದಿನ ಕಟ್ಟೆಯ ಮೇಲೆ ಕುಳಿತು ಎಲೆಗೆ ಸುಣ್ಣ ಸವರುತ್ತ ಕೂತಿದ್ದ ಬಸವಣ್ಣೆಪ್ಪ. ಮುಂದಿನ ಕಾರಹುಣ್ಣಿಮೆಗೆ ಅವನಿಗೆ ಬರೋಬ್ಬರಿ ಎಪ್ಪತ್ತಾಗುತ್ತದೆ. ಬಾಯಲ್ಲಿ ಅಳಿದುಳಿದ ಹಲ್ಲುಗಳೆಲ್ಲ ಹುಳುಕಾಗಿ ಕಪ್ಪಗಾಗಿವೆ. ಉಟ್ಟಿದ್ದ ಧೋತರ ಅವನ ಬದುಕಿನ ಬಹುಪಾಲು ಜೊತೆಗಿದ್ದು ಅವನಂತೆಯೇ ಸವೆದಿದ್ದರಿಂದ ಬಿಳಿಯ ಬಣ್ಣ ಮಾಸಿ ಗೀರುಗೀರಾಗಿದೆ. ಮನೆಯೊಳಗೆ ಅವನ ಹೆಂಡತಿ ಪಾರವ್ವ ಭಾಂಡಿಗಳನ್ನು ಧಡಪಢ ಎಂದು ಎತ್ತಿಡುತ್ತ ಮಧ್ಯಾಹ್ನದ ಊಟದ ಸಿದ್ಧತೆಯಲ್ಲಿದ್ದಳು. ಅದೇ ಸಮಯಕ್ಕೆ ಜಿಲ್ಲಾ ಯುವ ಸಂಘದ ಅಧ್ಯಕ್ಷನಾದ 'ಜಗದೇಶ' ಬಂದು 'ಏಜ್ಜ.. ಏನ್ ಮಾಡಾಕತ್ತಿ' ಎನ್ನುತ್ತ ಬಸವಣ್ಣೆಪ್ಪನ ಪಕ್ಕ ಬಂದು ಕುಳಿತ. ಅವನು ಯಾರೆಂದು ಪರಿಚಯವಿಲ್ಲದ ಕಾರಣ ಅವನನ್ನೇ ಕೆಕ್ಕರಿಸಿದ ಬಸವಣ್ಣೆಪ್ಪ 'ಯಾರಲಾ ನೀ' ಎಂದು ಕೇಳಿದ. ಏರಪೋರ್ಟ್ ಕಟ್ಟುವ ಜಾಗದಲ್ಲಿಯೇ ಜಗದೇಶನ ಅಪ್ಪನ ಹೊಲವೂ ಇತ್ತು. ಸರಕಾರ ಸರಿಯಾದ ಗುಣಕ್ಕೆ ಬೆಲೆ ಹೊಂದಿಸಿತ್ತಾದರೂ ಹೊಲ ಕೊಡುವುದಿಲ್ಲವೆಂದು ಹೋರಾಟ ನಡೆಸಿದರೆ ಬೆಲೆಯನ್ನು ದುಪ್ಪಟ್ಟುಗೊಳಿಸಬಹುದೆಂದು ಲೆಕ್ಕ ಹಾಕಿದ ಜಗದೇಶ ಹೊಲದ ಒಡೆಯರನ್ನು ಭೇಟಿ ಮಾಡಿ ಈ ಪ್ರತಿಭಟನೆಯಲ್ಲಿ ಭಾಗಿಯಾಗಬೇಕೆಂದು ಕೇಳಿಕೊಳ್ಳುತ್ತಿದ್ದ. ಆದರೆ ಬಸವಣ್ಣೆಪ್ಪ ಅವನ ಮಾತಿಗೆ ಒಪ್ಪಿಕೊಳ್ಳಲಿಲ್ಲ. 'ಹೋಗಲಾ... ನಿಮ್ಮಂತಾವ್ರಿಂದನ್ ನಮ್ಮ ಊರು, ನಮ್ಮ ಹಳ್ಳಿಗೋಳು ಉದ್ಧಾರ ಆಗದ ಹಂಗ ಕುಂತಾವು' ಎಂದು ಬಾಯಿತುಂಬ ಬೈದಾಗ ಜಗದೇಶ 'ಈ ಮುದೋಡಿ ಸಹವಾಸ ಎದಕ್ಕ ಬೇಕ ನನಗ' ಎಂದು ಗೊಣಗಿಕೊಳ್ಳುತ್ತ ಅಲ್ಲಿಂದ ಎದ್ದು ಹೋಗಿದ್ದ.

ಬಸವಣ್ಣೆಪ್ಪನ ಜೋರು ಧ್ವನಿ ಅಡುಗೆಮನೆಯವರೆಗೂ ಕೇಳಿಸಿದಾಗ ಪಾರವ್ವ ಹೊರಗೆ ಬಂದು ಗಂಡನಿಗೆ ಬೈದಳು 'ಯಾಕ ಎಲ್ಲಾರ ಜೋಡಿ ತಿರಸಪ್ಪನಂಗ ಮಾತಾಡ್ತಿ. ನಾಳೆ ಸತ್ತರ ಹೊರಾಕರೆ ನಾಕ ಮಂದಿ ಬೇಕ್' ಎಂದು ಜೀವನದ ಕಟು ಸತ್ಯವನ್ನು ಸರಳ ಮಾತುಗಳಲ್ಲಿ ಹೇಳಿದ್ದಳು. 'ಇದ್ದ ಒಬ್ಬ ಮಗಾನ ಹೆಗಲಾಗ್ತಾನೋ ಇಲ್ಲೋ ಗೊತ್ತಿಲ್ಲ. ಇನ್ನ್ ಮಂದಿನ್ನ ನಂಬಕೊಂಡ ಕೂತಿಯಲ್ಲ ನೀ. ನನ್ನ ದೇಹಾ ದಾನಾ ಮಾಡೇನಿ ನಾ. ಯಾವ ಬೋ.ಮಗಾನೂ ಬ್ಯಾಡ ನನ್ನ ಹೊರಾಕ. ನೋಡ ನೀನು ದಾನಾ ಮಾಡ್ತಿ ಏನಂತ. ಇಲ್ಲದಿದ್ರ ನಾ ಒಬ್ಬನ್ ಹೊತ್ಕೊಂಡ ಹೋಗಬೇಕಾಕ್ಕೇತಿ ನಿನ್ನ' ಎಂದು ಖಾರವಾಗಿ ಉತ್ತರಿಸಿದಾಗ ಪಾರವ್ವ ಕಣ್ಣಿನ ತುಂಬ ನೀರು ತುಂಬಿಸಿಕೊಂಡು ಗಂಡನಿಗೆ ಬುದ್ಧಿ ಹೇಳಲು ಬಂದ ತನ್ನ ಬುದ್ಧಿಯನ್ನು ಹಳಿದುಕೊಳ್ಳುತ್ತ ಒಳ ಹೋದಳು.

ತಲೆಮಾರುಗಳಿಂದ ನೆರಳಾಗಿ ತಮ್ಮನ್ನು ಕಾಯುತ್ತಿದ್ದ ಹೊಲವನ್ನು ಹೇಗೆ ಕಾಪಾಡಿಕೊಳ್ಳಬೇಕೆಂಬ ಯೋಚನೆಯಲ್ಲಿ ವ್ಯಸ್ತನಾದ ಬಸವಣ್ಣೆಪ್ಪನಿಗೆ ಪಾರವ್ವನ ಕಣ್ಣೀರು ಕಾಣಿಸದೇ ಹೋಯಿತು.

ಇದಾದ ಕೆಲವೇ ದಿನಗಳ ನಂತರ ಜಗದೇಶ ಉಳಿದ ಹೊಲದ ಒಡೆಯರು ಜೊತೆಗೆ ಒಂದಿಷ್ಟು ಪುಂಡರನ್ನು ರಸ್ತೆಯ ಮೇಲೆ ಕೂರಿಸಿದ. ಬಸ್ಸುಗಳನ್ನು ತಾಸುಗಟ್ಟಲೇ ಹೈವೇ ಮೇಲೆ ನಿಲ್ಲಿಸಿ, ಟೈರಗಳನ್ನು ಸುಟ್ಟು, ಘೋಷಣೆಗಳನ್ನು ಕೂಗಿಸಿ, ಪ್ರತಿಭಟನೆ ನಡೆಸಿದ. ಸುದ್ದಿ ತಿಳಿದ ತಕ್ಷಣ ಎಮ್ಮೆಲ್ಲೆ ಪ್ರಕಾಶ ಜಾಧವ ಅವನನ್ನು ಕರೆಸಿ 'ಮಂಗ್ಯಾನಂತಾವನ... ನಮ್ಮೂರಿಗೆ ಏರಪೋರ್ಟ್ ಆಕ್ಕೇತಿ ಅಂದ್ರ ಅದನ್ನ ತಡೀತಿ? ಕಡೀತಾವ ಏನ್ ನಿಂಗ? ಪಾರ್ಲಿಮೆಂಟಿನ್ಯಾಗ ಗಂಟಲಾ ಹರಕೊಂಡ ಸಿಎಮ್ಮ ಜೋಡಿ ಜಗಳಾ ಮಾಡಿ ಇದನ್ನ ಅಪ್ರೂವ್ ಮಾಡ್ಸಿದ್ರ ಇಂತಾ ಆಟಾ ನಡಸ್ತೀರಿ? ಏನ್ ಹುಂಬ ಅದಿರಲೇ ನೀವೆಲ್ಲಾ?' ಎಂದು ಬಾಯಿಗೆ ಬಂದಂತೆ ಬೈದ. 'ನ್ಯಾಯವಾಗಿ ರೆಸ್ಪಾಂಡ್ ಮಾಡಿದ್ರ ಛಲೋ ಆತು. ಇಲ್ಲ ಅಂದ್ರ ಬರೋ ರೊಕ್ಕನೂ ಬರಾಂಗಿಲ್ಲ. ತಿಳ್ಕೋ' ಎಂದು ಅವನು ಗದರಿಸಿದಾಗ ಹಾವನ್ನು ಕಂಡು ಬೆದರಿದ ಬೆಕ್ಕಿನಂತೆ ಸುಮ್ಮನಾಗಿ ಬಿಟ್ಟ ಜಗದೇಶ.

ಸರಕಾರದಿಂದ ಏರಪೋರ್ಟ್ ಕಟ್ಟುವ ಪ್ರಕ್ರಿಯೆ ನಿಧಾನವಾಗಿ ಶುರುವಾಯಿತು. ಈ ಪ್ರಕ್ರಿಯೆಯ ಬಗ್ಗೆ ಪ್ರತಿದಿನ ಒಂದಲ್ಲ ಒಂದು ಸುದ್ದಿ ಪತ್ರಿಕೆಯಲ್ಲಿ ಇದ್ದೇ ಇರುತ್ತಿತ್ತು. ಬಹಳ ವರ್ಷಗಳ ಬೇಡಿಕೆ ಈಗ ಈಡೇರಿದ್ದರಿಂದ ಸರಕಾರದ ಪ್ರತಿನಿಧಿಗಳಿಗೆ ವೋಟುಗಳನ್ನು ದಕ್ಕಿಸಿಕೊಳ್ಳಲು ಇದೊಂದು ರಾಜಮಾರ್ಗವಾಗಿತ್ತು. ಕಿತ್ತೂರಿನ ರಸ್ತೆಗಳೆಲ್ಲ ಹಬ್ಬಕ್ಕೆ ಸಿಂಗಸಿರಿಕೊಂಡ ಹೆಣ್ಣುಮಕ್ಕಳಂತೆ ಕಪ್ಪನೆಯ ಟಾರಿನಿಂದ ಹೊಳೆಯುತ್ತವೆ ಎಂಬ ಸುದ್ದಿಯೇ ಅಬಾಲವೃದ್ಧರಾದಿಯಾಗಿ ಎಲ್ಲರು ಏರಪೋರ್ಟ್‌ನ ನಿರ್ಮಾಣಕ್ಕಾಗಿ ಕಾಯುವಂತೆ ಮಾಡಿತ್ತು.

ಅವತ್ತು ಎಮ್ಮೆಲ್ಲೆ ಪ್ರಕಾಶ ಜಾಧವಗೆ ಮುಖ್ಯಮಂತ್ರಿಗಳಿಂದ ಕರೆ ಬಂತು. 'ಯಾರೋ ಒಬ್ಬ ಜಮೀನು ಕೊಡೋದಿಲ್ಲ ಅಂತ ಹೇಳ್ತಾ ಇದಾನೆ ಅಂತ ನೋಡಿ. ನಿಮ್ಮ ಜನರನ್ನ ಹದ್ದುಬಸ್ತಿನಲ್ಲಿ ಇಡಲಿಕ್ಕೆ ಆಗೋದಿಲ್ವೇನ್ರೀ ನಿಮಗೆ. ಹೌ ಹೋಪಲೆಸ್' ಎಂದು ಚುಟುಕಾಗಿ ಬೈದು ಐದೇ ನಿಮಿಷದಲ್ಲಿ ಮೀಟಿಂಗ್ ಮುಗಿಸಿದ್ದರು. 'ಯಾರಪಾ ಇಂವಾ' ಎಂದು ನೋಡಿದರೆ ಹೆಸರು ಬಸವಣ್ಣೆಪ್ಪ ಕಿತ್ತೂರು ಅಂತಿತ್ತು. ಪ್ರಕಾಶ ಜಾಧವಗೆ ಅದು ಯಾರೆಂದು ಗೊತ್ತಿರದೇ ಇದ್ದುದರಿಂದ ಜಗದೇಶನ ಸಹಾಯ ತೆಗೆದುಕೊಳ್ಳಬೇಕಾಯಿತು. 'ಅಜ್ಜಾ ಜೋರ ಅದಾನ ನೋಡ್ರೀ. ನಾ ಕೇಳಾಕ ಹೋದಾಗ ಬೈದ ಕಳ್ಸಿದ. ಈಗ ನೋಡಿದ್ರ ಕೊಡೋದಿಲ್ಲ ಅಂತಾನ' ಎನ್ನುತ್ತ ಆಗಲೇ ಹೊಲದ ಪತ್ರಕ್ಕೆ ಸಹಿ

ಮಾಡಿ ಸರಕಾರದಿಂದ ಹಣ ಪಡೆದುಕೊಂಡಿದ್ದ ಜಗದೇಶ ಹಳಹಳಿಸುತ್ತ ಕೈ ಕೈ ಹೊಸಕಿಕೊಳ್ಳುತ್ತ ಹೇಳಿದ. ಎಮ್ಮೆಲ್ಲೆ ಆಫೀಸಿಗೆ ಕರೆ ಕಳುಹಿಸಿದರೆ ಬಸವಣ್ಣೆಪ್ಪ ಬರಲಿಲ್ಲ. ಅವನ ಮನೆಗೇ ಹೋಗಬೇಕಾಯಿತು. ಎಮ್ಮೆಲ್ಲೆಯನ್ನು ನೋಡಲು ಬಸವಣ್ಣೆಪ್ಪನ ಮನೆಯ ಮುಂದೆ ಜನರು ದಂಡಿಯಾಗಿ ನೆರೆದಿದ್ದರು. ಬಸವಣ್ಣೆಪ್ಪ ಮಾತ್ರ ಮನೆಯೊಳಗೆ ಕುಳಿತಿದ್ದ.

'ಏನಪಾ.. ಏನ್ ನಿನ್ನ ಸಮಸ್ಯಾ? ಯಾಕ ಹೊಲದ ಪತ್ರಕ್ಕ ಸಹಿ ಮಾಡವಲ್ಲಿ?' ನೇರವಾಗಿ ಮಾತಿಗೆ ಬಂದರು ಎಮ್ಮೆಲ್ಲೆ ಸಾಹೇಬರು.

'ಯಾಕ್ ಸೈ ಮಾಡಬೇಕು? ನನ್ನ ಹೊಲಾ ಅದು. ಅದನ್ನ ಯಾರಿಗೂ ಕೊಡಾಂಗಿಲ್ಲ' ಖಡಾಖಂಡಿತವಾಗಿ ಹೇಳಿದ ಬಸವಣ್ಣೆಪ್ಪ. ಎಪ್ಪತ್ತರ ಆ ದೇಹದಲ್ಲಿ ಭುಜಗಳು ಮಣಿದಿರಲಿಲ್ಲ. ಎದೆಯುಬ್ಬಿತ್ತು. ಧ್ವನಿಯಲ್ಲಿ ನಡುಕವಿರಲಿಲ್ಲ. ಎದುರಿಗಿರುವುದು ಎಮ್ಮೆಲ್ಲೆ ಎಂಬ ಅಳುಕಂತೂ ಮೊದಲೇ ಇರಲಿಲ್ಲ.

'ಎಜ್ಜ.. ನಾವೆಲ್ಲಾ ಕೊಟ್ಟಿಲ್ಲಾ? ನೀ ಒಬ್ಬ ಇಲ್ಲ ಅಂದ್ರ ಏನ್ ಆಗೋದೈತಿ?' ಜಗದೇಶ ಮಾತನಾಡಿದ.

'ಅದು ನಮ್ಮ ಮುತ್ತಜ್ಜನ ಹೊಲ. ಅಂವಗ ಅವನ ಮುತ್ತಜ್ಜ ಕೊಟ್ಟಿದ್ದು. ನಾನು ನನ್ನ ಮೊಮ್ಮಗಗ ಕೊಡ್ತೇನಿ. ಸರಕಾರಕ್ಕ ಕೊಡೋದಿಲ್ಲ' ಎಂದ.

'ಊರ ಉದ್ಧಾರ ಆಗೋದು ಬ್ಯಾಡ ಏನ್ ನಿಂಗ?' ಪ್ರಕಾಶ ಜಾಧವ ಸಿಟ್ಟಿನಲ್ಲಿ ಕೇಳಿದ.

'ನೀವೆಲ್ಲಾ ಎಷ್ಟ ಉದ್ಧಾರ ಮಾಡ್ತೀರಿ ಅಂತ ಗೊತ್ತೈತಿ ತುಗೋರಿ. ನೆಟ್ಟಗ ಒಂದ ಬಸ್ ಸ್ಟ್ಯಾಂಡ್ ಕಟ್ಟಿಸಿ ಕೊಡಲಿಲ್ಲ ನೀವು. ಮಳಿ ಬಿಸಲು ಅನ್ನದ ಮಂದಿ ಒದ್ದಾಡಿದ್ರು. ಇನ್ನು ಒದ್ದಾಡಾಕತ್ತಾರ. ವೋಟಿನ ಸಲುವಾಗಿ ಏನ್ ಬೇಕಾದ್ದ ಮಾಡ್ತೇರಿ. ಅಷ್ಟಿದ್ರ ಊರ ದಾಟಿದ ಮ್ಯಾಲ ಸರಕಾರದ ಜಾಗ ಐತಲ್ಲ ಅಲ್ಲಿ ಕಟ್ಟಸ್ರೀ ಏರಪೋರ್ಟ್. ರೈತರ ಹೊಲಾ ಎದಕ್ಕ ಬೇಕ ನಿಮಗ? ಮಹಾದಾಯಿ ಬಗ್ಗೆ ಮಾತಾಡ್ತೀರೆನ್ರೀ ನೀವು?' ಎಂದು ಉಸಿರು ತೆಗೆದುಕೊಳ್ಳದೇ ಮಾತನಾಡಿದ.

ಅವನಿಗೆ ಎದುರುತ್ತರಿಸಲು ಪ್ರಕಾಶ ಜಾಧವ ಬಳಿ ಮಾತುಗಳಿರಲಿಲ್ಲ. ಈಗ ಕೊಡುವುದಕ್ಕಿಂತ 10% ಹೆಚ್ಚಿಗೆ ಕೊಡುವುದಾಗಿ ಹೇಳಿದರೂ ಬಸವಣ್ಣೆಪ್ಪ ಒಪ್ಪಲಿಲ್ಲ. ಅಲ್ಲಿಯೇ ಇದ್ದ ಜಗದೇಶನ ಕಿವಿಗಳು ಕೆಂಪಾಗಿದ್ದವು.

ಹೇಗೆಲ್ಲ ತಿಳಿಸಿ ಹೇಳಿದರೂ ಅವನು ಕೇಳದಾದಾಗ ಅಲ್ಲಿಂದ ಎದ್ದು ಹೋದ ಎಮ್ಮೆಲ್ಲೆ ಪ್ರಕಾಶ ಜಾಧವನಿಗೆ ಮುದುಕ ಬಿಡಿಸಲಾರದ ಕಗ್ಗಂಟಾಗಿ ಕಂಡ. ಬೆಂಗಳೂರಿನಲ್ಲಿ ವಾಸವಾಗಿದ್ದ ಅವನ ಮಗನ ಜೊತೆಗೆ ಮಾತನಾಡಿ ನೋಡಿದ. ಏರಪೋರ್ಟ್ ಆಗುವ ಸುದ್ದಿ, ತಮ್ಮ ಮನೆಗೆ ನೋಟಿಸ್ ಬಂದ ಸುದ್ದಿಯೆಲ್ಲವೂ ಈಶ್ವರನಿಗೆ ಗೊತ್ತಿತ್ತಾದರೂ ಅಪ್ಪ ಹೀಗೆ ಹಟ ಹಿಡಿದು

ಕುಳಿತಿದ್ದು ಗೊತ್ತಿರಲಿಲ್ಲ. ಅವನ ಜೊತೆ ಮಾತನಾಡಲೆಂದು ಹೆಂಡತಿ, ಮಗಳು, ಮೊಮ್ಮಗನೊಡನೆ ಕಿತ್ತೂರಿಗೆ ಬಂದ. ವರ್ಷಗಳ ನಂತರ ಮನೆಗೆ ಬಂದ ಸೊಸೆಯನ್ನು ನೋಡಿ ಪಾರವ್ವ ಖುಷಿಯಾದಳು. ಮೊಮ್ಮಗಳ ಮಗ ಆಗಲೇ ಎರಡು ವರ್ಷದವನಾಗಿದ್ದಾನೆ. ತೊದಲು ಮಾತನಾಡುತ್ತಾನೆ. ಮನೆಯಲ್ಲಿರುವ ಪ್ರತಿಯೊಂದು ವಸ್ತುವು ಅವನಿಗೇ ಬೆರಗು. ಅವನನ್ನು ನೋಡಿ ಬಸವಣ್ಣೆಪ್ಪನೂ ತನ್ನು ಕಪ್ಪು ಕಲ್ಲುಗಳನ್ನು ತೋರಿಸಿ ನಕ್ಕಿದ್ದ. ಅವನು ನಕ್ಕರೆ ಹೇಗೆ ಕಾಣುತ್ತಾನೆಂದು ಮರೆತೇ ಹೋಗಿತ್ತು ಪಾರವ್ವಳಿಗೆ. ಬಂದ ದಿನವಂತೂ ಮರಿಮೊಮ್ಮಗನ ಜೊತೆಯೇ ಅವನ ತಿಂಡಿ, ಊಟ. ಅವನನ್ನು ಸೈಕಲ್ ಮೇಲೆ ಕೂರಿಸಿಕೊಂಡು ಚೆನ್ನಮ್ಮನ ಕೋಟೆಯನ್ನು, ರಣಗಟ್ಟಿ ಕೆರೆಯನ್ನು ಹೊಲದ ಬದುವನ್ನು ತೋರಿಸಿದ.

ಬಂದ ಮಾರನೇ ದಿನವೇ ಅಪ್ಪನ ಜೊತೆ ಮಾತು ಶುರು ಮಾಡಿದ ಈಶ್ವರ. ಅವನ ಮಾತುಗಳನ್ನು ಕೇಳಿ ಬಸವಣ್ಣೆಪ್ಪನಿಗೆ ಸಿಟ್ಟು ನೆತ್ತಿಗೇರಿತು. ಮಗ ಬಂದ ರಾತ್ರಿ ಪಾರವ್ವ ಗಂಡನ ಮುಂದೆ 'ಅಪರೂಪಕ್ಕ ಬಂದಾರ. ನಿಮ್ಮ ಸಿಟ್ಟು ಸ್ವಲ್ಪ ತಡ್ಕೊರಿ. ಹುಡುಗಗ ಬೈಯ್ಯಾಕ ಹೋಗಬ್ಯಾಡ್ರೀ' ಎಂದು ಕಣ್ಣುಗಳಲ್ಲಿ ಅಂತಃಕರುಣವನ್ನೇ ತುಂಬಿಕೊಂಡು ಹೇಳಿದ್ದು ನೆನಪಿನಲ್ಲಿತ್ತು. ಆದ್ದರಿಂದ ಮಗನಿಗೆ ಏನೂ ಹೇಳದೇ ಸುಮ್ಮನಾದ.

'ಅಪ್ಪಾ... ನೀ ಹಿಂಗ ಮಂಡತನಾ ಮಾಡಿದ್ರ ಅವರು ಫೋರ್ಸ್ ಮಾಡಿ ತುಗೋಂತಾರ. ಅವರ ಕೈಯ್ಯಾಗ ಪವರ್ ಐತಿ. ಆಮ್ಯಾಲೆ ಬರೋ ರೊಕ್ಕನೂ ಬರಾಂಗಿಲ್ಲ. ಕೈಯ್ಯಾಗ ಚಿಪ್ಪ ಹಿಡಕೊಂಡ ಕುಂಡರಬೇಕಾಗ್ತೇತಿ' ಎಂದು ನಾಜೂಕಾಗಿ ಹೇಳಿದ.

'ತುಗೊಂಡ್ರ ತುಗೋಲಿ. ನಾ ಅಂತೂ ನನ್ನ ಕೈಯ್ಯಾರೆ ಸೈ ಮಾಡಿ ಕೊಡಾಂಗಿಲ್ಲ. ಯಾಂವ ಏನ್ ಮಾಡ್ತಾನೋ ಮಾಡ್ಕೊಳ್ಳಿ. ನಮ್ಮಪ್ಪಗ ಮಾತ ಕೊಟ್ಟೇನಿ. ಅವನ ಹೊಲಾ ನೋಡ್ಕೊತೇನಿ ಅಂತ' ಬಸವಣ್ಣೆಪ್ಪನೂ ಅಷ್ಟೇ ಸಮಾಧಾನವಾಗಿ ಉತ್ತರಿಸಿದ.

'ಹೊಲಾ ತುಗೊಂಡ ಏನ್ ಮಾಡಾಂವದಿ ನೀನು? ನಾ ಅಂತೂ ಹೊಲಾ ಮಾಡಾಂಗಿಲ್ಲ. ಹಂಗ ಹಾಳ ಬೀಳೋ ಬದಲಿ ರೊಕ್ಕಾ ಮಾಡ್ಕೊಳ್ಳಾಕ ಚಾನ್ಸ್ ಇದ್ದಾಗ ಯಾಕ ಬ್ಯಾಡ ಅಂತಿ ಅಂತ ಗೊತ್ತಾಗವಲ್ತ ನನಗ' ಎಂದ ಮಗ.

'ನಿನಗ ಹೆಂಗ ಗೊತ್ತಾಗ್ತೇತಿ ಹೇಳು. ನಮ್ಮ ನೆಲಾ, ನಮ್ಮ ಮಣ್ಣು, ನಮ್ಮ ಮನಿ ಅಂತ ವ್ಯಾಮೋಹ ಇದ್ರ ಅಲಾ. ನಮ್ಮಪ್ಪನ್ನ ಆ ಹೊಲದಾಗ ಹೂತೇನಿ. ನೀ ಸಣ್ಣಾಂವಿದ್ದಾಗ ಕ್ಯಾನ್ಸರ್ ಬಂದು ಸತ್ತ ನಮ್ಮ ಆಕಳು ಗಂಗವ್ವನ್ನ ಹೂತೇನಿ. ಗೊತ್ತಿಲ್ಲೇನ ನಿನಗ? ನಮ್ಮಪ್ಪ ಸಾಯೋ ದಿನಾನೂ ಆ ಹೊಲದಾಗ ಕೆಲಸ ಮಾಡ್ಕೋತ ಅಲ್ಲೇ ಎದಿ ಹಿಡಕೊಂಡ ಸತ್ತ. ಅಲ್ಲೇ ಅವನ ಉಸರ

ಐತಿ. ಇವರು ಹೊಲಾ ಎಲ್ಲಾ ಅಗದು ನಮ್ಮಪ್ಪನ ಎಲುಬು, ಮೂಳಿ ಎಲ್ಲಾ ದಿಕ್ಕಿಲ್ಲದಂಗ ಮಾಡ್ತಾರ. ನಮ್ಮಪ್ಪನ ಆತ್ಮ ವಿಲ ವಿಲ ಅಂತ ಒದ್ದಾಡೋದಿಲ್ಲ ಏನು? ಏರಪೋರ್ಟ್ ಆದ ಮ್ಯಾಲ ಇಂತಾವ್ರ ಹೊಲಾ ಇತ್ತು, ಇಂತಾವ್ರು ಇಲ್ಲೇ ವರ್ಷಾನಗಟ್ಟಲೇ ಜಮೀನು ಮಾಡಿದ್ರು ಅಂತ ಯಾರಿಗರೇ ನೆನಪ ಇರತೇತೇನು? ಇಲ್ಲ. ಮನಷ್ಯಾಗ ಬೇರು ಇರಬೇಕು. ಬೇರು ನೆಚ್ಚಿಕೊಂಡಿದ್ರ ಈ ಭೂಮಿ ಮ್ಯಾಲ ಬದುಕಲಿಕ್ಕೆ ಸಾಧ್ಯ. ಗಾಳಿಪಟಾ ದಾರ ಇಲ್ಲದ ಎಷ್ಟ ದಿನಾ ಅಂತ ಹಾರಾಡೀತು? ನೀವೆಲ್ಲಾರು ಗಾಳಿಪಟ ಆಗಿ ಬಿಟ್ಟಿರಿ.'

ಈಶ್ವರ ನೆಲ ನೋಡುತ್ತಿದ್ದ.

'ನೀ ಬಂದಿದ್ದ ಇದ ಕೆಲಸಕ್ಕ ಅಂದ್ರ ಹೋಗ್ಬಿಡು. ಅದರಿಂದ ಏನ್ ಕಾಯ್ದೆ ಇಲ್ಲ' ಎಂದು ಬಿಟ್ಟ ಬಸವಣ್ಣೆಪ್ಪ.

ಅಪ್ಪನನ್ನೇ ನೋಡಿದ. ಅವನೊಳಗಿನ ಆತ್ಮತೃಪ್ತಿ ಅವನನ್ನು ಕೆಣಕಿದಂತಾಯಿತು. ಬೇರೇನೂ ಹೇಳದೆ ಎಲ್ಲರೊಡನೆ ಅದೇ ರಾತ್ರಿ ಬಸ್ಸು ಹತ್ತಿದ. ಮನೆ ಮತ್ತೆ ಮೂಕವಾಯಿತು. 'ನಿಮಗಂತೂ ಮಕ್ಕಳು ಮೊಮ್ಮಕ್ಕಳು ಯಾರೂ ಬ್ಯಾಡ. ಆದ್ರ ನನಗ ಬೇಕು. ವಯಸ್ಸಾದ ಮ್ಯಾಲ ಮನಿ ತುಂಬ ಮಂದಿ ಇರಬೇಕು ಅನ್ನಸ್ತೇತಿ. ನಿಮ್ಮದೆಂತಾ ಕರಳು' ಪಾರವ್ವ ಕಣ್ಣ ತುಂಬ ನೀರು ತುಂಬಿಕೊಂಡು ಹೇಳಿದಾಗ ಹೆಂಡತಿಯನ್ನು ನೋಡಿ ಬಸವಣ್ಣೆಪ್ಪ ಮೆತ್ತಗಾದ.

'ಅವರಿಲ್ಲಿ ಇರಾಕ ಬಂದಿದ್ರು, ನಮ್ಮಿಬ್ಬರನ್ನ ನೋಡಾಕ ಬಂದಿದ್ರು ಅನ್ಕೊಂಡಿದ್ದೇನು? ಹೊಲಾ ಮಾರು ಅಂತ ಬುದ್ಧಿ ಹೇಳಾಕ ಬಂದಿದ್ದ ನಿನ್ನ ಮಗಾ' ಎನ್ನುತ್ತ ನಿಟ್ಟುಸಿರು ಬಿಟ್ಟ.

'ಅಂವಗ ಬ್ಯಾಡಾದ ಹೊಲಾ ನಮಗರೇ ಎದಕ್ಕ ಬೇಕು. ಯಾಕ ಮಂದಿನ್ನ ವಿರುದ್ಧ ಹಾಕ್ಕೋತಿರಿ' ಚಿಕ್ಕ ಮಕ್ಕಳಿಗೆ ತಿಳಿಸಿ ಹೇಳುವಂತಹ ಮೃದುತ್ವ ಅವಳ ಧ್ವನಿಯಲ್ಲಿತ್ತು.

'ನಿನಗ ಏನಾರ ಆಗಿದ್ರ ಈ ಜೀವಾ ಕೊಟ್ಟಾದರೂ ಉಳಸ್ಕೋತಿದ್ದೆ. ಹಂಗ ಈ ಹೊಲಾ...'

ಗಂಡನ ಮಾತುಗಳನ್ನು ಕೇಳಿ ಇನ್ನಷ್ಟು ದುಃಖವುಕ್ಕಿ ಸೆರಗಿನಿಂದ ಕಣ್ಣೀರು ಒರೆಸಿಕೊಳ್ಳುತ್ತ ಒಳಗೆ ಹೋದಳು ಪಾರವ್ವ.

ಯಾವ ರೀತಿಯಿಂದಲೂ ಬಸವಣ್ಣೆಪ್ಪ ಕೇಳದೇ ಹೋದಾಗ ಅವನ ಜಮೀನನ್ನು ಸ್ವಾಧೀನ ಪಡಿಸಿಕೊಳ್ಳಲು ಆದೇಶ ಹೊರಡಿಸಿತು ಸರಕಾರ. ಇದರ ಅಂತ್ಯವೇನಾಗಬಹುದು ಎಂದು ರೋಚಕತೆಯಿಂದ ಕಾಯುತ್ತಿದ್ದ ಜಗದೇಶನಂತಹ ಇನ್ನೂ ಹಲವರು ಇದಕ್ಕೆ ಸಂಬಂಧಪಟ್ಟ ಪ್ರತಿಯೊಂದು ಸುದ್ದಿಯನ್ನೂ ಹತ್ತಿರದಿಂದ ಗಮನಿಸುತ್ತಿದ್ದರು. ಸರಕಾರದ ಕೈಯ್ಯಲ್ಲಿ

ಅಧಿಕಾರವಿತ್ತು. ಹೈವೇ ಮೇಲೆ ಬಸ್ಸು ರೋಖ್ ಮಾಡಿ ತನ್ನ ಪ್ರತಿಭಟನೆಯನ್ನು ತೋರಿಸಲು ಒಬ್ಬನೂ ಸಹ ಬಸವಣ್ಣೆಪ್ಪನ ಬೆಂಬಲಕ್ಕಿರಲಿಲ್ಲ. ಆದರೂ ಸರಕಾರಕ್ಕೆ ಮಣಿಯದೆ ಇದನ್ನು ತನ್ನದೇ ರೀತಿಯಲ್ಲಿ ಪ್ರತಿಭಟಿಸುವುದಾಗಿ ನಿರ್ಧರಿಸಿದ. ತಾನು ರೈಲು ನಿಲ್ಲಿಸುವುದಾಗಿ ಸುದ್ದಿ ಪತ್ರಿಕೆಯಲ್ಲಿ ಹೇಳಿಕೆ ಕೊಟ್ಟ. ಎಮ್ಮೆಲ್ಲೆ ಪ್ರಕಾಶ ಜಾಧವ, ಜಗದೇಶ, ಸಿಎಮ್ಮು ಮೊದಲಾದಿಯಾಗಿ ಜನರೆಲ್ಲ ನಕ್ಕರು. ಪ್ರತಿಭಟನೆಯ ದಿನ ಬಂತು. ಕಿತ್ತೂರಿನ ಜನರ ಕಣ್ಣುಗಳೆಲ್ಲ ಬಸವಣ್ಣೆಪ್ಪನ ಮೇಲೆಯೇ ಇತ್ತು.

ಪ್ರತಿಭಟನೆಯ ಹಿಂದಿನ ರಾತ್ರಿ ಪಾರವ್ವನಿಗೆ ಹೇಳುತ್ತಿದ್ದ ಬಸವಣ್ಣೆಪ್ಪ 'ನನ್ನ ಜೀವ ಇರೋ ತನಕಾ ನಮ್ಮ ಹೊಲಾ ತುಗೊಳ್ಳಾಕ ಅವರಿಗೆ ಬಿಡೋದಿಲ್ಲ. ಒಂದ ವೇಳೆ ನನಗೇನರ ಆದ್ರ ನೀ ಹೊಲಾ ಕೊಟ್ಟ ಬಿಡು. ರೊಕ್ಕರೇ ಬರತೇತಿ ನಿನಗ.'

ಗಂಡ ಹೆಂಡತಿ ಇಬ್ಬರು ಎಷ್ಟೋ ಹೊತ್ತಿನವರೆಗೂ ಆಕಾಶದಲ್ಲಿ ಒಂಟಿಯಾಗಿದ್ದ ಚಂದ್ರನನ್ನು ದಿಟ್ಟಿಸುತ್ತ ಕುಳಿತಿದ್ದರು.

ಮಾರನೇ ದಿನ ಸಂಜೆ ಇಬ್ಬರು ಬೆಳಗಾವಿ ಬಸ್ಸು ಹತ್ತಿದರು. ಬಸವಣ್ಣೆಪ್ಪನ ಈ ಹೋರಾಟವನ್ನು ಪ್ರತ್ಯಕ್ಷವಾಗಿ ಕಣ್ತುಂಬಿಸಿಕೊಳ್ಳಬೇಕು ಎಂದು ಕಾಯುತ್ತಿದ್ದ ಕಿತ್ತೂರಿನ ಅನೇಕ ಜನರು ಅವರ ಹಿಂದೆಯೇ ಹತ್ತಿದ್ದರಿಂದ ಬಸ್ಸು ತುಂಬಿ ನಿಲ್ಲಲು ಸಹ ಜಾಗವಿಲ್ಲದಂತಾಯಿತು. ಬಸವಣ್ಣೆಪ್ಪ, ಪಾರವ್ವ ಮುಂದೆ ಮುಂದೆ. ಹಿಂದೆಯಿಂದ ಜನರು. ಬೆಳಗಾವಿಯ ರೇಲ್ವೇ ಸ್ಟೇಷನ್ನನ್ನು ತಲುಪಿದರು. ಬೆಂಗಳೂರಿಗೆ ಸಂಜೆ 6:30ಗೆ ಹೊರಡುತ್ತಿದ್ದ ಚೆನ್ನಮ್ಮನ ಕಿತ್ತೂರು ರೈಲು ಹಳಿಯ ಮೇಲೆ ನಿಂತಿತ್ತು. ರೈಲು ಹತ್ತಿ ಕುಳಿತ ಪ್ರಯಾಣಿಕರು ಕಿಟಕಿಯಿಂದ ಹೊರ ನೋಡುತ್ತ ಕುಳಿತಿದ್ದರು. ತಡವಾಯಿತೆಂದು ಅವಸರದಲ್ಲಿ ಬಂದವರು ತಮ್ಮ ಚೀಲಗಳನ್ನು ಟ್ರೇನಿಗೆ ಏರಿಸುತ್ತ ಒಳಗೆ ಹತ್ತಿ ಸೀಟುಗಳನ್ನು ಹುಡುಕಾಡುತ್ತಿದ್ದರು. ಚೀಲದೊಳಗೆ ಇದ್ದ ಫಲಕವನ್ನು ತೆಗೆದು ಒಂದನ್ನು ಪಾರವ್ವನ ಕೈಗೆ ಕೊಟ್ಟು ಇನ್ನೊಂದನ್ನು ತಾನು ಹಿಡಿದುಕೊಂಡ. 'ನನ್ನ ಹೊಲ ನನ್ನದು' ಎಂಬ ಬರಹವಿತ್ತು ಆ ಫಲಕಗಳಲ್ಲಿ. ಬೆನ್ನು ಅರ್ಧ ಬಾಗಿದ್ದ ಪಾರವ್ವ ಗಂಡನ ಪಕ್ಕದಲ್ಲಿ ಫಲಕವನ್ನು ಹಿಡಿದುಕೊಂಡು ರೈಲು ಹಳಿಯ ಮೇಲೆ ಕೂತಳು. ಸುತ್ತಲಿನ ಜನ ಸಿನಿಮಾ ನೋಡುವಂತೆ ಇದನ್ನೆಲ್ಲ ನಿಂತು ನೋಡುತ್ತಿದ್ದರು. ಕೆಲವರು ಫೋನುಗಳಲ್ಲಿ ಸೆರೆ ಹಿಡಿಯುತ್ತಿದ್ದರು. ಸ್ವಲ್ಪ ಹೊತ್ತಿನ ಮೇಲೆ ಸುದ್ದಿ ಚಾನೆಲ್ ನವರು ಮೈಕುಗಳ ಸಮೇತ ಬಂದರು. ಹಿಂದೆ ಬಸವಣ್ಣೆಪ್ಪ ಮತ್ತು ಪಾರವ್ವ ಕಾಣುವ ಹಾಗೆ ಕ್ಯಾಮೆರಾ ಮುಂಭಾಗದಲ್ಲಿ ನಿಂತು ವರದಿ ಮಾಡತೊಡಗಿದರು. ಟ್ರೇನು ಹೊರಡುವ ಸಮಯವಾಯಿತು. ಜೋರಾಗಿ ಹಾರ್ನು ಹೊಡೆಯಿತು. ಪಾರವ್ವ ಬೆದರಿದಳು. ಗಂಡನ ಮುಖ

ನೋಡಿದಳು. ಅವನು ಅಲ್ಲಾಡದೇ ಕುಳಿತಿದ್ದ. ಎಷ್ಟೊತ್ತಾದರೂ ಟ್ರೇನು ಹೊರಡದ ಕಾರಣ ಒಳಗಿದ್ದ ಪ್ರಯಾಣಿಕರು ಕೆಳಗಿಳಿದು ಏನಾಗುತ್ತಿದೆಯೆಂದು ಕತ್ತೆತ್ತರಿಸಿ ನೋಡತೊಡಗಿದರು. ಸ್ವಲ್ಪ ಸಮಯದ ನಂತರ ದೊಡ್ಡ ನಾಯಿಗಳ ಸಮೇತ ಪೋಲಿಸರು ಬಂದರು. ಪಾರವ್ವನನ್ನು ಅನಾಮತ್ತಾಗಿ ಎತ್ತಿ ಕಟ್ಟೆಯ ಮೇಲೆ ಕೂರಿಸಿದರು. ಬಸವಣ್ಣೆಪ್ಪನನ್ನು ಎತ್ತಲು ಹೋದಾಗ ಆತ ಕೊಸರಾಡಿದ. ಅವನ ಕೈಯಲ್ಲಿನ ಫಲಕ ಆಚೀಚೆ ತೂಗಾಡಿತು.

●

# ನಿಲುಕಿನೊಳಗೆ

**ಸೌರಭಾ ಕಾರಿಂಜೆ**
sowrabha20@gmail.com

'ನಿನ್ನ ಫ್ರೆಂಡ್ ಫೇಮಸ್ ಆಗ್ಬಿಟ್ಟಿದ್ದಾಳೆ. ಅವಳ ಫೋಟೋ ವಾಟ್ಸ್ಯಾಪ್‌ನಲ್ಲಿ ಹರಿದಾಡ್ತಾ ಇದೆ ನೋಡು.' ನನ್ನ ಜೊತೆಗೆ ಇಂಟರ್ನ್‌ಶಿಪ್ ಮಾಡುವ ಕೋಕಿಲಾ ಕಿಸಿಕಿಸಿಯೆಂದಳು. ನನ್ನ ಫ್ರೆಂಡ್ ಅಂತ ಇವಳು ಯಾರನ್ನು ರೇಗಿಸುತ್ತಾಳೆ ಅಂತ ನನಗೂ ಗೊತ್ತು. ಬೇಡುವ ಹುಡುಗಿ ಕಲ್ಪನಾ ಇವಳ ತಮಾಷೆಯ ವಸ್ತು.

ನಮ್ಮ ಆಫೀಸಿನ ಪಕ್ಕ ಎಡಕ್ಕೆ ತಿರುಗಿ ಹಾಗೇ ನಡೆದರೆ ರಸ್ತೆಯ ಕೊನೆಯಲ್ಲಿನ ಜ್ಯೂಸ್ ಅಂಗಡಿಯ ಆಸುಪಾಸಿನಲ್ಲಿ ಮಗುವೊಂದನ್ನು ಹಿಡಿದುಕೊಂಡು ಕುಳಿತಿರುತ್ತಾಳೆ ಕಲ್ಪನಾ. ಅವಳು ಆ ಬೀದಿಯನ್ನು ಬಿಟ್ಟು ಬೇರೆ ಕಡೆ ಹೋಗುವುದಿಲ್ಲ. ಯಾಕೆಂದು ಕೇಳಿದರೆ ಉತ್ತರಿಸಲು ಮನಸ್ಸಿಲ್ಲದ ಒಂದು ನಗುವನ್ನು ನಗುತ್ತಾಳೆ.

ಹೆಚ್ಚು ಮಾತಿನವಳಲ್ಲದ ನನಗೆ ಅಷ್ಟೆಲ್ಲ ಕೇಳುವ ಸಲಿಗೆ ಹೇಗೆ ಬೆಳೆಯಿತೆನ್ನುವುದೂ ವಿಶೇಷ.

ಆ ಬೀದಿಯಲ್ಲಿ ನಾನೊಂದು ಬಾರಿ ಜ್ಯೂಸ್ ಕುಡಿಯಲು ನಿಂತಿದ್ದೆ. ಯಾರೋ ದುಪಟ್ಟಾವನ್ನು ಜಗ್ಗಿದ ಹಾಗೆ ಅನಿಸಿ ತಿರುಗಿ ನೋಡಿದರೆ ಒಂದು ಸೊಗಸಾದ ಮಗು. ನೋಡಲು ಪಕ್ಕನೆ ಭಿಕ್ಷುಕರ ಮಗುವಿನಂತೆ ಕಾಣದ ಕೂಸು. ಹರಕಲು ಬಟ್ಟೆ ಹಾಕಿಕೊಂಡು ಕೂದಲು ಕೆದರಿಕೊಂಡು ಗೊಣ್ಣೆ ಸುರಿಸುತ್ತಿತ್ತು. ಎರಡು ವರ್ಷ ತುಂಬಿರಬಹುದೇನೋ ಹುಡುಗಿಗೆ. ಜ್ಯೂಸ್ ಮೇಲಿನ ಆಸೆಗೋ, ಮೇ ತಿಂಗಳ ಸೆಕೆ ತಡೆಯಲಾರದೆಯೋ ನನ್ನನ್ನು

ಬೇಡುತ್ತಿತ್ತು. ಅದಕ್ಕೊಂದು ಮೋಹಕವಾದ ನಗೆಯಿತ್ತು. ಅದರ ತಾಯಿ ಮಗು ಸಂಪಾದಿಸಬಹುದಾದ ಪಾನೀಯಕ್ಕೆ ನಿರ್ಯೋಚನೆಯಿಂದ ಕಾದು ನಿಂತಿದ್ದಳು.

ಹೃದಯವುಳ್ಳವರು ಯಾರಾದರೂ ಮಾಡಬಹುದಾದದ್ದನ್ನೇ ನಾನು ಮಾಡಿದೆ, ಅದಕ್ಕೊಂದು ಜ್ಯೂಸ್ ತೆಗೆಸಿಕೊಟ್ಟೆ. ಕುಡಿಯಲು ಅದರ ತಾಯಿಯೂ ಬಂದಳು. ನನ್ನೆಡೆಗೆ ಸಣ್ಣಗೆ ಹಲ್ಲುಕಿರಿದಳು. ನಗಬೇಕೋ ಬೇಡವೋ ನನಗೆ ಸಂಶಯ.

ಇಂಥವರ ಜೊತೆ ಯಾವ ನಮೂನೆಯ ಸಂಬಂಧ ಬೆಳೆಸಿಕೊಳ್ಳುವುದು? ಅದೊಂದು ಸ್ನೇಹವೂ ಅಲ್ಲ, ಅಂತಃಕರಣವೂ ಅಲ್ಲ. ಸುಮ್ಮನೆ ಏನೋ ಒಂದು ವ್ಯವಹಾರ. ಅದರಲ್ಲಿ ಹೆಸರು ಕೇಳುವುದು ಬಿಡುವುದು, ನಗುವುದು ಸಿಡುಕುವುದು ಎಲ್ಲ ಒಳಗೊಳ್ಳುತ್ತದೆಯೋ ಇಲ್ಲವೋ ನನಗೆ ಗೊತ್ತಿಲ್ಲ. ಈಗ ನೀವು ಅಂಗಡಿಗೆ ಹೋಗುತ್ತೀರೆನ್ನಿ. ದಿನಾ ಹೋಗುವ ಅಂಗಡಿಯೆಂದರೆ ನಿಮಗೂ ಅಂಗಡಿಯವನಿಗೂ ಒಂದು ಕೊಡುಕೊಳ್ಳುವಿಕೆಯ ವ್ಯವಹಾರ. ನಗಬಹುದು, ಹೆಸರು-ಮನೆ ಕಡೆಯ ಸ್ಥೂಲ ವಿವರ ಇತ್ಯಾದಿ ತಿಳಿದುಕೊಳ್ಳಬಹುದು. ಹಾಗಂತ ಅವನ ವೈಯಕ್ತಿಕ ವಿಷಯಗಳನ್ನು ಕೇಳುವುದಿಲ್ಲ ನೀವು. ಅಂದರೆ ಒಂದು ಮಿತಿ ದಾಟಲು ಸಾಧ್ಯವಿಲ್ಲ. ಹೀಗಿರುವಾಗ ಒಬ್ಬ ಬೇಡುವವಳ ಜೊತೆ ನೀವಾಗಲೀ ನಾನಾಗಲೀ ಸ್ನೇಹ ಬೆಳೆಸಿಕೊಳ್ಳುವ ಪ್ರಯತ್ನ ಮಾಡುತ್ತೇವೆಯೇ? ನಾನು ಆವತ್ತು ನಗಲಿಲ್ಲ. ಸುಮ್ಮನೆ ಜ್ಯೂಸ್ ಕುಡಿದದ್ದು, ಬಿಲ್ ತೆತ್ತಿದ್ದು.

ನಂತರ ಈ ತಾಯಿ-ಮಗುವಿನ ಬಗ್ಗೆ ಯೋಚಿಸಲಿಲ್ಲ ನಾನು. ಎರಡು ದಿನಕ್ಕೆ ಅವರನ್ನು ಮರೆತೂ ಬಿಡಬಹುದಿತ್ತು. ಆದರೆ ಈ ಮಗು ಬಿಡಬೇಕಲ್ಲ. ಜ್ಯೂಸ್ ಅಂಗಡಿಗೆ ಹೋದರೆ ನನ್ನನ್ನು ಕಂಡ ತಕ್ಷಣ ನಡೆಯಲಾರದೆ ನಡೆದು ಬರುತ್ತಿತ್ತು. ಅಂಗಡಿಯೆಡೆಗೆ ಮುಖ ಮಾಡಿ ಏನಾದರೂ ತೋರಿಸಿ ಬೇಕೇಬೇಕೆಂದು ಹಕ್ಕು ಚಲಾಯಿಸಿ ಕೇಳುತ್ತಿತ್ತು. ಮಕ್ಕಳೆಂದರೆ ಲಲ್ಲೆಗರೆಯುವವರಿದ್ದಾರೆ. ನನಗೆ ಮಾತ್ರ ಮಕ್ಕಳೆಂದರೆ ಅಷ್ಟಕ್ಕಷ್ಟೇ. ಹಾಗಂತ ನಾನೇನು ಕಲ್ಲೇ? ಅಂತೂ ಅದರ ಮುದ್ದು ಮುಖಕ್ಕೆ ಸೋತ ನಾನು ಮಗುವಿನ ದೆಸೆಯಿಂದಲಾದರೂ ಕಲ್ಪನಾಳ ಜೊತೆ ಆಗಾಗ ಮಾತನಾಡಬೇಕಾದ ಸಂದರ್ಭಗಳು ಉಂಟಾದವು.

‘ನಿನ್ನ ಹೆಸರೇನು?’ ಯಾವತ್ತೋ ಒಂದು ದಿನ ಹೊದ್ದುಕೊಂಡ ಗುಮ್ಮನಗುಸಗಿಯ ಮುಖವಾಡವನ್ನು ಕಿತ್ತಿಟ್ಟು ಕೇಳಿದೆ.

‘ಕಲ್ಪನಾ.’

ಅವಳ ಮುಖ ನೋಡಿದರೆ ಅವಳ ಹೆಸರು ನಿಂಗಿಯೋ ರಂಗಿಯೋ ಇದ್ದಿರಬಹುದಿತ್ತು. ಎಲ್ಲ ಬಿಟ್ಟು ಆಧುನಿಕವಾದ ಹೆಸರು. ನನ್ನ ಹುಬ್ಬು ಕೊಂಚ ಮೇಲೇರಿರಬೇಕು.

'ನಾನೇ ಇಟ್ಟುಕೊಂಡೆ' ಅವಳು ಮತ್ತೆ ಹಲ್ಲುಕಿರಿದಳು. ವಿಚಿತ್ರವೆನಿಸಿತು. ಇವರ ಪ್ರಪಂಚದಲ್ಲಿ ಹೀಗೆಯೇನೋ. ನಿಮಗಿಷ್ಟವಾದ ಹೆಸರನ್ನು ನೀವು ಇಟ್ಟುಕೊಳ್ಳುವುದು. ಹಂಗು-ಸ್ವಾತಂತ್ರ್ಯ ಎರಡೂ ಹೊಂದಿಕೊಂಡಿರಲಾರವೇ?

'ಯಾವೂರು ನಿಂದು?' 25ರ ಹರೆಯವಿರಬಹುದು. ನನಗಿಂತ ದೊಡ್ಡವಳು. ಹಾಗಂತ ನನ್ನ ಬಾಯಿಂದ ಬಹುವಚನ ಬರಲಿಲ್ಲ. ಇವೆಲ್ಲ ರೂಢಿಯಿಂದ ಬರುತ್ತದಲ್ಲವೇ? ಬೇಡುವವರಿಗೆ ಬಹುವಚನ ಬಳಸುವುದನ್ನು ನೀವು ಕೇಳಿದ್ದೀರಾ?

'ಸೋಲೂರು'

'ಅಲ್ಲೇನು ಮಾಡುತ್ತಿದ್ದಿ?'

'ಹಿಂಗೆ ಬೇಡ್ತಾ ಇದ್ದೆ.'

'ದುಡಿದು ತಿನ್ನಬಹುದಲ್ಲ?' ನನ್ನ ಅತಿಯಾದ ಆದರ್ಶಗಳು ಆಗಾಗ ಹೊರಬರುತ್ತವೆ.

ಅವಳು ಒಮ್ಮೆಲೇ ಸೆಟೆದುಕೊಂಡಳು.

'ನೀನು ಕೊಡ್ತೀಯಾ ಕೆಲಸ?'

ನನಗೆ ಕಕಮಕವಾಯಿತು.

'ಅಲ್ಲ, ನಮ್ಮ ಮನೆಯಲ್ಲಿ ಆ ಥರ ಕೆಲಸ...' ತೊದಲತೊಡಗಿದೆ. ನಿನ್ನಂತ ಭಾಳ ಜನ ನೋಡಿದ್ದೀನಿ ಅನ್ನುವಂತೆ ನಕ್ಕು ಅವಳೇ ಮುಂದುವರೆಸಿದಳು.

'ಒಂದು ಐಡಿ ಕಾರ್ಡ್ ಸಹಿತ ಇಲ್ಲದವರಿಗೆ ಮನೆಕೆಲಸವಾದರೂ ಸಿಗುತ್ತದೆಯಾ? ನಿನ್ನ ಪರಿಚಯದ ಯಾರ ಮನೆಗಾದರೂ ನನ್ನನ್ನು ಕೆಲಸಕ್ಕೆ ಸೇರಿಸುವ ಧೈರ್ಯ ಮಾಡುತ್ತೀಯಾ ನೀನು?'

ನಾನೇನು ಹೇಳಬಹುದಿತ್ತು? ಸುಮ್ಮನಾದೆ. ಅವಳು ನನಗೆ ಏಕವಚನ ಪ್ರಯೋಗ ಮಾಡಿದ್ದು ಮೊದಲಿಗೆ ಇರಿಸುಮುರಿಸಾದರೂ ಈ ವರ್ಗದ ಜನಕ್ಕೆ ಅದೇ ಅಭ್ಯಾಸ ಅಂತಂದುಕೊಂಡೆ.

ಈ ಕಲ್ಪನಾ ಬೇರೆ ಭಿಕ್ಷುಕರ ಹಾಗೆ ಅನಿಸುವುದಿಲ್ಲ ನನಗೆ. ಆದೇ ಬೀದಿಯ ಕೊನೆಯಲ್ಲಿರುವ ಮುದುಕಿಯ ರೀತಿಯಲ್ಲಿ 'ದೇವರು ನಿನ್ನನ್ನು ಚೆನ್ನಾಗಿಟ್ಟಿರಲಿ' ಅಂತ ಇವಳು ಆಶೀರ್ವದಿಸುವುದಿಲ್ಲ. ಪಕ್ಕದ ಬೀದಿಯ ಕುಂಟನಂತೆ ದೈನ್ಯತೆಯ ಮುಖ ಮಾಡಿ ಕೈಮುಗಿಯುವುದಿಲ್ಲ. ನನ್ನದೊಂದು ಈಗೋಗೆ ಯಾವ ರೀತಿಯ ತೃಪ್ತಿಯನ್ನೂ ಇವಳು ಒದಗಿಸುವುದಿಲ್ಲ. ಸುಮ್ಮನೆ ದುಡ್ಡು ಕೊಡಬೇಕಿರುವುದು ನನ್ನ ಕರ್ತವ್ಯ ಅನ್ನುವ ಹಾಗೆ ಒಡ್ಡೊಡ್ಡಾಗಿ ನಡೆದುಕೊಳ್ಳುತ್ತಾಳೆ. ಸಮಾಜವಾದದಲ್ಲಿ ನಂಬಿಕೆ ಇಟ್ಟಿರುವ ನನಗೆ, ಸಂಪತ್ತಲ್ಲಿ ನನ್ನದು ಇವಳದು ಅಂತ ಭೇದಭಾವ ಮಾಡುವುದು ಹಿಪಾಕ್ರಸಿ ಅಂತ ಅನಿಸುವ ಹಾಗೆ ಇವಳ ಹಕ್ಕು ಚಲಾವಣೆ.

ಆಗಾಗ ನಾನೂ, ಕಲ್ಪನಾ ಜೊತೆಗೇ ಜ್ಯೂಸ್ ಕುಡಿಯುತ್ತೇವೆ. ಮಗು ಕುಡಿದು ಬಿಟ್ಟ ಜ್ಯೂಸ್ ಹೆಚ್ಚೇ ಇರುತ್ತದೆ. ಅವಳದನ್ನು ಹೀರುತ್ತಾ ನನ್ನೊಡನೆ ಮಾತು ಬೆಳೆಸಲು ತೊಡಗುತ್ತಾಳೆ. ನಾನು ಎತ್ತಲೋ ನೋಡುತ್ತಾ ಸುಮ್ಮನಿರುತ್ತೇನೆ. ನನ್ನಂತಹ ನನಗೆ ಮತ್ತು ಅವಳಂತಹ ಅವಳಿಗೆ ಮಾತನಾಡಲು ಏನೂ ವಿಷಯವಿಲ್ಲವೆಂದು ನಾನು ನಿರ್ಧರಿಸುವಾಗಲೇ ಅವಳು ಅಲ್ಲಿ ಇಲ್ಲಿ ನಡೆದ ಕೊಲೆ, ಕಳ್ಳತನದಂತಹ ವಿಕ್ಷಿಪ್ತ ವಾರ್ತೆಗಳ ಯಾರಿಗೂ ತಿಳಿಯದ ಇನ್‌ಸೈಡರ್ ಕತೆಗಳನ್ನು ರಸವತ್ತಾಗಿ ನಿರೂಪಿಸುತ್ತಾಳೆ. ನನ್ನ ಕುತೂಹಲದ್ದೇ ಮೇಲುಗೈಯಾಗಿ ನಾನು ಮತ್ತಷ್ಟು ಹೊತ್ತು ನಿಂತು ಕೇಳುತ್ತಿರುತ್ತೇನೆ.

ಇದನ್ನು ಗಮನಿಸಿದ ನನ್ನ ಕಲೀಗ್ಸ್ ರೇಗಿಸುತ್ತಾರೆ ನನ್ನನ್ನು. ಇವತ್ತು ಕೋಕಿಲಾ ರೇಗಿಸಿದ ಹಿನ್ನೆಲೆ ಇದು.

ವಾಟ್ಸ್ಯಾಪ್‌ನ ಫೋಟೋ ನೋಡಲು ಬಾಗಿದೆ ನಾನು. ಮಗುವನ್ನಾತುಕೊಂಡು, ಫೋಟೋ ತೆಗೆಯುವವರ ಬಗ್ಗೆ ಅಸಡ್ಡೆಯಿಂದ ಕುಳಿತಿದ್ದ ಕಲ್ಪನಾ. ಕೆಳಗೊಂದು ಟಿಪ್ಪಣಿ–'ಈ ಮಗುವನ್ನು ನೋಡಿದರೆ ಇದು ಖಂಡಿತಾ ಭಿಕ್ಷೆ ಬೇಡುವವರ ಮಗುವೆನಿಸುವುದಿಲ್ಲ. ಯಾರೋ ಉಳ್ಳವರ ಮನೆ ಮಗು ಇದು. ಮಾನವ ಸಾಗಾಣಿಕೆಯ ಜಾಲದಲ್ಲಿ ಸಿಲುಕಿರಬಹುದಾದ ಈ ಪುಟಾಣಿಯನ್ನು ಅದರ ತಂದೆ ತಾಯಿಯ ಬಳಿಗೆ ಸೇರಿಸುವವರೆಗೆ ಈ ಮೆಸೇಜನ್ನು ಫಾರ್ವರ್ಡ್ ಮಾಡಿ.'

ನನಗೆ ವಿಪರೀತ ವಿಸ್ಮಯವೆನಿಸಿತು. ಅಲ್ಲ, ದಿನಾ ಈ ಮಗುವನ್ನು ನೋಡುತ್ತೇನಲ್ಲ, ನನಗ್ಯಾಕೆ ಈ ಯೋಚನೆ ಬಂದೇ ಇಲ್ಲ. ಮಗು ಖಂಡಿತಾ ಕಲ್ಪನಾಳ ಥರ ಇಲ್ಲ. ಅವಳದು ಕಪ್ಪು ಬಣ್ಣ, ಬಣ್ಣ ಕಳೆದುಕೊಂಡ ಕೂದಲು, ಮಾಸಿದ ರವಕೆ, ಅಲ್ಲಲ್ಲಿ ಹರಿದ ಸೀರೆಯ ಬಡಕಲು ದೇಹ, ಮಗುವೋ ಶುಚಿಯಿಲ್ಲದೆ ಹೋದರೂ ಹೊಳೆಯುವ ಮೈ, ಹಾಲಿನಂಥ ಬಣ್ಣ, ಮಿರುಗುವ ಕೂದಲಿನ ಮುದ್ದುಮರಿ. ಅರೆರೇ, ನಾನೆಂತ ಪೆದ್ದು ಇರಬಹುದು, ಇಷ್ಟು ದಿನ ಈ ಸುಳ್ಳಿನ ಬದುಕು ನನ್ನ ಎದುರೇ ನಡೆಯುತ್ತಿದ್ದರೂ ಕುರುಡಿಯಂತೆ ಬದುಕಿದೆನಲ್ಲ ಎನಿಸಿತು. ಮರುಕ್ಷಣವೇ, ಅಲ್ಲ. ಮಗುವನ್ನು ಕದ್ದು ಬದುಕುವ ಯಾವ ಕ್ರೂರತನವೂ ಕಲ್ಪನಾಳ ಮುಖದಲ್ಲಿ ಇದ್ದಂತೆ ನನಗೆ ಅನಿಸಲಿಲ್ಲ ಇಷ್ಟು ದಿನ. ಈಗ, ಇನ್ಯಾರದೋ ಸಂಶಯಗಳಿಗೆ ನಾನು ಜೊತೆ ನೀಡುವುದೇ? ಮನಸ್ಸು ಡೋಲಾಯಮಾನವಾಯಿತು.

ಕಾಫಿ ಕುಡಿಯುವಾಗ ಅಲ್ಲೇ ಇದ್ದ ಹಿರಿಯ ಸಹೋದ್ಯೋಗಿಯೊಬ್ಬರು, ಮೊಬೈಲ್ ಹಿಡಿದುಕೊಂಡು ಹತ್ತಿರ ಬಂದವರೇ

'ನೋಡಮ್ಮ, ನಿನಗಿವಳು ಗೊತ್ತಂತೆ, ಏನು ಕತೆ? ನಮಗೇನಾದರೂ ಹೊಸ ಸ್ಟೋರಿ ಸಿಗಬಹುದೇ ನೋಡು?' ಎಂದು ಶುರುಮಾಡಿದವರು,

'ಇವರದೆಲ್ಲ ದೊಡ್ಡ ಮಾಫಿಯಾ ಇರತ್ತೆ, ಡ್ರಗ್ಸ್, ಮಾನವ ಸಾಗಾಣಿಕೆ, ವೇಶ್ಯಾವಾಟಿಕೆ ಎಲ್ಲ ಇದರಲ್ಲಿ ಸೇರಿಕೊಂಡಿದೆ. ಈ ಸಿಟಿಯಲ್ಲಿ ಸುಲಭದಲ್ಲಿ ದುಡ್ಡು ಮಾಡುವ ಪ್ರೊಫೆಶನ್‌ಗಳಲ್ಲಿ ಭಿಕ್ಷಾಟನೆ ಕೂಡಾ ಒಂದು' ಎಂದು ಜ್ಞಾನವಿತರಣೆ ಮಾಡಿದರು. ಹೊಸಬಳಾದ ನಾನು ವಿನೀತಳಾಗಿ ಕೇಳಿಸಿಕೊಂಡೆ.

ಆವತ್ತು ಲಂಚ್ ಬ್ರೇಕ್‌ಗಾಗಿಯೇ ಕಾಯುತ್ತಿರುವವಳಂತೆ ಮಧ್ಯಾಹ್ನದ ವರೆಗೂ ಚಡಪಡಿಸಿ, ಗಬಗಬನೆ ಡಬ್ಬಿ ಖಾಲಿ ಮಾಡಿ ಜ್ಯೂಸ್ ಅಂಗಡಿಯತ್ತ ಧಾವಿಸಿದೆ. ಕಲ್ಪನಾಳಿಗೆ ತಾನು ಇಷ್ಟು ಕುಖ್ಯಾತಳಾಗುತ್ತಿರುವ ಅರಿವಿರಬಹುದೇ? ಅಷ್ಟು ಜನರ ಮೊಬೈಲ್ ಫೋನಲ್ಲಿ ತನ್ನ ಫೋಟೋ ಹರಿದಾಡುತ್ತಿರುವುದು ಅವಳಿಗೊಂದು ವಿಚಿತ್ರ ಸಂಭ್ರಮವನ್ನು ತರಬಹುದೇ? ಅಥವಾ ಸುಮ್ಮನೆ ತನ್ನ ಎಂದಿನ ತಾತ್ಸಾರದಲ್ಲಿ ನನ್ನನ್ನೂ ನನ್ನ ಮೊಬೈಲನ್ನೂ ತಿರಸ್ಕರಿಸಿ, ನಾನು ನೀಡುವ ಕಾಸಿನತ್ತ ಮಾತ್ರ ಗಮನ ಹರಿಸಬಹುದೇ ಅವಳು? ಹಾಗಾದಲ್ಲಿ ನನ್ನ ಉದ್ವೇಗ ಹಾಸ್ಯಾಸ್ಪದವಾಗಬಹುದು, ಅವಳು ನಗದಿದ್ದರೂ. ಖಾಸಗಿ ಎಂಬಂತೆ ಮೆಲ್ಲಗೆ ಕೇಳಿಬಿಡಲೇ, ಇದು ನಿನ್ನ ಮಗುವೇ ಅಲ್ಲವೇ ಅಂತ. ಅಯ್ಯೋ, ಅವಳು ಇಲ್ಲವೆಂದರೆ ನಾನೇನು ಮಾಡಬೇಕು, ನನಗೆಷ್ಟು ತಲ್ಲಣವಾಗಬಹುದು. ಇಲ್ಲದ ಕಗ್ಗಂಟಲ್ಲಿ ಸಿಲುಕಿಕೊಳ್ಳುವುದು ಬೇಡವೆನಿಸಿತು. ಅವಳ ಜೊತೆ ಏನನ್ನೂ ಹೇಳುವ-ಕೇಳುವ ಉಸಾಬರಿಯೇ ಬೇಡ ಅಂತ ಪುಕ್ಕಲು ಮನ ನಿರ್ಧರಿಸುವಷ್ಟರಲ್ಲಿ ನಾನು ಜ್ಯೂಸ್ ಅಂಗಡಿ ತಲುಪಿದ್ದೆ.

ತನ್ನ ಎಂದಿನ ಜಾಗದಲ್ಲಿ ಅವಳಾಗಲೀ ಮಗುವಾಗಲೀ ಇರಲಿಲ್ಲ. ನಾನು ಸುತ್ತಮುತ್ತಲೆಲ್ಲ ಹುಡುಕಾಡುವಂತೆ ಕಣ್ಣಾಡಿಸಿದೆ. ನನ್ನ ಹುಡುಕಾಟವನ್ನು ಗಮನಿಸಿಯೋ, ಅಥವಾ ನಮ್ಮ ಮಾಮೂಲಿ ಸಂವಹನವನ್ನು ಗಮನಿಸಿದ್ದಕ್ಕೋ ಗೊತ್ತಿಲ್ಲ, ಜ್ಯೂಸ್ ಅಂಗಡಿಯವನು,

'ಆ ಬೇಡೋ ಹೆಂಗಸೆಲ್ಲಿದೆ ಅಂತ ನೋಡುತ್ತಿದ್ದೀರಾ? ಈಗ ಒಂದರ್ಧ ಗಂಟೆ ಹಿಂದೆ ಆಡುಗೋಡಿ ಪೊಲೀಸ್ ಬಂದು ಅದನ್ನು ಎತ್ತಾಕ್ಕೊಂಡು ಹೋದ್ರು.'

ಏನು ಮಾಡುವುದೆಂದು ತಿಳಿಯದೆ ಸುಮ್ಮನೆ ಜ್ಯೂಸ್ ಕುಡಿದವಳು, ಒಮ್ಮೆ ಪೊಲೀಸ್ ಠಾಣೆಗೆ ಹೋಗಿ ನೋಡಿಕೊಂಡು ಬರಲೇ ಅಂತ ಯೋಚಿಸಿದೆ. ಅಲ್ಲ, ಸುಖಾಸುಮ್ಮನೆ ಯಾರದೋ ವ್ಯವಹಾರದಲ್ಲಿ ಮೂಗು ತೂರಿಸಿದರೆ ಇಲ್ಲದ ಉಪದ್ವ್ಯಾಪ ಅಂತೆಲ್ಲ ಮನಸ್ಸು ಅಳೆದು ಸುರಿದರೂ, ಹೇಗೂ ನನಗೆ ವಹಿಸಿರುವ ಹೊಸ ಸ್ಟೋರಿಯ ಕುರಿತೊಮ್ಮೆ ಆಡುಗೋಡಿ ಇನ್ಸ್‌ಪೆಕ್ಟರ್ ಬಳಿ ಮಾತಾಡುವುದಿತ್ತು, ಆ ನೆವದಲ್ಲಾದರೂ ಹೋಗಿ ಏನಾಗಿದೆ ಎಂದು ನೋಡಿ ಬರೋಣ ಅನಿಸಿತು.

ಠಾಣೆಯ ಮೆಟ್ಟಿಲು ಹತ್ತುವಾಗ ಅವಳು ನನ್ನನ್ನು ಕಂಡು ಬಿಡಿಸಿರೆಂದು ಕೇಳಿದರೆ ಏನು ಹೇಳುವುದು ಎನಿಸಿ ಭಯವಾಯಿತು. ಕೊನೆಗೆ ಆಗಿದ್ದಾಗಲಿ ಅಂತ ಒಳಗೆ ಕಾಲಿಟ್ಟೆ.

ಇನ್ಸ್‌ಪೆಕ್ಟರ್‌ರ ಚೇರು ಖಾಲಿಯಾಗಿತ್ತು. ಅದರ ಎದುರುಗಡೆ ಇಟ್ಟಿದ್ದ ಬೆಂಚಲ್ಲಿ ಕಲ್ಪನಾ ಕುಳಿತಿದ್ದಳು. ಅವಳ ಮುಖದಲ್ಲಿ ಯಾವ ಭಯವಾಗಲೀ ಹಿಂಜರಿಕೆಯಾಗಲೀ ಇರಲಿಲ್ಲ. ಮಗು ಅಲ್ಲೆಲ್ಲೂ ಕಾಣಿಸಲಿಲ್ಲ. ಒಳಗೆಲ್ಲೋ ಇರಿಸಿರಬೇಕು. ಕಲ್ಪನಾ ನನ್ನನ್ನು ಕಂಡು ಪರಿಚಯವಿಲ್ಲದಂತೆ ಮುಖ ತಿರುಗಿಸಿಕೊಂಡಳು. ಅಲ್ಲೇ ಇದ್ದ ಕಾನ್ಸ್‌ಟೇಬಲ್ ಪಕ್ಕ ಒಬ್ಬ 30ರ ಹರೆಯದ ವ್ಯಕ್ತಿ ಕಾತರದಿಂದ ಚಡಪಡಿಸುತ್ತಾ ನಿಂತಿದ್ದ.

ಕಾನ್ಸ್‌ಟೇಬಲ್ ಏನೋ ಮಹತ್ತರವಾದುದನ್ನು ಕಂಡುಹಿಡಿದ ಸಂತಸದಲ್ಲಿ ಬೀಗುತ್ತಿದ್ದ.

'ಇವರದೆಲ್ಲ ದೊಡ್ಡ ಗ್ಯಾಂಗ್ ಇರತ್ತೆ ಸಾರ್. ಇವಳಿಗೆ ಸರಿಯಾದ ಮರ್ಯಾದೆ ಮಾಡಿ ಇವರ ಇಡೀ ಗ್ಯಾಂಗನ್ನು ಹಿಡಿಯಬಹುದು. ನಾವೆಲ್ಲ ಮಾಡುತ್ತೇವೆ, ಈ ಹೆಂಗಸು ನೋಡಿ, ಎಂತ ಕೊಬ್ಬು. ಕದ್ದದ್ದೂಂತ ಒಪ್ಪಿಕೊಂಡೂ ಹೇಗೆ ಕುಳಿತಿದ್ದಾಳೆ. ಹೆಚ್ಚು ವಿವರ ಕೊಡುತ್ತಿಲ್ಲ ಅವಳು. ಎರಡು ಬಾರಿಸುವಷ್ಟರಲ್ಲಿ ಬಾಯಿ ಬಿಡುತ್ತವೆ ಇವು. ಈಗ ನಿಮ್ಮ ಅಕ್ಕ ಭಾವ ಚಿತ್ತೂರಿನಿಂದ ಬಂದು, ಇದೇ ನಮ್ಮ ಮಗು ಅಂತ ಒಂದು ಹೇಳಿಕೆ ಕೊಡಲಿ. ಕೇಸ್ ಮುಂದುವರೆಸೋಣ. ಇವಳು ಒಪ್ಪಿಕೊಂಡದ್ದಕ್ಕೆ ಬೇಗ ಇತ್ಯರ್ಥವಾಗಬಹುದು. ಸಾಹೇಬರು ಹೊರಗೆ ಹೋಗಿದ್ದಾರೆ, ಅವರು ಬರಲಿ ಯಾವುದಕ್ಕೂ. ನೀವು ಆರಾಮಾಗಿರಿ'. ಅವನಕಣ್ಣುಗಳು ಫಿರ್ಯಾದಿಯ ಬಟ್ಟೆ, ವಾಚಿನ ಬೆಲೆಯನ್ನು ಅಂದಾಜಿಸುತ್ತಿದ್ದವು.

'ಫೋನ್ ಮಾಡಿದ್ದೇನೆ ಸಾರ್. ಸಂಜೆಯಷ್ಟು ಹೊತ್ತಿಗೆ ಬರಬಹುದು ಅವರು. ಪಾಪ ನಮ್ಮಕ್ಕ ಮಗು ಕಳೆದುಕೊಂಡು 6 ತಿಂಗಳಿನಿಂದ ಹಾಸಿಗೆ ಹಿಡಿದಿದ್ದಾಳೆ. ಆದಷ್ಟು ಬೇಗ ನಮ್ಮ ಕೆಲಸ ಮಾಡಿಕೊಡಿ ಸಾರ್. ಎಷ್ಟಾಗತ್ತೋ ಅಷ್ಟು ನೋಡಿಕೊಳ್ಳೋಣ ನಿಮ್ಮನ್ನು.' ಅವನೂ ಸರಿಯಾದ ಸೂಚನೆಗಳನ್ನು ಕೊಡುತ್ತಿದ್ದ. ಅವನ ಅಕ್ಕನ ಸಂಕಟ ನನಗೂ ಸಂಕಟವನ್ನುಂಟುಮಾಡತೊಡಗಿತು.

'ಏನು ಬೇಕಿತ್ತು ಮೇಡಮ್?' ನನ್ನನ್ನು ಗಮನಿಸಿದ ಕಾನ್ಸ್‌ಟೇಬಲ್ ಪ್ರಶ್ನಿಸಿದ.

'ಇನ್ಸ್‌ಪೆಕ್ಟರ್ ಜಯರಾಮ್ ಅವರನ್ನು ಕಾಣಬೇಕಿತ್ತು. ಸಮದನಿ ಪತ್ರಿಕೆಯಿಂದ.'

'ಸಾರ್ ಹೊರಗೆ ಹೋಗಿದ್ದಾರೆ, ಇಲ್ಲೇ ಕುಳಿತಿರಿ ಮೇಡಮ್, ಇನ್ನರ್ಧ ಗಂಟೆಯಲ್ಲಿ ಬಂದುಬಿಡಬಹುದು.'

'ಆಮೇಲೆ ಬರುತ್ತೇನೆ ಬಿಡಿ. ಅರ್ಜೆಂಟೇನಿಲ್ಲ.' ಅಲ್ಲಿಂದ ತಪ್ಪಿಸಿಕೊಳ್ಳಬೇಕಿತ್ತು ನನಗೆ. ಕಲ್ಪನಾ ಇನ್ನೂ ಕಲ್ಲಿನಂತೆ ಕುಳಿತಿದ್ದಳು, ಇಷ್ಟು ದಿನ ನನಗೆ ಅವಳಿಗೆ ಪರಿಚಯವಿದ್ದದ್ದೇ ಸುಳ್ಳೆಂಬಂತೆ. ಒಳ್ಳೆಯದೇ ಆಯಿತು, ಅನಗತ್ಯ ಪ್ರಶ್ನೆಗಳಿಂದ ನನಗೂ ಮುಕ್ತಿ. ನಾನು ಎದ್ದು ಬಂದೆ. ನನ್ನನ್ನು ಕಂಡರೂ ನಿರಪರಾಧಿಯ ಒಂದು ಲಕ್ಷಣವನ್ನೂ ತೋರದ ಅವಳು ಮಗುವಿನ ಕಳ್ಳಿಯೆಂಬನಂಬಿಕೆ ಬಲವಾಗತೊಡಗಿತು.

ಆವತ್ತು ದಾರಿಯಲ್ಲಿ ಕಂಡ ಇಬ್ಬರು ಭಿಕ್ಷುಕರ ದೈನ್ಯತೆಗೆ ಕರಗದಿರುವ ಮೂಲಕ ನಾನು ಕಲ್ಪನಾಳ ಮೇಲಿನ ನನ್ನ ಸಿಟ್ಟನ್ನು ಕಾರಿಕೊಂಡೆ. ಕೈಕಾಲು ಸರಿಯಿರುವವರಿಗೆ ಭಿಕ್ಷೆ ಯಾಕೆ ಕೊಡುವುದು ಅಂತ ಕೋಕಿಲಾ ಸಿಡಿಮಿಡಿಗುಟ್ಟುತ್ತಾಳೆ. ನಾನೂ ಒಪ್ಪುತ್ತೇನೆ. ಭಿಕ್ಷೆ ಬೇಡುವವರಿಗೆ ವಯಸ್ಸಾಗಿರಬೇಕು, ಇಲ್ಲವೇ ಅಂಗವಿಕಲತೆ ಇರಬೇಕು ಅಂತೆಲ್ಲ ಮನಸಲ್ಲೇ ಮಾನದಂಡಗಳನ್ನು ಕಟ್ಟಿಕೊಂಡಿರುತ್ತೇನೆ. ಆದರೆ ಈ ಮಗುವಿಗಾಗಿ ನಾನು ನನ್ನದೇ ಮಾನದಂಡಗಳನ್ನು ಇಷ್ಟು ದಿನ ಮೀರಿದೆ ಅಂತ ಸಿಡುಕಿತು. ಹಾಗಂದುಕೊಂಡ ಬೆನ್ನಲೇ ನಾಚಿಕೆಯಾಯಿತು. ಪಾಪದ ಪುಟಾಣಿ, ಉಂಡು ತಿಂದು ನೆಮ್ಮದಿಯಾಗಿರಬೇಕಾದದ್ದು, ಇವಳು ತಾಯಿಯೂ ಅಲ್ಲ, ಅದರ ಕಾಳಜಿ ಅವಳಿಗಿತ್ತೋ ಇಲ್ಲವೋ, ಅದಕ್ಕೆ ಹೊಟ್ಟೆ ತುಂಬ ತಿನ್ನಲು ಕೊಡುತ್ತಿದ್ದಳೋ ಇಲ್ಲವೋ. ನನ್ನ ದೆಸೆಯಿಂದಲಾದರೂ ಅದಕ್ಕೆ ಸ್ವಲ್ಪ ಹಿತವಾಗಿರುವ ಸಾಧ್ಯತೆಗಳಿರುವಾಗ ನಾನು ಸುಮ್ಮನೆ ನನ್ನ ತತ್ವಗಳ ಉಲ್ಲಂಘನೆಯಾಯಿತೆನ್ನುವುದನ್ನು ಯೋಚಿಸುವುದೇ? ಮನುಷ್ಯತ್ವವನ್ನು ಮೀರಿದ ತತ್ವವೇ? ಹಾಗಾದರೆ ನನ್ನ ನಿಜವಾದ ಸಿಡುಕು ಮೋಸಹೋದುದಕ್ಕೆಯೇ? ಯಾರು ಮೋಸಹೋದುದಕ್ಕೆ? ನಾನೇ? ಮಗುವೇ ಅಥವಾ ಅದರ ಬಡಪಾಯಿ ಹೆತ್ತವರೇ? ಹೇಗೆ ಕದ್ದಳೋ ಅದನ್ನು. ಅಲೆಅಲೆಯಾಗಿ ಹೊಮ್ಮುತ್ತಿದ್ದ ಹತ್ತು ಹಲವು ಯೋಚನೆಗಳಿಂದ ಧಿಮ್ಮೆನ್ನುತ್ತಿತ್ತು ತಲೆ. ಕೆಲಸ ಮಾಡಲು ಸಾಧ್ಯವಿಲ್ಲ ಅಂತ ಅನಿಸಿ ಎದ್ದು ಮನೆಗೆ ಹೋದೆ.

ಆ ದಿನದ ನಂತರ ನಾನು 4 ದಿನ ಆ ಬೀದಿಗೆ ಕಾಲಿಡಲಿಲ್ಲ. ದಿನಾ ಪೇಪರ್ ಓದುವಾಗ ಮಾತ್ರ ನನಗರಿವಿಲ್ಲದಂತೆಯೇ ಕಲ್ಪನಾಳ ಸುದ್ದಿಗಾಗಿ ಕಣ್ಣು ತಹತಹಿಸುತ್ತಿತ್ತು. ಆದರೆ ಅಲ್ಲಿ ಅವಳ ಕುರಿತು ಯಾವ ಸುದ್ದಿಯೂ ಇರಲಿಲ್ಲ. ನಮ್ಮ ಆಫೀಸಿಗೂ ಅವಳ ಕುರಿತು ಯಾವ ಸುದ್ದಿಯೂ ಬರಲಿಲ್ಲ. ಬಹುಶಃ ಯಾವ ಜಾಲವನ್ನೂ ಭೇದಿಸಿರಲಿಲ್ಲವೆಂದುಕೊಂಡೆ, ಇಲ್ಲದಿದ್ದರೆ ಅದೊಂದು ದೊಡ್ಡ ನ್ಯೂಸ್. ಆದರೆ ಈ ನ್ಯೂಸ್‌ನ ಬೆನ್ನು ಬಿದ್ದು ಅದನ್ನು ಸುದ್ದಿ ಮಾಡುವ ತಾಳ್ಮೆ ನನಗಿರಲಿಲ್ಲ.

ಐದನೇ ದಿನ ಪೊಲೀಸ್ ಸ್ಟೇಷನ್‌ಗೆ ಏನೋ ಮಾಹಿತಿಗಾಗಿ ಹೋಗಿದ್ದ ಸಿದ್ದೇಶ ಲಂಚ್ ಅವರ್‌ನಲ್ಲಿ ನನ್ನನ್ನು ಹುಡುಕಿಕೊಂಡು ಬಂದ. ಸಿದ್ದು ಸ್ವಲ್ಪ ತರಲೆ ಮನುಷ್ಯ. ತುದಿಮೊದಲಿಲ್ಲದೆ ಹರಟುತ್ತಾನೆ. ಅದರಿಂದಾಗಿ ಅವನಿಗೆ ತುಂಬಾ ವಿಷಯಜ್ಞಾನವೂ, ನನ್ನಂತಹ ಸಹವರ್ತಿಗಳ ಅಸಹನೆಯೂ ಸಮಾನವಾಗಿ ಪ್ರಾಪ್ತಿಯಾಗಿದೆ.

'ಮೇಡಮ್, ನಿಮ್ಮ ಫ್ರೆಂಡ್ದು ಕತೆ ಏನಾಯಿತು ಗೊತ್ತಾಯ್ತಾ?'

ನನಗೆ ರಗಳೆಯಾಯಿತು. ಮಾತಾಡಲಿಲ್ಲ. ಅವನಿಗದರ ಅರಿವಾಯಿತನಿಸುತ್ತದೆ.

'ಏ ಸುಮ್ಮನೆ ತಮಾಷೆ ಮಾಡಿದೆ ಮೇಡಮ್. ನಾನು ಕೇಳ್ತಾ ಇರೋದು ಆ ಭಿಕ್ಷೆ ಬೇಡೋ ಹೆಂಗಸಿನ ವಿಷಯ. ವಾಟ್ಸ್ಯಾಪ್ ಮೆಸೇಜ್ ಫಾರ್ವರ್ಡ್ ಆಗ್ತಾ ಇದೆಯಲ್ಲ'. ಅವನು ಬಿಡುವವನಂತೆ ಕಾಣಲಿಲ್ಲ.

'ನನಗೆ ಗೊತ್ತಿಲ್ಲ ಸಿದ್ದು ಅವರೇ.' ಚುಟುಕಾಗಿ ಉತ್ತರಿಸಿದೆ.

'ಇವತ್ತು ಪೊಲೀಸ್ ಸ್ಟೇಷನ್‌ಗೆ ಹೋಗಿದ್ದೆನಲ್ಲ, ಆ ಕಾನ್ಸ್‌ಟೇಬಲ್ ಹೇಳಿದ ಮೇಡಮ್. ಮಗುವಿನ ಸೋದರಮಾವ ಅಂತ ಹೇಳ್ಕೊಂಡು ಒಬ್ಬ ವಾಟ್ಸ್ಯಾಪ್ ಮೆಸೇಜ್ ನೋಡಿ ಕಂಪ್ಲೇಂಟ್ ಕೊಟ್ನಂತೆ. ಅದಕ್ಕೆ ಅವಳನ್ನು ಸ್ಟೇಷನ್‌ಗೆ ಕರೆದುಕೊಂಡು ಹೋದ್ರಂತೆ.'

ನಾನು ಇವೆಲ್ಲ ನನಗೆ ಗೊತ್ತಿದೆ ಎಂಬುದನ್ನು ತೋರಿಸಿಕೊಳ್ಳುವ ಪ್ರಯತ್ನ ಮಾಡಲಿಲ್ಲ. ನಿಜಕ್ಕಾದರೆ ನನಗೆ ಇವೆಲ್ಲ ಅಸಾಧ್ಯ ಮುಜುಗರವುಂಟು ಮಾಡುತ್ತಿದ್ದವು. ತಮಾಷೆ ಎಂದರೂ ಎಲ್ಲೋ ಇವರೆಲ್ಲ ಸೇರಿ ಈ ಪ್ರಕರಣದಲ್ಲಿ ನನ್ನನ್ನೂ ಪರೋಕ್ಷವಾಗಿಯಾದರೂ ಭಾಗಿಯೆಂಬಂತೆ ಬಿಂಬಿಸುತ್ತಿದ್ದಾರೆ ಎನ್ನುವ ಅನಿಸಿಕೆ ನನ್ನನ್ನು ಕೆರಳಿಸುತ್ತಿತ್ತು.

ನನ್ನ ಮೌನವನ್ನು ಮುಂದುವರೆಸಬಯಸುವ ಸೂಚನೆಯೆಂದುಕೊಂಡ ಅವನು.

'ಮೇಡಮ್, ಆ ಕಂಪ್ಲೇಂಟ್ ಮಾಡಿದವನ ಅಕ್ಕ-ಭಾವ ಸಂಜೆಯಷ್ಟು ಹೊತ್ತಿಗೆ ಬಂದರಂತೆ. ಮಗುವನ್ನು ನೋಡಿ ನಮ್ಮದಲ್ಲ ಅಂತ ವಾಪಾಸು ಹೋಗಿದ್ದಾರೆ. ಕಂಪ್ಲೇಂಟ್ ಅಲ್ಲೇ ಬಿದ್ದುಹೋಯಿತಾ... ಈ ಕಾನ್ಸ್‌ಟೇಬಲ್‌ಗೆ ರೇಗಿಹೋಗಿದೆ. ಯಾರ ಮಗು ಅಂತ ಚೆನ್ನಾಗಿ ದಬಾಯಿಸಿದರೆ ಮತ್ತಗೆ ತನ್ನದೇ ಅಂತಂದಿದ್ದಾಳೆ. ಮತ್ಯಾಕೆ ಕದ್ದದ್ದು ಅಂತ ಸುಳ್ಳು ಹೇಳಿದೆ ಅಂದರೆ, ಹೇಗೋ ಈ ಮಗು ಉಳ್ಳವರ ಮನೆ ಸೇರಿ ಚೆನ್ನಾಗಿ ಬದುಕಲಿ ಅನಿಸಿತಂತೆ ಅವಳಿಗೆ, ಅದಕ್ಕೇ ಒಪ್ಪಿಕೊಂಡಳಂತೆ. ಏನು ಹೇಳೋದು ಮೇಡಮ್ ಇಂತವರಿಗೆ... ಆದರೂ ಬೇಡುವವರ ಮಗು ಅಷ್ಟು ಬಿಳಿ ಇರತ್ತಾ ಮೇಡಮ್, ನಂಗ್ಯಾಕೋ ಸಂಶಯ.'

'ರೀ ಮಗುವಿನ ಅಪ್ಪ ಯಾರು, ಅವನ ಬಣ್ಣ ಯಾವುದು ಅಂತ ನಿಮಗೆ ಗೊತ್ತಾ? ಜೆನೆಟಿಕ್ಸ್ ಎಲ್ಲಿಂದ ಹೇಗೆ ಹರಿದುಬರಬಹುದಂತ ನಮಗೆ ಹೇಳಲು ಸಾಧ್ಯವೇ, ಬಣ್ಣದ ಮೇಲೆ ಅವಳ ನಿಯತ್ತು ಅಳೀತೀರಲ್ಲ! ' ಅಂತೆಲ್ಲ ದಬಾಯಿಸಬೇಕೆನಿಸಿತು. ಆದರೆ ಇವೆಲ್ಲ ನನಗೆ ಈಗ ಗೊತ್ತಾಗಿರುವ ಸತ್ಯದ ಬೆಳಕಲ್ಲಿ ಎದ್ದ ಪ್ರಶ್ನೆಗಳಷ್ಟೇ. ಅವಳನ್ನು ಅಪರಾಧಿ ಸ್ಥಾನದಲ್ಲಿ ನಿಲ್ಲಿಸುವಾಗ ನನಗೆ ಈ ಯಾವ ಸಾಧ್ಯತೆಗಳೂ ಹೊಳೆದಿರಲಿಲ್ಲ. ಇವನಿಗಿಂತ ನಾನಾದರೂ ಹೇಗೆ ಭಿನ್ನ? ಆವತ್ತು ಸ್ಟೇಷನ್‌ನಲ್ಲಿ ಗುರುತಿಲ್ಲದವಳಂತೆ ಓಡಿ ಬಂದೆನಲ್ಲ, ನನಗೆ ಮನುಷ್ಯನ ಆಳ ಗೊತ್ತಿದೆಯೇ? ತಡೆಯಿಲ್ಲದೆ ಒದರುತ್ತಿರುವ ಸಿದ್ದುಗೆ ಬುದ್ಧಿ ಹೇಳುವ ಹಕ್ಕು ನನಗಿದೆಯೇ. ಮಾತಿಲ್ಲದೆ ಎದ್ದು ಹೋದೆ.

ಅವಳಲ್ಲಿದ್ದಾಳೋ ಇಲ್ಲವೋ ಗೊತ್ತಿಲ್ಲ, ಆದರೆ ನಾನು ಮತ್ತೆ ಆ ಜ್ಯೂಸ್ ಅಂಗಡಿಗೆ ಹೋಗಿಲ್ಲ. ನಿಮಗೆಲ್ಲಾದರೂ ಕಂಡರೆ ಆ ಮಗುವಿಗೊಂದು ಜ್ಯೂಸ್ ಕೊಡಿಸಿ.

●

# ಒಂದು ಹುತ್ತ, ಅನೇಕ ಸರ್ಪ

**ಮಧು ವೈ.ಎನ್.**
madhusudanayn@gmail.com

ವೃದ್ಧೆ ನಾಗವೇಣಿ ನಡುಗುವ ಕೈಗಳಿಂದ ಟೀ ಕಾಯಿಸಿ ಸೋಸಿ ಮೆತ್ತಗೆ ನಡೆದುಬಂದು ಕಪ್ಪನ್ನು ಟಿವಿ ನೋಡುತ್ತಿದ್ದ ಗಂಡ ಶಿವಲಿಂಗಪ್ಪನ ಎದುರಿಟ್ಟರು. ವೃದ್ಧಗಂಡ ನಡುಗುವ ಕೈಗಳಿಂದ ಕಪ್ಪನ್ನೆತ್ತಿ ಟೀ ಸವಿಯಲಾರಂಭಿಸಿದರು. ಸಕ್ಕರೆ ಪಾಕ ಇಬ್ಬರಿಗೂ ತುಂಬ ಇಷ್ಟ. ಆದರೆ ಅದರಲ್ಲಿ ನಾಲ್ಕು ಇರುವೆಗಳಿದ್ದವೆಂದು ಶಿವಲಿಂಗಪ್ಪನಿಗೆ ತಿಳಿಯಲಿಲ್ಲ. ಸಕ್ಕರೆ ಡಬ್ಬಿಗೆ ಇರುವೆ ಮುತ್ತಿರುವುದು ನಾಗವೇಣಿಯವರಿಗೂ ಗೊತ್ತಿರಲಿಲ್ಲ. ಪ್ರತಿದಿನ ತಮ್ಮ ಸಂತತಿಯ ಸಂಖ್ಯೆಯಲ್ಲಿ ಏರುಪೇರಾಗುತ್ತಿರುವುದು ಸ್ವತಃ ಇರುವೆಗಳ ಅರಿವಿಗೂ ಬಂದಿರಲಿಲ್ಲ.

ಬರ್ತಾವ್ನಂತ?–ನಾಗವೇಣಿ.

ದಾಬಸ್ ಪೇಟೆ ಬಿಟ್ಟಿದೀನಿ ಅಂದ–ಶಿವಲಿಂಗಪ್ಪ.

ನಾಗವೇಣಿ ಬಟ್ಟೆಗಳನ್ನು ವಾಶಿಂಗ್ ಮಶೀನಿಗೆ ಹಾಕಲು ಎದ್ದರು. ಕೈಗೆ ಸಿಕ್ಕಿದ್ದೆಲ್ಲವನ್ನೂ ತುಂಬಿ ಸ್ವಿಚ್ ಆನ್ ಮಾಡಿದರು. ಟವೆಲೊಂದು ದಿನಾ ದಿನಾ ಒಗೆಸಿಕೊಂಡು ಮೆತ್ತಗಾಗಿಬಿಟ್ಟಿತ್ತು. ಗಂಡನ ಪಟ್ಟಾಪಟ್ಟಿ ನಿಕ್ಕರು ಸವೆದು ಸವೆದು ತೆಳುವಾಗಿ ಅಪಾರದರ್ಶಕವಾಗಿದ್ದು–ಸ್ವತಃ ಶಿವಲಿಂಗಪ್ಪನವರಿಗೂ ಗೊತ್ತಾಗಿರಲಿಲ್ಲ.

ಮಡದಿ ಒಬ್ಬಳೇ ಕೆಲಸ ಮಾಡುವುದ ಕಂಡು ಮರುಕ ಹುಟ್ಟಿ ಶಿವಲಿಂಗಪ್ಪ ಟಿವಿ ಆಫ್ ಮಾಡಿ ಸಹಾಯ ಮಾಡಲು ಎದ್ದರು. ಪೊರಕೆ ಹಿಡಿದು ಮಂಡಿ ಮೇಲೆ ಕೈ ಊರಿಕೊಂಡುಮನೆ ಪೂರ ಗುಡಿಸಿ, ಮೊರಕ್ಕೆ ಖಾಲಿ ಕಸ ತುಂಬಿ

ಒಣ-ಕಸದ ಚೀಲದಲ್ಲಿ ಕೊಡವಿದರು. ನೈಜ ಕಸಪೂರಕೆಯ ಕೈಗೆ ಸಿಗದೆ ನತದೃಷ್ಟರಂತೆ ಎಲ್ಲಿತ್ತೊ ಅಲ್ಲೆ ಉಳಿದುಬಿಟ್ಟಿತು.

ನಾಗವೇಣಿಯವರು ಅಡಿಗೆ ಮನೆ, ಬಟ್ಟೆ ಬರೆ, ನೀರು-ನಿಡಿ ಸೌಕರ್ಯ ನೋಡಿಕೊಂಡರೆ ಶಿವಲಿಂಗಪ್ಪ ಮನೆಯ ಉಳಿದೆಲ್ಲ ದೇಖರೀಕೆ ನಿಭಾಯಿಸುತ್ತಿದ್ದರು. ತರಕಾರಿ, ದಿನಸಿ, ನಲ್ಲಿ ರಿಪೇರಿ, ಸಂಪು ಸ್ವಚ್ಛ ಮಾಡಿಸುವುದು, ಬಾಡಿಗೆದಾರರಿಗೆ ತಿದಿಯೊತ್ತಿ ಮೆಟ್ಟಿಲು ಅಂಗಳಗಳನ್ನು ಗುಡಿಸುವುದು ಮುಂತಾಗಿ. ಕಟ್ಟಡ ಪೂರ್ತಿ ಅವರದೇ ಆದರೂ ಕೆಳಗಿನವುಗಳಿಗೆ ಹೆಚ್ಚು ಬಾಡಿಗೆ ಕೊಡುತ್ತಾರೆಂದು ತಾವು ಮೂರನೆಯ ಮಹಡಿಯಲ್ಲಿ ವಾಸಿಸುತ್ತಿದ್ದರು.

'ಇವನಿಗೆ ಇನ್ನೊಂದ ಸಲ ಫೋನ್ ಮಾಡ್ಬೇಕಿತ್ತು'-ನಾಗವೇಣಿ.

'ಇನ್ನೊಂದ್ಸಲ ಮಾಡಿದರೆ ಏನಾದರೂ ಬದಲಾಗತ್ತೇನು?'-ಶಿವಲಿಂಗಪ್ಪ.

'ಅವನು ಬರ್ತಾವ್ನಂತಂದು ಹೇಳಿದ್ದರೆ...' ನಾಗವೇಣಿ.

ಇವನು ಅಂದರೆ ಟೆಕ್ಸಾಸ್‌ನಲ್ಲಿದ್ದ ಮಗರಾಯ ಸುಖೇಶ.

ಇಷ್ಟು ವರ್ಷ ಇದ್ದಿದ್ದಾಯ್ತು, ಸಾಕು ಬಂದುಬಿಡಿ ಎಂದು ಮಗ-ಸೊಸೆಗೆ ದಂಪತಿಗಳು ಮೊರೆಯಿಡುತ್ತಿದ್ದರು. ತಾವೂ ಅನೇಕ ಸಲ ಹೋಗಿ ಇದ್ದು ಬಂದಿದ್ದರು. ಬೀಗರ ಜೊತೆ ಕೂಡಿ ಸೊಸೆಯ ಬಾಣಂತನ ಮಾಡಿದ್ದರು. ಮೊಮ್ಮಗ ಕಾಲೇಜಿಗೆ ಹೋಗುವಷ್ಟು ಬೆಳೆದುಬಿಟ್ಟಿದ್ದ. ತಾವಿಬ್ಬರೇ ಮನೆಯಲ್ಲಿದ್ದು ಬೋರು, ಅಕ್ಕಪಕ್ಕ ನಮ್ಮೋರು ತಮ್ಮೋರು ಅಂತ ಯಾರೂ ಇಲ್ಲ; ಇಲ್ಲಿ ಬೆಂಗಳೂರಾದರೆ ತಾವೇ ಕಟ್ಟಿಸಿದ್ದ ಮನೆ, ಹೊರವಲಯದಲ್ಲಿ ಬೆಳೆಸಿದ್ದ ತೋಟ, ಗಳಿಸಿದ್ದ ಸಂಪರ್ಕ ಸಂಬಂಧಗಳು. ಇಳಿಗಾಲದಲ್ಲಿ ಪರಸ್ಥಳವು ನಮ್ಮದಾಗದೆಂದು ಅನುಭವ.

ಶಿವಲಿಂಗಪ್ಪ ಹೊಳಲ್ಕೆರೆಯ ತಾಲೂಕು ಆಫೀಸಿನಲ್ಲಿ ಗುಮಾಸ್ತರಾಗಿ ನಾಗವೇಣಿ ಹತ್ತಿರದ ಗೊಬ್ಬಳ್ಳಿಯ ಪ್ರಾಥಮಿಕ ಶಾಲೆಯ ಶಿಕ್ಷಕಿಯಾಗಿ ವೃತ್ತಿ ಆರಂಭಿಸಿದ್ದರು. ಶುರುನಲ್ಲಿ ಪತಿಗೆ ಎರಡೂವರೆ ಸಾವಿರ, ಪತ್ನಿಗೆ ಒಂದೇ ಸಾವಿರ ಅಂತೆ, ಸಂಬಳ. ಪೈಸೆಗೆ ಪೈಸೆ ಕೂಡಿಟ್ಟು ಜೀವನ ಕಟ್ಟಿರುವೆವು ಎನ್ನುತ್ತಿದ್ದರು.

ಮೂರು ಸೈಟು ಮಾಡಿದ್ದರು. ಇಷ್ಟಿಷ್ಟು ಎಂದು ಸಮಾನ ಬಜೆಟ್ ನಿಗದಿ ಪಡಿಸಿ ಶಿವಲಿಂಗಪ್ಪನವರ ತಂಗಿಯರ ಮದುವೆ ಮಾಡಿ ಸಾಗಹಾಕಿದ್ದರು. ವರುಷಕ್ಕೊಮ್ಮೆ ಗೌರಿ ಹಬ್ಬಕ್ಕೆ ಸೀರೆ ಕೊರಿಯರ್ ಮಾಡುತ್ತಿದ್ದರು. ಇದ್ದ ಏಕೈಕ ಮಗನನ್ನು ಎಂಜಿನಿಯರಿಂಗ್ ಓದಿಸಿ ದೊಡ್ಡ ಕಂಪನಿಯಲ್ಲಿ ಎರಡು ವರುಷ ಕೆಲಸ ಮಾಡಲು ಬಿಟ್ಟು ಅಲ್ಲಿ ಯಾವ ವಿದೇಶಿ ಪ್ರವಾಸದ ಅವಕಾಶವೂ ಸಿಗದಿದ್ದಾಗ ಕೆಲಸ ಬಿಡಿಸಿ ಮಾಸ್ಟರ್ಸ್‌ಗೆಂದು ಅಮೆರಿಕಾಕ್ಕೆ ಕಳಿಸಿದ್ದರು.

ಪೂರ್ವನಿಯೋಜನೆಯಂತೆ ಅದಕ್ಕಾಗಿ ಒಂದು ಸೈಟ್ ಮಾರಿದ್ದರು. ಇನ್ನೆರಡರಲ್ಲಿ ಒಂದು ಮಗನ ಮದುವೆಗೆಂದು ಮತ್ತೊಂದು ಅಕಸ್ಮಾತ್ ಆಸ್ಪತ್ರೆ, ದುಬಾರಿ ಟ್ರೀಟ್ ಮೆಂಟು ಅಂತೇನಾದರೂ ಎದುರಾದಲ್ಲಿ ಇರಲಿಯೆಂದು ಇಟ್ಟುಕೊಂಡಿದ್ದರು. ಮಗ ಅಮೆರಿಕಾದಲ್ಲಿ ತನ್ನಂತೆ ಓದಲು ಹೋಗಿದ್ದ ಹುಡುಗಿಯನ್ನು ಅತ್ಯಂತ ಕಡಿಮೆ ಖರ್ಚಿನಲ್ಲಿ ಮದುವೆಯಾಗಿಬಿಟ್ಟನು. ಅದ್ಯಾಕೊ ದುಬಾರಿ ಖರ್ಚಿನ ಖಾಯಿಲೆಗಳೂ ಸಹ ಇವರ ಸಮೀಪ ಸುಳಿಯಲಿಲ್ಲ. ಅನ್ನದ ಜೊತೆ ಸೊಸೊಲ್ಪ ಪಲ್ಯ ತಿನ್ನೋಣ ಎಂದುಕೊಂಡು ಇಷ್ಟಿಷ್ಟೇ ತಿಂದುಕೊನೆಯಲ್ಲಿ ಅನ್ನ ಮುಗಿದರೂ ಯಥೇಚ್ಛ ಪಲ್ಯ ಉಳಿದುಕೊಂಡಂತೆ–ಸೈಟುಗಳು ಉಳಿದುಕೊಂಡುಬಿಟ್ಟಿದ್ದವು. ಎರಡೆರಡೂವರೆ ಸಾವಿರ ಸಂಬಳದಲ್ಲಿ ಇಷ್ಟೆಲ್ಲ ಸಾಧ್ಯವೇ? ಶಿವಲಿಂಗಪ್ಪನವರು ವೇದಿಕೆ ಮೇಲೆ ಕ್ರಾಂತಿಕಾರಿ ಭಾಷಣ ಬಿಗಿದರೂ ತಾಲೂಕಾಫೀಸಲ್ಲಿ ಬರೋದನ್ನು ಬಳಿದುಕೊಳ್ಳದೆ ಇದ್ದಿರಲಾರರು–ಎಂಬುದು ಸಂಬಂಧಿಕರ ಕುಹುಕು. ಮಗ ಹಿಂದಿಯವಳನ್ನು ಮದುವೆಯಾಗುತ್ತೇನೆಂದಾಗ ನಾಗವೇಣಿಯವರು 'ವಿಷ ತಗೊಂಡು' ಆಸ್ಪತ್ರೆ ಸೇರಿ ಆಸ್ಪತ್ರೆಯಿಂದಲೇ ಫೋನಾಯಿಸಿದರೂ–ಮಗ ವಿಮಾನ ಹತ್ತುವ ಮನಸು ಮಾಡಿರಲಿಲ್ಲ. ಮೆಲ್ಲ ಮೆಲ್ಲಗೆ ಸ್ಥಳೀಯ ವಲಯದಲ್ಲಿ ಸುದ್ದಿ ಬಹಿರಂಗವಾಗುತ್ತಿದ್ದ ಹಾಗೆ–ತಿಳಿದ ತಂದೆತಾಯಿಯವರ ಆಶೀರ್ವಾದಿಂದಲೆ ಇದೆಲ್ಲ ಸಾಧ್ಯ ಎಂದು ಸಹೋದ್ಯೋಗಿಗಳು ಮಾತಾಡಿಕೊಂಡಂತಾಯಿತು. ನಾಗವೇಣಿಯವರ ವರ್ಚಸ್ಸು ಹೆಚ್ಚಿತು, ಮಗನ ಮೇಲೆ ಹೆಮ್ಮೆಯೆನಿಸಿತು.

ನಿಮಗೂ ವಯಸಾಯ್ತು, ಅದನ್ನೆಲ್ಲ ಮಾರೀನಮ್ಮ ಜೊತೆಯೆ ಇರುವಿರಂತೆ ಬನ್ನಿ ಎಂದು ಸುಖೇಶ ಒತ್ತಾಯ ಮಾಡುತ್ತಿದ್ದನು. ಅವರನ್ನು ಕರೆದರೆ ನಮ್ಮೆ ಅಪ್ಪಾಮ್ಮನ್ನೂ ಬಂದಿರಲಿ ಎಂದು ಸೊಸೆ ಕೊಕ್ಕೆ ಇಟ್ಟಿದ್ದಳು. ಅವಳಿಲ್ಲದಾಗ ಅದನ್ನು ಯಥಾವತ್ತಾಗಿ ಅಪ್ಪಾಮ್ಮನಿಗೆ ಒಪ್ಪಿಸಿ ಸುಖೇಶ ತನ್ನ ಪಾಪಪ್ರಜ್ಞೆಯನ್ನು ಕಮ್ಮಿ ಮಾಡಿಕೊಳ್ಳುತ್ತಿದ್ದುದು ಸುಳ್ಳಲ್ಲ. ಅವರನ್ನ ನೋಡಿಕೊಳ್ಳುವುದಕ್ಕೆ ಅವರ ಮಗ ಇದಾನಲ್ಲ ಅವರು ಯಾಕೆ ಬಂದು ನಿಮ್ಮ ಜೊತೆ ಇರಬೇಕು–ಎಂದು ಗಂಡ–ಹೆಂಡತಿ ಒಕ್ಕೊರಲಿನಿಂದ ಮಗನಿಗೆ ಹೇಳಿಕೊಡುತ್ತಿದ್ದುದೂ ಸುಳ್ಳಲ್ಲ. ನಾವೂ ಬರೋದಿಲ್ಲ, ಅವರೂ ಬರೋದು ಬೇಡ ಎಂದು ಮಗನನ್ನು ಸಂತೈಸುತ್ತ ಕಾಲ ತಳ್ಳುತ್ತ ಬಂದಿದ್ದರು. ಗಟ್ಟಿಮುಟ್ಟಿಯಾಗಿರುವ ತನಕ.

ಇದೀಗ ತಮ್ಮ ಸಮಯ ಸಮೀಪಿಸುತ್ತಿದೆ ಎಂಬ ಸತ್ಯ ದಿನವೂ ಒತ್ತುತ್ತಿದ್ದು–ಇಲ್ಲೇ ಬಂದು ಇದ್ದುಬಿಡಪ್ಪ ಎಂದು ಪುಸಲಾಯಿಸಲು ಆರಂಭಿಸಿದ್ದರು. ಕೂತರೆ ನಿಲ್ಲಲಾಗಲ್ಲ, ನಿಂತರೆ ಕೂರಲಾಗಲ್ಲ. ತಾಳಮೇಳವಿಲ್ಲದ ಅಡಿಗೆ ಬೇಯಿಸಿಕೊಂಡು ಅದನ್ನೆ ಪ್ರಸಾದವೆಂದು ಸವಿಯುತ್ತ ನಾಲಿಗೆಯಷ್ಟೇ ಅಲ್ಲದೆ ಜೀವನವೇ ಬೇಸರ

ಅನಿಸಿಬಿಟ್ಟಿತ್ತು. ನಾಳೆ ಸಡನ್ನಾಗಿ ಹೆಚ್ಚುಕಮ್ಮಿಯಾದರೆ ಆಸ್ಪತ್ರೆಗೆ ಕರೆದೊಯ್ಯಲು, ಕೇಡುಂಟಾದರೆ ನೀರು ಬಿಡಲು ನಮ್ಮದೆಂಬ ಜೀವ ಇಲ್ಲಿಲ್ಲವಲ್ಲ ಎಂಬ ಆತಂಕ ಕಾಡಲಾರಂಭಿಸಿತ್ತು. ಮಗನನ್ನು ಕರೆದೂ ಕರೆದೂ ಸುಸ್ತಾಗಿತ್ತು. ಅವನ ಅದೇ ಅದೇ ಟೇಪ್ ರೆಕಾರ್ಡರ್ ಕೇಳಿ ಕೇಳಿ ಸಾಕಾಗಿತ್ತು. ಓದು ಮುಗಿದ ತಕ್ಷಣ ವಾಪಸ್ ಕರೆಸಿಕೊಳ್ಳಬೇಕಿತ್ತು; ಮದುವೆಯಾದಾಗಲಾದರೂ ಇಲ್ಲೇ ಇದ್ದುಬಿಡಪ್ಪ ಎಂದು ತಾಕೀತು ಮಾಡಬೇಕಿತ್ತು, ಅಥವಾ–ಅಲ್ಲಿಗೆ ಕಳಿಸಲೇ ಬಾರದಿತ್ತು; ಎಂದೆಲ್ಲ ಅಂದುಕೊಳ್ಳುತ್ತಿದ್ದರು. ನಾವೇ ಮುಂದೆಬಿದ್ದು ಕಳಿಸಿ ಈಗ ಕೈಹಿಸುಕಿಕೊಂಡರೇನು ಪ್ರಯೋಜನ ಎಂಬ ಪಶ್ಚಾತ್ತಾಪವನ್ನೂ ಅನುಭವಿಸುತ್ತಿದ್ದರು.

'ಎಷ್ಟಾರದಾಗೆ ಇದಾನಂತೆ?'–ನಾಗವೇಣಿ.

'ಗೊರಗುಂಟೆ ಪಾಳ್ಯ ಹತ್ರ ಇದೀನಿ ಅಂದ'–ಶಿವಲಿಂಗಪ್ಪ.

* * *

ಕೀರ್ತಿಯ ತಾಯಿ ಕಲಾವತಿ (ಕಲಮ್ಮ) ಅಡಿಗೆ ಕೋಣೆಯಲ್ಲಿ ಮುಸಿ ಮುಸಿ ಅಂತ ಸೆರಗಿನಿಂದ ಮೂತಿ ಸೀಟಿಕೊಳ್ಳುತ್ತಿದ್ದಳು. ಕೀರ್ತಿಯ ಮಡದಿ ಲಾವಣ್ಯ ಮಲಗುವ ಕೋಣೆಯಲ್ಲಿ ಊದಿದ ಕಣ್ಣು ತೀಡಿಕೊಳ್ಳುತ್ತಿದ್ದಳು. ಕೀರ್ತಿ ನಡುಮನೆಯಲ್ಲಿ ತನ್ನ ಮ್ಯಾಜಿಕ್ ವಸ್ತುಗಳೊಂದಿಗೆ ಅಭ್ಯಾಸದಲ್ಲಿ ನಿರತನಾಗಿದ್ದ. ಎರಡು ದಿವಸಗಳಿಂದ ಕಾಣೆಯಾಗಿದ್ದ ಸೊಸೆಯನ್ನು ಕಲಾವತಿಯವರು ಹುಡುಕಿ ಕರೆತಂದಿದ್ದರು. ತುಮಕೂರಿನ ಬಟವಾಡಿ ಎಕ್ಸಟೆನ್ಷನ್ನಲ್ಲಿ ಪ್ರತ್ಯೇಕ ಕೋಣೆಯನ್ನು ಬಾಡಿಗೆ ಪಡೆದು ವಾಸ ಹೂಡಿದ್ದಳು ಲಾವಣ್ಯ.

'ಹಿಂಗಾಗದೆ ಅಂತ ಎಲ್ಲೂ ಬಾಯಿಬಿಡೋದು ಬೇಡ, ಹಿಂಗಾಗೇ ಇಲ್ಲ ಅಂದ್ಕೊಂಡು ಇದ್ದುಬಿಡು'–ಕಲಮ್ಮ.

'ಆಗಿರೋದನ್ನ ಆಗಿಲ್ಲ ಅಂದ್ಕಂಡು ಇರೋದಕ್ಕೆ ಸಣ್ಮಕ್ಳ ನಾವು?'–ಲಾವಣ್ಯ.

'ಕೂಳಿಟ್ಟು ಸಾಕಿದ್ದಕ್ಕೆ ಎಷ್ಟು ಮಾತಾಡ್ತೀಯ ನೋಡು', ಹಂಗಂದುಕೊಂಡು ಎಲ್ಲ ನನ್ನ ಹಣೇಬರಾ ಎಂದು ಮಗನ ಕಡೆ ನೋಡುತ್ತ ತಲೆ ಚಚ್ಚಿಕೊಂಡರು ಕಲಮ್ಮ. ಕೀರ್ತಿ ಇದ್ಯಾವುದಕ್ಕೂ ಕಿವಿಗೊಡದೆ ಮ್ಯಾಜಿಕ್ ವಸ್ತುಗಳೊಂದಿಗೆ ಆಡುತ್ತಲೇ ಇದ್ದ.

ಒಂದು ಸಲ ಕಲಾವತಿಯವರಿಗೆ ನೆರೆಮನೆಯವರು 'ಮನೆ ದೇವರಿಗೆ ಹರಕೆ ಹೊತ್ತುಕೊ, ಎಲ್ಲ ಸರಿಹೋಗತ್ತೆ' ಅಂದಿದ್ದರಂತೆ. ಅದರ ಮೇರೆಗೆ ತನ್ನ ಮನೆದೇವರನ್ನು ಹುಡುಕಿಕೊಂಡು ಹೋಗಿದ್ದರು ಕಲಾವತಿ. ಅಲ್ಲಿ ಅವರಿಗೆ ಹಳೆಯ ಸಂಬಂಧಿಕರೆಲ್ಲ ಎದುರಾಗಿದ್ದಾರೆ. ಕಷ್ಟ ಸುಖ ವಿಚಾರಿಸಿದ್ದಾರೆ.

ತನ್ನ ಕೈತೊಳೆಯಲು ನೀರು ಒದಗಿಸುತ್ತ, ಉರುಳಿಕೊಳ್ಳಲು ಚಾಪೆ ದಿಂಬು ತಂದುಕೊಡುತ್ತ ಪುಟಪುಟ ಓಡಾಡಿಕೊಂಡಿದ್ದ ಒಂದು ಹುಡುಗಿ ಅವರ ಕಣ್ಣಿಗೆ ಬಿದ್ದಿದೆ. ಬಡತನದಿಂದ ಸೊರಗಿಹೋಗಿತ್ತಂತೆ. ಆದರೂ ಕಣ್ಣಲ್ಲಿದ್ದ ಚೂಟಿತನ, ನಗರ ನಾಜೂಕಿನವಳಾದ ತನ್ನ ಎಡೆಗಿದ್ದ ಸೆಳೆತ ಗಮನಿಸಿದ್ದಾರೆ. ಮನೆದೇವರು ಇದಕ್ಕಾಗಿಯೆ ತನ್ನನ್ನು ಕರೆಸಿಕೊಂಡ ಎಂದು ಬಲವಾಗಿ ಅನ್ನಿಸಿದೆ.

ಇವಳನ್ನು ನನ್ನ ಜೊತೆ ಕಳಿಸಿಕೊಡಿ, ಸಾಕುವ ಜವಾಬ್ದಾರಿ ನನ್ನದು ಎಂದಿದ್ದಾರೆ. ಪ್ರತಿಯಾಗಿ ಅಲ್ಲಿ ಯಾರಿಗೂ ರವೆಯಷ್ಟು ತಗಾದೆ ಇದ್ದಿರಲಿಲ್ಲ.

ಲಾವಣ್ಯ ಊರಲ್ಲಿ ಎಸೆಸೆಲ್ಸಿ ಮುಗಿಸಿಕೊಂಡು ಪಿಯೂಸಿಗೆ ತುಮಕೂರಿನ ಸರ್ವೋದಯ ಕಾಲೇಜಿಗೆ ಸೇರಿಕೊಂಡಿದ್ದಳು. ಅತ್ತೆ ಮನೆಯ ರುಚಿಕಟ್ಟಾದ ಊಟ, ಅತ್ತೆ ಕೊಡಿಸುತ್ತಿದ್ದ ಚೂಡಿದಾರ, ಕ್ರಮೇಣ ಒಗ್ಗಿಸಿಕೊಂಡ ನಗರದ ಭಾಷೆ-ಬಹುಬೇಗ ತನ್ನ ಮೂಲ ಸೌಂದರ್ಯವನ್ನು ಮರಳಿಪಡೆದುಕೊಂಡಿದ್ದಳು. ಕಾಲೇಜಿನವರು ಕಟ್ಟುವ ಹೋರ್ಡಿಂಗ್‌ಗಳಲ್ಲಿ ಕಾಣಿಸಿಕೊಳ್ಳುವಷ್ಟು ಅಂಕ ಪಡೆದಳು. ಎಂಜಿನಿಯರಿಂಗ್ ಮೆಡಿಕಲ್ ಬರೆಯಬಹುದಾಗಿದ್ದರೂ ಕಲಾವತಿಯವರ ಒತ್ತಾಯದ ಮೇರೆಗೆ ಬಿಎಸ್ಸಿ ಮುಗಿಸಿ ಬ್ಯಾಂಕಿನ ಪರೀಕ್ಷೆ ಬರೆದು ಗುಬ್ಬಿಯ ರಾಷ್ಟ್ರೀಯ ಬ್ಯಾಂಕ್ ಒಂದರಲ್ಲಿ ಕ್ಲರ್ಕ್ ಆಗಿ ಹುದ್ದೆ ನಿರ್ವಹಿಸುತ್ತಿದ್ದಳು. ಕೀರ್ತಿಯೊಂದಿಗೆ ಮದುವೆಯಾಗಿ ಎರಡು ವರುಷಗಳು ಉರುಳಿದ್ದವು.

ಇನ್ನೇನಿಲ್ಲ, ಕೀರ್ತಿ ಬುದ್ಧಿಮಾಂದ್ಯನಾಗಿದ್ದ. ಮೆದುಳೊಂದು ಹೊರತು ಸಕಲಾಂಗಗಳು ನೆಟ್ಟಗೆ ಇದ್ದುದರಿಂದ ಬಾಯಿ ತೆರೆಯದಿದ್ದಲ್ಲಿ ತಕ್ಷಣ ನೋಡಿದವರಿಗೆ ಅವನು ಹೀಗೆ ಎಂದು ಗೊತ್ತಾಗುತ್ತಿರಲಿಲ್ಲ. ತುಸು ಹೊಗಳಿದರೆ ಜನ-ಜಾತ್ರೆಯನ್ನು ಕಂಡರೆ ಅವನ ನಿಜರೂಪ ಹೊರಗೆ ಬರುತ್ತಿತ್ತು; ಏಕ್ದಂ ಉದ್ರೇಕಗೊಳ್ಳುತ್ತಿದ್ದ, ಕೆರಳುತ್ತಿದ್ದ.

ಲಾವಣ್ಯಳಿಗೆ ಮುಂದೆ ತಾನು ಕೀರ್ತಿಗೆ ಹೆಂಡತಿಯಾಗುವೆ ಎಂಬ ಸುಳಿವು ಸಿಕ್ಕಿತ್ತಾದರೂ ಸಾಂದರ್ಭಿಕವಾಗಿ ಅವಳ ಮನಸ್ಸು ಅದಕ್ಕೆ ಮನಸ್ಪೂರ್ವಕವಾಗಿ ಒಪ್ಪಿತ್ತು. ಬುದ್ಧಿ ಮಂದವಿದ್ದರೇನಂತೆ, ಕೈಕಾಲು ಕಣ್ಣು ಮೂಗು ಬಾಯಿ ಎಲ್ಲ ನೆಟ್ಟಗಿದೆಯಲ್ಲ? ಕುರುಡನಲ್ಲ ಕುಂಟನಲ್ಲ ಕುಡುಕನಲ್ಲ; ಕಳ್ಳನಲ್ಲ ಕೊಲೆಗಾರನಲ್ಲ-ಒಂದು ಹೆಣ್ಣು ಜೀವಕ್ಕೆ ಒಂದು ಗಂಡು ಜೀವ. ಅಡಿಗೆ ಮಾಡಿಕೊಂಡು ಕೆಲಸಕ್ಕೆ ಹೋಗಿಕೊಂಡು ಎರಡು ಮಕ್ಕಳನ್ನು ಹೆತ್ತು ಗಂಡ ಮಕ್ಕಳ ಆರೈಕೆ ಮಾಡಿಕೊಂಡು ಸಂಸಾರತೂಗಿಸಿಕೊಂಡು ಸುಖವಾಗಿರುವೆ ಎಂಬ ರಮ್ಯ ಕಲ್ಪನೆ ಕಟ್ಟಿಕೊಂಡಿದ್ದಳು.

ಬದುಕು ಹರಿವ ನೀರು ತಾನೇ. ಹಳೆಯ ಕಷ್ಟಗಳು ಮಾಸುತ್ತಿದ್ದಂತೆ ಹೊಸ ಆಸೆ ಆಕಾಂಕ್ಷೆಗಳು ಸುಖಾಪೇಕ್ಷೆಗಳು ಸಹಜವಾಗಿ ಹುಟ್ಟಿಕೊಳ್ಳುತ್ತವೆ.

ಲಾವಣ್ಯಳಿಗೂ ಅದೇ ಆಗಿತ್ತು. ಬಡತನದಿಂದ ಪಾರುಮಾಡಿದ ದಾಕ್ಷಿಣ್ಯಕ್ಕೆ ಸಿಕ್ಕಿಹಾಕಿಕೊಂಡಿರುವೆ ಅನಿಸಲಾರಂಭಿಸಿತ್ತು. ಎಂಜಿನಿಯರೋ ಡಾಕ್ಟರೋ ಆಗುವುದನ್ನು ಬೇಕಂತಲೆ ತಪ್ಪಿಸಿದರು ಎಂಬ ನೋವು ಒಂದು ಕಡೆ; ಜೀವನಪರ್ಯಂತ 'ಸೇವೆ'ಯಲ್ಲಿ ತೊಡಗಿಸಿಕೊಂಡು ಅಲ್ಪತೃಪ್ತಳಾಗಿ ಬದುಕಬೇಕಲ್ಲ ಎಂಬ ಕೊರಗು ಇನ್ನೊಂದು ಕಡೆ. ಈ ಮನೋಪರಿವರ್ತನೆ ಸಂದರ್ಭೋಚಿತ ತಾನೆ? ಅಕಸ್ಮಾತ್ ತನಗೆ ಎಲ್ಲ ಅನುಕೂಲಗಳಿದ್ದಲ್ಲಿ ಇವರ ಭಿಕ್ಷೆಗೆ ಯಾಕೆ ಬಲಿಯಾಗುತ್ತಿದ್ದೆ, ಇದರಲ್ಲಿ ತನ್ನದೇನು ತಪ್ಪಿಲ್ಲ ಎಂದು ಅನಿಸುತ್ತಿತ್ತು.

'ನಿಮ್ಮ ಮಗ ಹಿಂಗಿರಲಿಲ್ಲಾಂದ್ರೆ ಅವರಿಗೆ ನನ್ನನ್ನು ಕಟ್ಟುವ ಉಪಾಯ ಇರಲಿಲ್ಲಾಂದರೆ ನಿಜವಾಗಿ ನೀವು ನನ್ನನ್ನ ತಂದು ಸಾಕ್ತಿದ್ದರಾ, ಓದಿಸ್ತಿದ್ದಿರಾ?', ಕೇಳುತ್ತಿದ್ದಳು.

ಕಲಾವತಿಯವರಿಗೆ ಈ ತರ್ಕ ಅರ್ಥವಾಗುತ್ತಿರಲಿಲ್ಲ. ಅಂದರೆ, ತಪ್ಪೇನು ಅನಿಸುತ್ತಿತ್ತು. ಜೀವನವೇ ಹಾಗಲ್ಲವೆ? ಮತ್ತೊಬ್ಬರ ಬಳಿ ಇಲ್ಲದ್ದನ್ನು ಒದಗಿಸಿಕೊಟ್ಟು ನಮಗೆ ಬೇಕಾದ್ದನ್ನು ಪಡೆಯುವುದು? ಸೊಸೆ ಜೋಡಿಸುವ ಮಾತು ಕೇಳುಗರಿಗೆ ಅನ್ಯಾಯ ಧ್ವನಿಸುತ್ತದೆಯಾದರೂ ತನ್ನೊಳಗಿನ ಆಡಲಾಗದ ಮಾತು ಕೂಡಿಸಿದಾಗ ತನ್ನದೇನು ತಪ್ಪಿಲ್ಲ ಅಂತಲೂ ಅನಿಸುತ್ತದೆ. ಅಂದರೆ–ಅವಳನ್ನು ಕರೆತಂದು ಸಾಕದಿದ್ದದ್ದರೆ ಅವಳ ಜೀವನ ಇದಕ್ಕಿಂತಲೂ ಉತ್ತಮವಾಗಿರುತ್ತಿತ್ತ, ಯಾರೊ ಕುಡುಕನನ್ನು ಮದುವೆಯಾಗಿ ಹೊಡೆಸಿಬಡೆಸಿಕೊಂಡು ಸಂಸಾರ ತೂಗಿಸುತ್ತಿರಲಿಲ್ಲವಾ –ಎಂದು.

ಈ ಸಾಂಸಾರಿಕ ವ್ಯಾಪಾರದೊಳಗೆ ಊಹಿಸದ್ದೊಂದು ಸೇರಿಕೊಂಡು ವ್ಯವಹಾರವನ್ನು ಇನ್ನಷ್ಟು ಜಟಿಲಗೊಳಿಸಿದ್ದು ಅಪೇಕ್ಷಿತವೊ ಅನಪೇಕ್ಷಿತವೋ ದೇವರೇ ಬಲ್ಲ. ಏನಾಯ್ತೆಂದರೆ–

ಕೀರ್ತಿ ನಾಮಕಾವಸ್ತೆ ಹೋಗುತ್ತಿದ್ದಕಾಲೇಜಿನಲ್ಲಿ ಒಂದ್ಸಲ ಮ್ಯಾಜಿಕ್ ಶೋ ಏರ್ಪಡಿಸಿದ್ದರು. ಕೀರ್ತಿ ಅದರೆಡೆ ಆಕರ್ಷಿತನಾಗಿಬಿಟ್ಟ. ಮೆಜಿಶಿಯನ್ ಹಿಂದಿಂದೆ ಹೋಗಿ ಅವರಿಂದ ಪಳಗಿ ತಾನೂ ಮೆಜಿಶಿಯನ್ ಆಗಿಬಿಟ್ಟ.

ಕಲಾವತಿಯವರು ಕೀರ್ತಿ ಸಣ್ಣವನಿದ್ದಾಗ ಅವರಿವರ ಮಾತು ಕೇಳಿ ಪೇಂಟಿಗು ಡ್ರಾಯಿಂಗು ವೀಣೆ ಸಂಗೀತ ಮುಂತಾಗಿ ಅವನ ಬದುಕಿನಲ್ಲಿ ಏನಾದರೊಂದು ದೀಪ ಹತ್ತಿಸುವ ಶತಪ್ರಯತ್ನ ಮಾಡಿದ್ದರು. ಅವನಿಗೆ ಯಾವೊಂದೂ ಹತ್ತದಿದ್ದಾಗ ಹತಾಶಳಾಗಿದ್ದರು. ದೇವರು ದಿಂಡರೆಂದು ಅಲೆಯುತ್ತ ಕೊನೆಗೆ ಸಿಕ್ಕಿದ್ದು ಲಾವಣ್ಯ ಎಂಬ ಪರಿಹಾರ. ಮಗನಿಗೆ ಮ್ಯಾಜಿಕ್ ಒಲಿಯುತ್ತದೆ ಎಂದು ಕನಸಿನಲ್ಲಿಯೂ ಎಣಿಸಿರಲಿಲ್ಲ.

ಲಾವಣ್ಯಳಿಗೂ ಸಹ! ದೈತ್ಯ ದೇಹದ ವ್ಯಕ್ತಿಯನ್ನು ಕಂಡು ಇವನನ್ನು ಹೇಗೆ ಹಾಸಿಗೆಯಲ್ಲಿ ಒಲಿಯುವೆ ಎಂಬ ಕಡೆಗೇ ಅವಳೆಲ್ಲ ಗಮನವಿದ್ದುದು. ಅಂದರೆ ಅದನ್ನು ಹೇಗೆ ಸಹ್ಯ ಮಾಡಿಕೊಳ್ಳುವೆ ಎಂದು. ಸಿನಿಮಾಗಳಲ್ಲಿ ಹೀರೊ ಹೀರೊಯಿನ್‌ಗಳ ಹಾಡು ನೃತ್ಯ ಚುಂಬನ ದೃಶ್ಯಗಳು ಬಂದಾಗ ಮನಸ್ಸು ತಕ್ಷಣ ಅತ್ತ ಎಳೆಯುತ್ತಿತ್ತು. ಅತ್ತೆಯಿದ್ದಲ್ಲಿ ಚಾನೆಲ್ ಚೇಂಜ್ ಮಾಡುತ್ತ ಕೀರ್ತಿ ಮಾತ್ರವಿದ್ದಲ್ಲಿ ಹಾಗೆ ಬಿಡುತ್ತಿದ್ದಳು.

ಬರುಬರುತ್ತ ಕೀರ್ತಿ ಮ್ಯಾಜಿಕ್‌ನಲ್ಲಿ ಎಷ್ಟು ಪಳಗಿದನಂದರೆ– ತಿಂಗಳಿಗೆ ಮೂವತ್ತು ನಲವತ್ತು ಸಾವಿರ ದುಡಿಯುವಷ್ಟು. ಸಮೀಪದ ಶಾಲಾ ಕಾಲೇಜುಗಳನ್ನೆಲ್ಲ ಸುತ್ತಿಯಾಗಿತ್ತು. ಈಗ ದೂರದೂರುಗಳಿಗೆ ಪ್ರಯಾಣಿಸಬೇಕಿತ್ತು. ಹತ್ತಿರದ ಊರುಗಳಿಗೆ ತಾವೇ ಜೊತೆಯಾಗುತ್ತಿದ್ದ ಕಲಾವತಿ ದೂರದ ಊರುಗಳಿಗೆ ಸೊಸೆಯನ್ನು ಕಳಿಸಲಾರಂಭಿಸಿದರು. ಲಾವಣ್ಯ ಬ್ಯಾಂಕಿಗೆ ರಜೆ ಹಾಕಿ ಹೋಗಿಬರಬೇಕಿತ್ತು. ಲಾವಣ್ಯಳ ಚಿತ್ತದ ಸುತ್ತ ಕ್ರಮೇಣ ತಾನು ಸಿಕ್ಕಿಹಾಕಿಕೊಂಡಿರುವೆ ಎಂಬ ಹುತ್ತ ಬೆಳೆಯಲಾರಂಭಿಸಿತ್ತು.

ಜೀವನಪೂರ್ತಿ ಇವರೊಂದಿಗೆ ನರಳುವುದಕ್ಕಿಂತ ಒಮ್ಮೆ ಊರಿಗೇ ಕೆಟ್ಟವಳೆನಿಸಿಕೊಂಡರೆ ತಪ್ಪೇನಿಲ್ಲ; ಇಲ್ಲಿಂದ ಪಾರಾಗಿ ತನ್ನ ಜೀವನ ತಾನು ರೂಪಿಸಿಕೊಳ್ಳುವುದು ಒಳಿತು ಎನ್ನುವ ನಿರ್ಧಾರಕ್ಕೆ ಬಂದಿದ್ದಳು. 'ಓಡಿಹೋಗಿ'ದ್ದಳು. ಅತ್ತೆ ಸದ್ದು ಮಾಡದಂತೆ ಹುಡುಕಿ ಕರೆತಂದಿದ್ದರು.

ಕೀರ್ತಿಗೆ ಇದಾವುದರ ಪರಿವೆಯೇ ಇರದೆ ಮ್ಯಾಜಿಕ್ ಅಭ್ಯಾಸದಲ್ಲಿ ಮುಳುಗಿದ್ದ. ಅವನಿಗೆ ಅವಳ ಹಾಸಿಗೆ ನಿರಾಕರಣೆಯೊಂದು ನೋವು ನೀಡುತ್ತಿದ್ದುದಾರೂ ಮುಂಜಾನೆಗೆ ಎಲ್ಲವನ್ನೂ ಮರೆತುಬಿಟ್ಟಿರುತ್ತಿದ್ದ. ತಾನಾಗಿಯಲ್ಲ, ನಿಸರ್ಗದ ಕರುಣೆ!

'ತಿಂಡಿ ಕೊಡಮ್ಮ, ಹೊರಡಬೇಕು', ಕೀರ್ತಿ ಮೂಗಿನಿಂದ ಮಾತಾಡುತ್ತಿದ್ದ.

'ಇಲ್ಲಿ ಮನೆ ಹತ್ತಿ ಉರೀತಿದೆ ಯಾವ ಸುಖಕ್ಕಂತ ಅಲ್ಲಿಗೆ ಹೋಗೂದು ನೀನು?'–ಕಲಾವತಿ ಸಿಡಿದರು.

'ಹೋಗ್ಲಿಲ್ಲಾಂದರೆ ಅಂಕಲ್ ಆಂಟಿ ಬೇಜಾರು ಮಾಡ್ಕೊತಾರೆ'

'ಇಷ್ಟು ವರುಷ ಇಲ್ಲದ್ದು ಈಗ್ಯಾತಕ್ಕೋ.'

'ನೀನು ಯಾವಾಗಲೂ ಹಿಂಗೆ. ಯಾರ ಮನೆಗೂ ಹೋಗಕ್ಕೆ ಬಿಡಲ್ಲ. ತುಂಬ ಕೆಟ್ಟವಳು.'

ಕಲಾವತಿ ಜನ ಆಡಿಕೊಳ್ಳುವರೆಂದು ಮಗನನ್ನು ಯಾರಮನೆಗೂ ಕಳಿಸುತ್ತಿರಲಿಲ್ಲ. ಮಗನಿಗೆ ಅದು ತಿಳಿಯುತ್ತಿರಲಿಲ್ಲ. ಒಂದೊಂದು ಸಲ ಮನಸಿಗೆ ನಾಟಿ ಅಳು ಒತ್ತಿಕೊಂಡು ಬರುತ್ತಿತ್ತು. ಅವರು ಅಣ್ಣನ ಮನೆಗೆ

ಹೋಗುವುದು ಬಿಟ್ಟು ಹತ್ತನ್ನೆರಡು ವರುಷಗಳಾಗುತ್ತ ಬಂದಿತ್ತು. ಅವರೇನು ಬರಬೇಡ ಅಂದಿರಲಿಲ್ಲ, ಇವರೇ ಹೋಗುವುದು ನಿಲ್ಲಿಸಿದ್ದರು.

ಅದಾಗಿದ್ದಿಷ್ಟು–ಒಂದು ಸಲ ಕೀರ್ತಿ ಚಿಕ್ಕವನಿದ್ದಾಗ ನಿಮ್ಹಾನ್ಸ್‌ನಲ್ಲಿ ಅಮೆರಿಕಾದಿಂದ ಸ್ಪೆಷಲಿಸ್ಟು ಬಂದಿದಾರೆ ಅವರಿಗೊಮ್ಮೆ ತೋರಿಸಿ ಎಂದು ತನ್ನ ಆಫೀಸಿನಲ್ಲಿ ಸಹೋದ್ಯೋಗಿಯೊಬ್ಬರು ಹೇಳಿದ್ದರು. ಕಲಾವತಿ ತಡಮಾಡದೆ ಕೀರ್ತಿಯನ್ನು ಕರೆದುಕೊಂಡು ನಿಮ್ಹಾನ್ಸ್‌ಗೆ ಹೊರಟಿದ್ದರು. ಅಣ್ಣನಿಗೆ ಹಿಂಗಿಂಗಂತೆ ಅದ್ಕಾಗಿ ಬೆಂಗಳೂರಿಗೆ ಬರ್ತಿದೀನಿ ಅಂತನೂ ಫೋನಲ್ಲಿ ಹೇಳಿದ್ದರು. ನಿಮ್ಹಾನ್ಸ್‌ನಲ್ಲಿ ತೋರಿಸಿದಾಗ ವೈದ್ಯರು ಇದು ಸಂಪೂರ್ಣ ಸರಿಹೋಗುವುದಿಲ್ಲ, ಮಗು ಹೊರಗೆ ತೆಗೆಯುವಾಗ ತಲೆ ಹಿಸುಕಿಕೊಂಡು ಹಿಂಗಾಗಿದೆ. ಆದರೆ ತಕ್ಕಮಟ್ಟಿಗೆ ಸರಿಮಾಡಬಹುದು ಎಂದಿದ್ದರು. ತಕ್ಕಮಟ್ಟಿಗೆ ಎಂದರೆಷ್ಟು–ಕೇಳಿದ್ದಕ್ಕೆ ಹುಡುಗ ಅವನಷ್ಟಕ್ಕೆ ಅವನು ರಸ್ತೆ ದಾಟುವಷ್ಟು ಎಂದು ಸರಳವಾಗಿ ವಿವರಿಸಿದ್ದರು. ಅದಕ್ಕಾಗಿ ಇಷ್ಟು ಲಕ್ಷ ಖರ್ಚಾಗುತ್ತದೆ ಎಂದೂ ತಿಳಿಸಿದ್ದರು.

ಕಲಾವತಿ ಅದಕ್ಕೇನಂತೆ ನಾಳೆನೆ ಒದಗಿಸುತ್ತೀವಿ ಎಂದು ವಿಶ್ವಾಸದಿಂದ ವೈದ್ಯರಿಗೆ ಮಾತುಕೊಟ್ಟು ಆಸ್ಪತ್ರೆಯಿಂದ ಹೊರಬಂದು ಅಣ್ಣನಿಗೆ ಫೋನ್ ಮಾಡಿ ವರದಿ ಒಪ್ಪಿಸಿ ಸಂಜೆ ಉಳಿದುಕೊಳ್ಳೋಕೆ ಅಲ್ಲೇ ಬರುತ್ತೀ' ಎಂದಿದ್ದರು. ಅವರು ಮಗನೊಂದಿಗೆ ಮನೆ ತಲುಪಿದಾಗ–ಬಾಗಿಲಿಗೆ ಬೀಗ ಹಾಕಿತ್ತು. ಇಲ್ಲೇ ಎಲ್ಲೋ ಹೋಗಿರುತ್ತಾರೆ ಎಂದುಕೊಂಡು ಕಾಯಿನ್ ಬೂತಿಗೆ ಹೋಗಿ ತನ್ನ ಕ್ಯಾಲೆಂಡರ್ ಪುಸ್ತಕ ತೆಗೆದು ನಂಬರ್ ಹುಡುಕಿ ಫೋನ್ ಮಾಡಿದರೆ–ಸ್ವಿಚ್ ಆಫ್ ಎಂದು ಬರುತ್ತಿತ್ತು. ಬಹುಶಃ ಚಾರ್ಜ್ ಹೋಗಿರತ್ತೆ ಈಗ ಬರ್ತಾರೆ ಆಗ ಬರ್ತಾರೆ ಎಂದು ಹೊಸ್ತಿಲ ಬಳಿ ಕಾದು ಕಾದು ರಾತ್ರಿ ಹತ್ತು ಗಂಟೆಯಾದರೂ ಬರದಿದ್ದಾಗ ಕಣ್ಣಲ್ಲಿ ನೀರು ತುಂಬಿಕೊಂಡು ಮಗನನ್ನು ಎಬ್ಬಿಸಿಕೊಂಡು ಕೆಂಪು ಬಸ್ ಹತ್ತಿ ಊರಿಗೆ ಹೊರಟು ಬಂದಿದ್ದರು. ಅಂದಿನಿಂದ ಅಣ್ಣನಿಗೆ ಫೋನ್ ಮಾಡುವುದಾಗಲಿ ಆ ಕಡೆ ತಲೆ ಹಾಕುವುದಾಗಲಿ ಮಾಡಿರಲಿಲ್ಲ. ಅಣ್ಣ ಮಧ್ಯವರ್ತಿಯ ಮೂಲಕ–ಮಗ ಅಮೆರಿಕಾಗೆ ಓದಲು ಹೊರಟಿದ್ದಾನೆ, ವೀಸಾಗೆ ತೋರಿಸಲು ಸೈಟು ಮಾರಿದ್ದೀವಿ. ಇರುವ ದುಡ್ಡೆಲ್ಲವನ್ನು ಬ್ಯಾಂಕಿಗೆ ಕಟ್ಟಿದ್ದೀ' ಎಂದು ಸಮಝಾಯಿಷಿ ತಲುಪಿಸಿದ್ದರು. ತಂಗಿಕರಗಲಿಲ್ಲ.

'ಅಂಕಲ್ ಹೇಳಿದಾರೆ, ಬೆಂಗ್ಳೂರಲ್ಲಿ ದೊಡ್ಡ ದೊಡ್ಡ ಕಾಲೇಜು ಯೂನಿವರ್ಸಿಟಿಗಳಲ್ಲಿ ಪ್ರೋಗ್ರಾಂ ಕೊಡಿಸ್ತಾರಂತೆ. ಇಲ್ಲೇ ಬಂದು ಇದ್ಬಿಡು. ಮನೆ ತೋಟ ಎಲ್ಲ ನೀನೆ ನೋಡ್ಕೊಂಡು ಪ್ರೋಗ್ರಾಂ ಕೊಟ್ಕೊಂಡು ಜಾಲಿಯಾಗಿ ಇರುವಂತೆ ಅಂತ. ಅಲ್ಲಿದ್ರೆ ಟಿವಿಗಳಲ್ಲೆಲ್ಲ ಶೋ ಕೊಡಿಸ್ತಾರಂತೆ.'

ಕಲಾವತಿಎಂತಹ ದಡ್ಡ ಮಗನನ್ನು ಹೆತ್ತಿದ್ದೇನೆ ಎಂದು ಸಾವಿರದ ಒಂದನೇ ಸಲ ಶಪಿಸಿಕೊಂಡಳು. ಆದಾಗ್ಯೂ ಮನದ ಮೂಲೆಯಲ್ಲಿನ್ನೂಗರಿಕೆ ಹುಲ್ಲಿನ ಆಸೆ.

ಬೆಡ್ ರೂಮಿಗೆ ಹೋಗಿ ಮಗನಿಗೆ ಕೇಳಿಸದಿರಲೆಂದು ಬಾಗಿಲು ಹಾಕಿಕೊಂಡಳು. ಮೆತ್ತಗೆ–'ನೋಡಮ್ಮ, ನನ್ನಣ್ಣ ಕೀರ್ತಿನ ಬೆಂಗಳೂರಿಗೆ ಕರೆದಿದಾನಂತೆ. ಇಲ್ಲೇ ಬಂದು ಇದ್ಬಿಡು ಅಂತ. ಹತ್ತು ವರ್ಷ ಆಗಿತ್ತು ಆ ಕಡೆ ತಲೆ ಹಾಕಿ. ಅಣ್ಣಂಗೆ ವಯಸ್ಸಾಗದೆ. ಸುಖೇಶ ಅಮೆರಿಕಾ ಸೇರಿಕೊಂಡು ವಾಪಸ್ ಬರಲ್ಲ ಅಂತಿದಾನೆ. ಅವರದು ಮೂರು ಮಹಡಿ ಬಿಲ್ಡಿಂಗ್ ಇದೆ, ನನಗೆ ತಿಳಿದಿರೋ ಹಂಗೇನೆ ಎರಡು ಸೈಟು ಉಳಕೊಂಡಿದಾವೆ. ಹೊಸ್ಕೋಟೆ ಆಚೆ ನಾಲ್ಕು ಎಕರೆ ತೋಟ ಬೆಳ್ಸಿದಾನೆ. ಗಂಡ ಹೆಂಡತಿ ಈಗ್ಲೊ ಆಗ್ಲೊ ಅನ್ನೊಂಗಿದಾರೆ. ಅವರು ಹೋದರೆ ಅವರದೆಲ್ಲ ಇವನಿಗೇ ಸೇರತ್ತೆ. ಅವನದು ಅಂದರೆ ಅದು ನಿನ್ನದೂ ಆಗತ್ತೆ ತಾನೆ. ನೀನು ಸೀನಿಯರ್ ಮ್ಯಾನೇಜರಾಗಿ ರಿಟೈರಾಗೋ ತನಕ ದುಡಿದರೂ ಅಷ್ಟು ಗಳಿಸೋಕೆ ಆಗಲ್ಲ. ಯೋಚನೆ ಮಾಡು, ಇಬ್ಬರು ಮುದುಕರಿಗೆ ಎರಡೊತ್ತು ಊಟ ಹಾಕ್ಕೊಂಡು ಕಾಲ ತಳ್ಳಿದರೆ ಆಮೇಲೆ ಎಲ್ಲಾ ನಿಮ್ಮಿಬ್ಬರದೆ. ಅನುಭವದಿಂದ ಹೇಳ್ತಿದೀನಿ, ನೀನು ಚಿನ್ನದಲ್ಲಿ ಕೆತ್ತಿದ ಗಂಡ ಹುಡಿಕ್ಕೊಂಡ್ರೂ ನಾಲ್ಕು ವರುಷಕ್ಕೆ ಸಂಸಾರ ನಿಸ್ಸಾರ ಅನಿಸತ್ತೆ. ಅದೇ ಮನೆ ಅದೇ ಗೋಡೆ ಅದೇ ಗಂಡ. ನನ್ನ ಮಾತು ಕೇಳು. ಇದೊಂದ ಸಲ ಅವನನ್ನ ಬೆಂಗ್ಳೂರಿಗೆ ಕರಕೊಂಡು ಹೋಗಿ ಬಾ. ನಾಲ್ಕು ಒಳ್ಳೆ ಮಾತಾಡಿ ಬಾ' ಎಂದಳು.

ಅಣ್ಣ ಹತ್ತು ವರುಷಗಳ ಹಿಂದೆಯೆ ಎಲ್ಲವನ್ನು ಸುಖೇಶನ ಹೆಸರಿಗೆ ವರ್ಗಾಯಿಸಿದ್ದುದನ್ನು ಕಲಾವತಿ ಸೊಸೆಗೆ ಬಿಟ್ಟುಕೊಡಲಿಲ್ಲ.

* * *

ಮೆಜೆಸ್ಟಿಕ್‌ನಲ್ಲಿ ಕೀರ್ತಿ, ಲಾವಣ್ಯ ಬಸ್‌ನಿಂದ ಇಳಿದಾಗ ಇಬ್ಬರೊಳಗೂ ಒಂಥರ ನವಿರಾದ ರೋಮಾಂಚನ. ಇಬ್ಬರಲ್ಲೂಹೊಸ ಹೊಸ ಕನಸುಗಳು ಗರಿಗೆದರುತ್ತಿದ್ದವು. ಕುರಿಮಂದೆಯಂತೆ ಕಿಕ್ಕಿರದ ಬಸ್ಸುಗಳನ್ನು ನೋಡಿ ಕೀರ್ತಿ ಕಂಗೆಟ್ಟ, ಅಷ್ಟೊಂದು ಜನ, ಅಷ್ಟೊಂದು ಬಸ್ಸು, ಒಂದೆ ಸಮನೆ ಕ್ಲೀ ಪ್ಲೀ. ಅವನ ಸಮತೋಲನ ತಪ್ಪುವುದರಲ್ಲಿತ್ತು. ಇದು ಗೊತ್ತಿದ್ದ ಲಾವಣ್ಯ ಗಂಡನ ಕೈಹಿಡಿದುಕೊಂಡು ಬಸ್ಸುಗಳ ಸಂದಿಯಿಂದ ತೂರಿಕೊಂಡು ಬಿರಬಿರನೆ ಹೊರಬರಲು ಯತ್ನಿಸುತ್ತಿದ್ದಳು. ಅಂದು ಎಂದಿಗಿಂತ ತುಸು ಹೆಚ್ಚೇ ಟ್ರಾಫಿಕ್ಕು. ಮನುಷ್ಯರು ತೂರಲು ಸಾಧ್ಯವಾಗದಷ್ಟು ಒತ್ತಾಗಿ ನಿಂತಿದ್ದವು ಬಸ್ಸುಗಳು. ಮೆಜೆಸ್ಟಿಕ್ಕಿನ ಮೇಲ್ಸೇತುವೆ ಮೇಲೆಲ್ಲ ಜನ ಕಿಕ್ಕಿರಿದು ನಿಂತಿದ್ದರು.

‘ಏನಾಗ್ತಾ ಇದೆ?’ ಲಾವಣ್ಯ ದಾರಿಹೋಕರನ್ನು ಕೇಳಿದಳು.

‘ಶೂಟಿಂಗ್ ನಡೀತಾ ಇದೆ’–ಉತ್ತರ.

ಶೂಟಿಂಗಾ... ಕೀರ್ತಿ ಕೆರಳಿಬಿಟ್ಟ. ಲಾವಣ್ಯಳನ್ನು ಎಳೆದುಕೊಂಡು ಮೇಲ್ಸೇತುವೆಯತ್ತ ನಡೆದ. ಜನ ಮೆಟ್ಟಿಲುಗಳ ಮೇಲೆ ಒತ್ತಿ ನಿಂತಿದ್ದರು. ಲಾವಣ್ಯಳ ದುಪ್ಪಟ್ಟ ಜಾರಿ ಜಾರಿ ಬೀಳುತ್ತಿತ್ತು. ಅದನ್ನು ಸರಿಮಾಡಿಕೊಳ್ಳುತ್ತ ಕೀರ್ತಿಯನ್ನು ಹಿಂಬಾಲಿಸುತ್ತ ಒಂದು ಹಂತದಲ್ಲಿ ದುಪ್ಪಟ್ಟ ಕೆಳಗೆಬಿದ್ದು ಎತ್ತಿಕೊಳ್ಳಲು ಹೋಗಿ ಕೀರ್ತಿಯ ಕೈ ತಪ್ಪಿತು. ಕೀರ್ತಿ ಲಾವಣ್ಯಳನ್ನು ಮರೆತು ದೊಂಬಿಯೊಳಗೆ ಅರುಗು ಮಾಡಿಕೊಂಡು ಮೇಲ್ಸೇತುವೆ ಮೇಲೆ ಮುನ್ನುಗ್ಗುತ್ತಿದ್ದ.

ಆ ಒಂದು ಕ್ಷಣ–ಲಾವಣ್ಯಳಿಗೆ ವಾಪಸ್ ಹೋಗಿ ಬಸ್ ಹತ್ತಿಬಿಡಬೇಕು ಎಂದು ಬಲವಾಗಿ ಅನ್ನಿಸಿತು.

●

# ಸಿದ್ಧೀಕನ 'ಮೂಸೆ'

**ಪ್ರಥಮ ಬಹುಮಾನ ಪಡೆದ ಕಥೆ**

**ಮುನವ್ವರ್ ಜೋಗಿಬೆಟ್ಟು**
mahammadmunavvar@gmail.com

ಶ್ರಾವಣ ಮಾಸದ ಬಿದಿಗೆ ಚಂದ್ರನು ತೇಲುವ ಬೆಳ್ಳಿ ಅಶ್ವಗಳ ಮೇಲೆ ಸವಾರಿ ಹೊರಟಿದ್ದ. ಎಡಬದಿಯ ಶುಭ್ರವಾಗಿ ಮಿನುಗುವ ಒಂಟಿ ನಕ್ಷತ್ರ–ಆ ದೃಶ್ಯ ಅದ್ಭುತವಾಗಿ ಕಾಣಲೆಂದೋ ನೇರ ಕೆಳಗೆ ಓರೆಯಾಗಿ ಬಾಗಿ ನಿಂತ ಕಲ್ಪವೃಕ್ಷ. ಆತು ನಿಂತಿರುವ ಪಾಚಿ ಹಿಡಿದ ಹೆಂಚಿನ ದೊಡ್ಡ ಒಂಟಿ ಮನೆ. ಅಗಲವಾದ ಹಜಾರ. ಮನೆಯಲ್ಲಿದ್ದ ಎಲ್ಲಾ ದೀಪಗಳು ಉರಿಯುತ್ತಿದೆ. ನಡು ಮನೆಯಲ್ಲಿ ಪೇಟ ಕಟ್ಟಿದ ಶ್ವೇತ ವಸ್ತ್ರಧಾರಿಗಳ ದಂಡು. ಅವರೆಲ್ಲರೂ ಸುತ್ತಲೂ ಕುಳಿತು ಆ ವ್ಯಕ್ತಿಯ ಮಾತುಗಳನ್ನು ಆಲಿಸುತ್ತಿದ್ದಾರೆ. ಮಧ್ಯಮ ವಯಸ್ಸು-ಬಾಚಿದ ನೀಳ ಗಡ್ಡ–ತಲೆಗೊಂದು ಚಂದದ ಮುಂಡಾಸು–ಹೊಳೆಯುವ ಕಣ್ಣುಗಳು–ಗಂಭೀರ ಮುಖಭಾವ–ಕೆಂದುಟಿಯ ಮಧ್ಯೆ ಅಲ್ಲಲ್ಲಿ ಸೆರೆಬಿಟ್ಟ ದಂತಪಂಕ್ತಿ–ಆ ವ್ಯಕ್ತಿ ಕುಳಿತು ತಾಳ್ಮೆಯಿಂದ ಮಲಯಾಳಂ ಭಾಷೆಯಲ್ಲಿ ಇತರರೊಂದಿಗೆ ಕುಶಲೋಪರಿ ನಡೆಸುತ್ತಿದ್ದಾರೆ. ಒಳ ಕೋಣೆಯಿಂದ ಹೆಂಗಸರ ಪಿಸು ಮಾತುಗಳಲ್ಲಿ ಅವರ ಹೆಸರಿದೆ, 'ಹೇ... ಕೋಯ ಸಾಹೇಬರು ಅಂತೆ. ಕೇರಳದವರು, ಸಂಜೆ ರೈಲಿನಲ್ಲಿ ತಲುಪಿದ್ದಂತೆ... ರಿಫಾಯಿ ರಾತೀಬು ನಡೆಸಲು ದೀಕ್ಷೆ ಒಲಿಸಿಕೊಂಡರಂತೆ.'

'ಶ್...ಶ್... ಸ್ವಲ್ಪ ಸುಮ್ಮನಿರಿ... ಚೂರು ಮೆತ್ತಗೆ ಮಾತನಾಡಿ' ಎಂದು ಹೆಂಗಸರ ಮಧ್ಯೆ ದಾರಿ ಮಾಡಿಕೊಂಡು ಹೊಗೆಯುಗುಳುವ ಲೋಭಾನದ ಪಾತ್ರೆಯನ್ನು ಕೈಯಲ್ಲಿ ಹಿಡಿದು ಮನೆಯ ಯಜಮಾನ ಕುಂಜ ಸಾಹೇಬ್ ನಡುಮನೆಗೆ ಹೊರಟವರು ತಕ್ಷಣವೇ ನೆನಪಾದವರಂತೆ ಹಿಂತಿರುಗಿ

ಅಡುಗೆ ಮನೆಯ ಬಾಗಿಲ ಬಳಿಗೆ ಬಂದರು. ಅವರು ಉಟ್ಟಿದ್ದ ಬಿಳಿಯ ಪಂಚೆಗೆ ಧೂಳಾಗದಿರಲೆಂದು ಸ್ವಲ್ಪವೇ ಎತ್ತಿ ಹಿಡಿದು 'ಉಚನಾ-ರಾತೀಬು ಪ್ರಾರಂಭಗೊಂಡ ಕೂಡಲೇ ಆಡನ್ನು ಝಬಹ್ (ಹಲಾಲ್) ಮಾಡಬೇಕು- ಹೇಗೂ ಪ್ರಾರಂಭಗೊಂಡರೆ ಮುಗಿಯಲು ನಾಲ್ಕೈದು ತಾಸು ತಗಲಬಹುದು. ಮತ್ತೆ ಅಜಕ್ಕಳ ಮಾಡಿ ಬೇಗ ಬೇಗ ಊಟ ತಯ್ಯಾರಾದರೆ ಆಯಿತು. ಸಾರು ಹದ ಬರ್ಬೇಕು. ಮಸಾಲೆ ದಪ್ಪ ಇರ್ಲಿ. ತಿಳಿತಾ?' ಎನ್ನುತ್ತಲೇ ಅಡುಗೆಯ ಉಚನ 'ಆಯಿತು' ಎಂದು ಹೇಳಿದ್ದು ಕೇಳಿಸಿಕೊಂಡು ಹೊರಡಲನುವಾದರು. ಅಲ್ಲೇ ಕಟ್ಟಿ ಹಾಕಿದ್ದ ಕಪ್ಪು ಬಿಳುಪಿನ ಆಡಿನ ಹತ್ತಿರ ನಿಂತಿದ್ದ ತಮ್ಮ ಕಿರಿಮಗ ಸಿದ್ಧೀಕನನ್ನೊಮ್ಮೆ ನೋಡಿದರು. ಅವನ ಕಣ್ಣುಗಳು ಹನಿಗೂಡುತ್ತಿದ್ದದ್ದು ಕಂಡೂ ಕಾಣದವರಂತೆ 'ನೀನು ಇಲ್ಲೇ ನಿಲ್ಬೇಡ. ಬೇಗ ಸ್ನಾನ ಮಾಡಿ ರಾತೀಬಿಗೆ ಕೂಡಬೇಕು... ಗೊತ್ತಾಯ್ತಾ?' ಎಂದು ಗದರಿಸುವಂತೆ ಹೇಳಿ ಹೋದರೂ ಸಿದ್ಧೀಕ್ ಈಗ ತಾನೇ ಹರಕೆಗೆ ಬಲಿಯಾಗಲಿರುವ ತನ್ನ ಪ್ರೀತಿಯ ಆಡಿನ ಹತ್ತಿರ ನಿಂತು ಹನಿಗಣ್ಣಾಗಿ ನೆಲ ನೋಡುತ್ತಾ ನಿಂತಿದ್ದ. ಅವನ ಕೈಗಳ ಬಿಸುಪನ್ನು ಗುರುತಿಸಿಕೊಂಡು ಅದು ನಾಲಗೆಯಿಂದ ಅವನನ್ನು ನೆಕ್ಕುತ್ತಿತ್ತು. ಎರಡು ವರ್ಷ ಅವರ ಮನೆಯಲ್ಲೇ ಬೆಳೆದಿದ್ದ ಈ ಆಡನ್ನು ಒಂದು ದಿನವೂ ಸಿದ್ಧೀಕ್ ಬಿಟ್ಟವನಲ್ಲ. ಅದರ ಗಡ್ಡವನ್ನು ನೀವಿದರೆ ಸಾಕು ಅದು ಅವನ ಕೈಯನ್ನು ಗುರುತಿಸಿ ವಿಧೇಯವಾಗಿ ಬಿಡುತ್ತಿತ್ತು. ಅದಕ್ಕೆ ಪ್ರೀತಿಯಿಂದ ಅವನೇ ಇಟ್ಟ ಹೆಸರು 'ಮೂಸೆ' ಎಂದು ಕರೆದರೆ ಸಾಕು ಅದು ಎರಡು ಕಾಲಿನಲ್ಲಿ ನಿಂತು ಅದರ ಹಣೆ ತೋರಿಸಿ ಮುತ್ತು ಪಡೆದುಕೊಳ್ಳುತ್ತಿತ್ತು. ಅದು 'ರಿಫಾಯಿ ರಾತೀಬು' ಮಾಡಲು ಹರಕೆಗೆ ತಂದಿಟ್ಟ ಆಡು ಎಂಬುವುದು ಗೊತ್ತಿದ್ದರೂ- ಇಂದೋ ನಾಳೆ ಸಾಯಲಿದೆ ಎಂಬ ಸತ್ಯ ತಿಳಿದೂ ಹುಡುಗ ಪ್ರೀತಿಸಿದ್ದ.

ಸ್ವಲ್ಪ ಹೊತ್ತಿನಲ್ಲಿ ಊದುಬತ್ತಿ ಮತ್ತು ಲೋಭಾನದ ಪರಿಮಳ ಹೊಗೆಯ ಸಮೇತ ಅಲ್ಲೆಲ್ಲಾ ಹಬ್ಬಿತು. ನಡುಮನೆಯ ಕಿಟಕಿಯಿಂದ ಅದರ ಹೊಗೆ ಸುರುಳಿಸುರುಳಿಯಾಗಿ ಹೊರಬಂದು ಅಲ್ಲೆಲ್ಲಾ ವ್ಯಾಪಿಸುತ್ತಿತ್ತು. ಮನೆಯ ವಿಶೇಷ ಅತಿಥಿ ಕೋಯಾ ಸಾಹೇಬರು ಎದ್ದು ನಿಂತು ಮಾತನಾಡತೊಡಗಿದರು.

'ಅಸ್ಸಲಾಮು ಅಲೈಕುಂ... ಈ ರಾತೀಬ್ ರಿಫಾಯಿ ಶೇಖ್‌ರ ಹೆಸರಲ್ಲಿ ನಡೆಸುತ್ತೇವೆಂಬುವುದು ನಿಮಗೆ ತಿಳಿದಿದೆ. ಶೈಖ್ ರಿಫಾಯಿಯವರು ಮಹಾನ್ ದೇವಭಕ್ತರಾಗಿದ್ದರು. ಅವರು ದೇವನಿಗೆ ಇಷ್ಟ ಪ್ರಿಯರು. ಅವರು ರಚಿಸಿದ ಗೀತೆಗಳನ್ನು ಹಾಡುತ್ತೇವೆ. ಹಾಗೂ ಅವರ ಗೀತೆ ಹಾಡುತ್ತಾ ದಫ್ ಬಾರಿಸುತ್ತೇವೆ. ವಿವಿಧ ರೀತಿಯ ತಾಲೀಮು ನಡೆಸುತ್ತೇವೆ. ಯಾವುದೂ ದೇಹಕ್ಕೆ ನಾಟುವುದಿಲ್ಲ. ಹಾಗಂತ ಎಲ್ಲರೂ ಮಾಡತಕ್ಕದ್ದೂ ಅಲ್ಲ. ಇದೊಂದು ಶೈಖ್‌ರ ಪವಾಡದ ಭಾಗ, ಅವರ ಕರಾಮತ್ತಿನ ಅನಾವರಣ ಮಾತ್ರ.

ಶೈಖ್ ಅವರ ತುಂಬಾ ಕರುಣಾಮಯಿಯಾಗಿದ್ದರು. ಅವರು ಮನುಷ್ಯ-ಪ್ರಾಣಿ-ಪಕ್ಷಿ ಸಂಕುಲಗಳನ್ನು ಪ್ರೀತಿಸಿದ್ದರು-ಹುಳ ಬಿದ್ದು ಸಾಯಲಿದ್ದ ಕುಷ್ಠ ರೋಗದ ನಾಯಿಯನ್ನು ಉಪಚರಿಸಿದ್ದರು-ಎಲ್ಲರೊಂದಿಗೂ ಪ್ರೀತಿ ತೋರುವ ದೊಡ್ಡ ಗುಣ ಅವರಲ್ಲಿತ್ತು. ಇಲ್ಲಿ ನಾವು ಮಾಡುವ ತಾಲೀಮನ್ನು ನೀವು ಅನುಕರಿಸಕೂಡದು. ಇದೊಂದು ಮೌಢ್ಯವಲ್ಲ. ನಂಬಿಕೆಯ ಮೇಲೆ ನಿಂತ ಸಂಸ್ಕೃತಿ.'

ಇದನ್ನು ಕೇಳಿಸಿಕೊಂಡ ಸಿದ್ಧೀಕನ ಮನಸ್ಸಿನಲ್ಲಿ ಸಣ್ಣ ಖುಷಿಯೊಂದು ಮನೆ ಮಾಡಿತು. ಅವನು ಮನಸ್ಸಿನಲ್ಲೇ ಪ್ರಾರ್ಥಿಸಿದ. 'ಯಾ ಶೈಖ್ ರಿಫಾಯಿ... ನೀವು ಅಷ್ಟು ಕರುಣಾಳುವಾಗಿದ್ದರೆ ನಿಮ್ಮ ದಯೆಯಿಂದ ನನ್ನ ಮೂಸೆಯನ್ನು ಉಳಿಸಬಾರದೇಕೆ. ನನ್ನ ಮೂಸೆ ಸಾಯುತ್ತದೆ. ನೀವೆ ರಕ್ಷಿಸಬಾರದೇಕೆ...' ಅವನು ಹನಿಗಣ್ಣಾಗಿ ಮತ್ತೊಮ್ಮೆ ಮೂಸೆಯನ್ನು ತಬ್ಬಿಕೊಂಡ.

ನಡುಮನೆಯ ಬೆಳಕು ಬೀಳುವಲ್ಲಿ ಅಡುಗೆಯವನು ಕೆಲಸ ಆರಂಭಿಸಿದ್ದಾನೆ. ಸಮಗಾತ್ರದ ಪಾತ್ರೆಯೊಂದರಲ್ಲಿ ಅಕ್ಕಿಯನ್ನಿಟ್ಟು ತೊಳೆಯುತ್ತಿದ್ದಾನೆ.

ಒಳಗಿನಿಂದ ಕೇಳಿ ಬರುವ ಅರೇಬಿಕ್ ಹಾಡುಗಳು, ತಾಳಕ್ಕೆ ಒಪ್ಪುವಂತೆ ಬಾರಿಸಿಕೊಂಡ ದಫ್ಫಿನ ಧ್ವನಿ. ನಡುಮನೆಯ ಕಿಟಕಿ ತೆರೆದಿದೆ-ಅದರಿಂದ ತೂರಿ ಬಂದ ಬೆಳಕು ಕಾಲು ಮುರಿದುಕೊಂಡಂತೆ ಸೊಟ್ಟಗೆ ಸೊಟ್ಟಗಿನ ರೂಪದಲ್ಲಿ ಅಂಗಳದಲ್ಲಿ ಬಿದ್ದಿದೆ. ಒಳ ಕೊಠಡಿಯಲ್ಲಿ ಪೇಟ ಕಟ್ಟಿಕೊಂಡ ಹತ್ತಾರು ಬಿಳಿ ವಸ್ತ್ರಧಾರಿಗಳು ಹಾಡುತ್ತಿದ್ದಾರೆ. ಮಧ್ಯದಲ್ಲಿ ಐದಾರು ಮಂದಿ ಬರಿಯ ಬಿಳಿಯ ಪಂಚೆಯುಟ್ಟು ಅಂಗಿಯಿಲ್ಲದೆ ಹಾಡಿನ ತಾಳಕ್ಕೆ ತಕ್ಕಂತೆ ಬಳುಕುತ್ತಿದ್ದಾರೆ. ಕೈಯಲ್ಲಿ ಹರಿತವಾದ ಕತ್ತಿ-ಹಾಡಿಕೊಳ್ಳುತ್ತಿದ್ದಂತೆ ಹೊಟ್ಟೆಗೆ ಎದೆಗೆ ತಿವಿದುಕೊಳ್ಳುತ್ತಾರೆ. ರಕ್ತ ಹರಿಯುತ್ತದೆ-ಮತ್ತೆಮತ್ತೆ ತಿವಿದುಕೊಳ್ಳುತ್ತಿದ್ದಾರೆ. ಯಾವ ಕಣ್ಣುಗಳಲ್ಲೂ ನೋವಿನ ಲಕ್ಷಣವಿಲ್ಲ. ಅವರೊಂದು ಅನುಭೂತಿಯಲ್ಲಿ ತೇಲಿದವರಂತೆ ಭಾಸವಾಗುತ್ತಿದ್ದಾರೆ. ಮಧ್ಯೆ 'ಅಲ್ಲಾಹ್' ಎಂದು ದೀರ್ಘ ಸ್ವರದಲ್ಲಿ ಸರ್ವಾಂತರ್ಯಾಮಿಯನ್ನು ನೆನೆದುಕೊಳ್ಳುತ್ತಿದ್ದಾರೆ.

ಅಡುಗೆಯವನು ಈರುಳ್ಳಿ ಹಚ್ಚುತ್ತಿದ್ದಾನೆ. ಒಂದೇ ಸಮನೆ ಉರಿಯನ್ನು ತಡೆದುಕೊಳ್ಳುತ್ತಾ ಆಕಾಶದ ನಕ್ಷತ್ರಗಳನ್ನು ಎಣಿಸುತ್ತ ಕೊಚ್ಚುತ್ತಿದ್ದಾನೆ. ಈರುಳ್ಳಿಯೆಲ್ಲವೂ ಹಚ್ಚಿ ಮುಗಿದಾಗ ಇತರ ತರಕಾರಿಗಳಿಗನ್ನು ಎತ್ತಿಕೊಳ್ಳುತ್ತಾನೆ. ಅವನ ಚೂರಿ ಹಿಡಿದ ಕೈಗಳು ಯಾಂತ್ರಿಕವಾಗಿ ಎಂಬಂತೆ ಗರಗರನೆ ತಿರುಗುತ್ತಾ ತರಕಾರಿಗಳನ್ನು ಕೊಚ್ಚಿ ಹಾಕುತ್ತಿದೆ. ಕತ್ತಿನಲ್ಲಿ ಬೆವರಿಳಿಯುತ್ತಿದೆ-ಇನ್ನೂ ಹೊತ್ತು ಕಳೆದರೆ ಯಾವಾಗ ಅಡುಗೆ ಮುಗಿಯುವುದೆಂಬ ಭಯವೂ ಅವನಲ್ಲಿ ಇದೆ. ಬೆಳ್ಳುಳ್ಳಿಯ ಸಿಪ್ಪೆಯೂ ತೆಗೆದಾಯಿತು.

ಇನ್ನೂ ಆಡನ್ನು ಹಲಾಲ್ ಮಾಡಬೇಕೆಂದು ಚೀಲದಿಂದ ಕತ್ತಿಯನ್ನೆತ್ತಿಕೊಂಡು ಅದರ ಹರಿತವಾದ ಅಲಗನ್ನು ಪರೀಕ್ಷಿಸುತ್ತಾ ಬೆರಳುಗಳಿಂದ ಮೆಲ್ಲಗೆ ತೀಡುತ್ತಾನೆ. ಅದನ್ನು ಕಂಡ ಹುಡುಗನ ಹೊಟ್ಟೆಯೊಳಗಿಂದ ನೋವು ಒತ್ತರಿಸಿ ಬರುತ್ತಿದೆ. ಅಷ್ಟರಲ್ಲೇ ಅಡುಗೆಯವನು ತೊಳೆದಿಟ್ಟ ಅಕ್ಕಿಯ ನೆನಪಾಗಿ ಮತ್ತೆ ಕತ್ತಿಯನಿಟ್ಟು-ದೊಡ್ಡ ಪಾತ್ರೆಯನ್ನೆತ್ತಿ ಒಲೆಯ ಮೇಲಿಟ್ಟು ನೀರು ಸುರುವುತ್ತಾನೆ.

ಇನ್ನೇನು ಹತವಾಗಲಿರುವ ಆಡು-ಅಡುಗೆಯವನ ಬಲಿಷ್ಠ ಕಪ್ಪು ಕೈಗಳು-ಹರಿತವಾದ ಕತ್ತಿಯಲಗು ಎಲ್ಲವೂ ಮೂಸೆಯ ಬಳಿ ನಿಂತ ಸಿದ್ಧೀಕನಿಗೆ ಅರ್ಥವಾಗುತ್ತಿದೆ. ಅವನ ಅದರ ಕಿವಿಯ ಬಳಿನಿಂತು ಹೇಳುತ್ತಾನೆ. 'ಮೂಸೆ... ಓ ನನ್ನ ಪ್ರೀತಿಯ ಮೂಸೆ... ನಾನು ನಿನ್ನ ಕಟ್ಟು ಬಿಚ್ಚುತ್ತೇನೆ. ನಾನು ಬಿಟ್ಟದ್ದು ಗೊತ್ತಾದರೆ ನನಗೆ ಪೆಟ್ಟು ಬೀಳುವುದು ಖಂಡಿತಾ. ನೀನು ಓಡಬೇಕು. ಹೋಗು ಹೊರಟು ಹೋಗು' ಎಂದು ಮೆಲ್ಲನೆ ಕಂಬಕ್ಕೆ ಕಟ್ಟಿದ್ದ ಹಗ್ಗವನ್ನು ಬಿಚ್ಚುತ್ತಾನೆ. ಅದೇನು ಅರ್ಥವಾಯಿತೋ ಆಡಿಗೆ-ಕಟ್ಟು ಬಿಚ್ಚಿದ್ದೇ ತಡ ಯದ್ವಾತದ್ವಾ ಓಡಲಾರಂಭಿಸುತ್ತದೆ. ಗಲಾಟೆ ಕೇಳಿ ಹಿಂದಿನಿಂದ ಬಂದ ಅಡುಗೆಯವನಿಗೆ ದಿಗಿಲಾಗಿ 'ಏ ಸಿದ್ಧೀಕ್... ಹಿಡ್ಕೊಳ್ಳೊ ಆಡನ್ನು' ಅಂತ ಕಿರುಚುತ್ತಾನೆ. ಆ ಶಬ್ಧ ಎಷ್ಟು ಗಟ್ಟಿಯಾಗಿತ್ತೆಂದರೆ... ರಾತೀಬ್ ಹಾಡುತ್ತಿದ್ದವರನ್ನೊಮ್ಮೆ ವಿಚಲಿತಗೊಳಿಸಿ ಬಿಡುವಷ್ಟು, ಒಮ್ಮೆ ತಣ್ಣಗಾದ ಹಾಡಿನ ಸದ್ದು ಮತ್ತೆ ಧ್ವನಿಯೇರುತ್ತದೆ. ಸಿದ್ಧೀಕ್‌ನಿಗೆ ಮೂಸೆ ಓಟ ದಿಗಿಲು ಹುಟ್ಟಿಸಿತೋ, ಅದನ್ನು ಬಿಟ್ಟಿದ್ದಕ್ಕಾಗಿ ಶೈಖ್‌ನ ಕ್ರೋಧಕ್ಕೆಡೆಯಾಗುವ ಭಯವೋ... ಅದರ ಹಿಂದೆ ಓಡುತ್ತಾನೆ. ಪೆಚ್ಚಾಗಿ ಅಡುಗೆಯವನು ಕೆಲಸ ಹಾಳಾಯಿತಲ್ಲ ಅಂತ ತಲೆ ಚಚ್ಚಿಕೊಳ್ಳುತ್ತಾ ಕುಳಿತು ಬಿಡುತ್ತಾನೆ. ಅವನ ಅಗಾಧ ಗಾತ್ರದ ದೇಹಕ್ಕೆ ಆಡಿನ ಹಿಂದೆ ಓಡುವುದು ಸುಲಭವಲ್ಲವೆಂದು ತಿಳಿದು-ಸುಮ್ಮನೆ ಕತ್ತಲ ದಾರಿಯಲ್ಲಿ ಮರೆಯಾದ ಮೂಸೆ ಮತ್ತು ಸಿದ್ಧೀಕರನ್ನು ದಿಟ್ಟಿಸುತ್ತಾನೆ.

* * *

ಮೂಸೆ ಒಂದೇ ಸಮನೆ ಓಡುತ್ತಿದೆ. ಸಿದ್ಧೀಕ್ ಹಿಂದೆಯೇ ಓಡುತ್ತಿದ್ದಾನೆ. ಸಿದ್ದೀಕ್‌ನ ಮನಸ್ಸಲ್ಲಿ ಅವ್ಯಕ್ತ ಭಯ 'ನಾನೆಲ್ಲಾದರೂ ಹರಕೆಯ ಆಡನ್ನು ಬಿಟ್ಟದ್ದಕ್ಕೆ ಶೈಖ್ ಬೇಸರಗೊಂಡರಬಹುದೇ?-ಶೈಖ್‌ರಿಗೆ ಬೇಸರ ಮಾಡಿದರೆ ದೇವನನ್ನು ಬೇಸರ ಮಾಡಿದಂತೆ-ಇನ್ನು ಅದಾಗಿಯೇ ತಪ್ಪಿಸಿಕೊಂಡು ಹೋಯಿತೆಂದರೂ ಯಾರೂ ನಂಬುವವರೇ ಇಲ್ಲ. ಎಲ್ಲಾ ಬೇಸರ-ಹತಾಶೆ ಒಟ್ಟೊಟ್ಟಿಗೆ ಉಮ್ಮಳಿಸಿ ಬಂದು 'ನಿಂತ್ಕೊಳ್ಳೊ... ಮೂಸೆ' ಎಂದು ಗದ್ಗದಿತ ಕಂಠದಿಂದಲೇ ಓಡುತ್ತಾ ಗದರಿದ. ಅದೇನನಿಸಿತೋ ಆಡಿಗೆ ಅವನ ದನಿಯನ್ನು ಅದು ಕೇಳಿಸಿಕೊಳ್ಳದೆ

ನಾಗಾಲೋಟದಿಂದ ಓಡಹತ್ತಿತ್ತು. ಕತ್ತಲ ದಾರಿಯಲ್ಲಿ ಹುಡುಗ ಜೋರಾಗಿ ಓಡತೊಡಗಿದ. ಗದ್ದೆ ಬದುವಿನಲ್ಲೊಮ್ಮೆ ಮುಗ್ಗರಿಸಿ ಬಿದ್ದ. ಓಡುವ ರಭಸಕ್ಕೆ ತಲೆಗೆ ಧರಿಸಿದ್ದ ಟೋಪಿ ಯಾವಗಲೋ ಬಿದ್ದು ಹೋಗಿತ್ತು. 'ಏ ಮೂಸೆ, ನಿಂತುಕೊಳ್ಳೋ' ಎಂದು ಮತ್ತೊಮ್ಮೆ ಕೂಗಿದ. ಕತ್ತಲಲ್ಲಿ ಅದು ನಿಲ್ಲುವ ಲಕ್ಷಣ ಕಾಣಲಿಲ್ಲ. ಅದರ ಕುತ್ತಿಗೆ ಅವನೇ ತಂದು ಕಟ್ಟಿದ್ದ ಗಂಟೆಯು ತನ್ನಿಂದ ಇನ್ನಷ್ಟು ದೂರ ಸರಿಯುತ್ತಿದೆಯೆಂದನಿಸಿದಾಗ ಬಿದ್ದಲ್ಲಿಂದ ಎದ್ದು ಇನ್ನೂ ಜೋರಾಗಿ ಓಡತೊಡಗಿದ. ಅರೆಗತ್ತಲಲ್ಲಿ ದಾರಿ ಅಸ್ಪಷ್ಟವಾಗಿ ಕಾಣುತ್ತಿದ್ದರೂ ಸಾಕಷ್ಟು ಬಾರಿ ನಡೆದಾಡಿದ ಪರಿಚಿತ ದಾರಿಯಾದ್ದರಿಂದ ಜಿಗಿದು ಜಿಗಿದು ಏದುಸಿರು ಬಿಡುತ್ತಾ ಮತ್ತೆ ಓಡಿದ. ಮೂಸೆ ನಿಲ್ಲುವ ಲಕ್ಷಣವಿರಲಿಲ್ಲ. ಅವರ ಒಂದು ಎಕರೆ ಜಮೀನು ಮುಗಿದು ಅಣ್ಣು ಗೌಡರ ಗದ್ದೆ ಬಂತು. 'ಮೂಸೆ' ಎಂದು ಜೋರಾಗಿ ಮತ್ತೊಮ್ಮೆ ಕೂಗಿದ. ಮೂಸೆ ದೂರದಲ್ಲಿ ಬೆಳಕಿನೆಡೆಗೆ ಓಡುತ್ತಿತ್ತು. ಸಿದ್ಧೀಕನಿಗೆ ಓಡಿ ಓಡಿ ಸುಸ್ತಾಗಿತ್ತು. ದೂರದಲ್ಲಿ ಬೆಳಕು ಕಾಣುತ್ತಿತ್ತು. ಚಂಡೆ-ವಾದ್ಯದ ದನಿ ಜೋರಾಗಿ ಮೊಳಗುತ್ತಿತ್ತು. 'ಯಾ ಶೈಖ್... ದಯವಿಟ್ಟು ಮೂಸೆಯನ್ನು ನನ್ನ ಜೊತೆ ಕಳುಹಿಸಿಕೊಡಿ. ಇನ್ನೆಂದೂ ನಿಮ್ಮ ಹರಕೆಯನ್ನು ತಪ್ಪಿಸುವುದಿಲ್ಲ' ದೈನ್ಯನಾಗಿ ಬೇಡಿಕೊಂಡ. ಆಡನ್ನು ಬಿಟ್ಟು ಹಾಗೆಯೇ ತಿರುಗಿ ಬಂದರೆ ಮನೆಯಲ್ಲಿ ಬಾಸುಂಡೆ ಬೀಳುವುದು ಖಚಿತವಾಗಿ ಗೊತ್ತಿತ್ತು. ತಲೆಯಲ್ಲಿ ಸಣ್ಣಗೆ ರಕ್ತ ಸೋರುತ್ತಿತ್ತು. ಕಾಲಿನ ಚಪ್ಪಲಿಯ ಉಂಗುಷ್ಠ ಸೋತು ನಡೆದಾಡಲು ತೊಡರಾಗುತ್ತಿತ್ತು. 'ಎಲ್ಲವೂ ಶೈಖ್‌ರವರ ಅವಕೃಪೆ' ಎಂದು ಭಾವಿಸಿದ. ಆಡು ಅಲ್ಲೆಲ್ಲೂ ಕಾಣಿಸಲಿಲ್ಲ.

ಸಿದ್ಧೀಕ್‌ನ ಅಂಗಿ ಹರಿದಿತ್ತು. ಚಂಡೆ-ವಾದ್ಯದ ಧ್ವನಿ ಕಿವಿಗಡಚಿಕ್ಕುತ್ತಿತ್ತು. ಊರ ಅದೆಷ್ಟೋ ಮಂದಿ ನೆರೆದಿದ್ದರು. ಧಢೂತಿ ದೇಹದ ಆಳೊಬ್ಬ ವಿಪರೀತವಾಗಿ ಕಿರಿಚಿಕೊಳ್ಳುತ್ತಿದ್ದ. ಸಿದ್ಧೀಕ್ ಜನರ ಮಧ್ಯೆ ಬಂದು ಅವನನ್ನೇ ಕುತೂಹಲದಿಂದ ನೋಡತೊಡಗಿದ. ಕೈಯಲ್ಲೊಂದು ಚಾಟಿ-ಅರೆ ನಗ್ನ ದೇಹ-ಹೊಕ್ಕುಳಿನಿಂದ ಮಂಡಿಯವರೆಗೆ ಮುಚ್ಚಲು ಎಲೆಯ ಉಡುಪು. ನಾಲಗೆ ಹೊರಹಾಕಿ ಭಯ ಬೀಳುವಂತೆ ಜನರನ್ನು ನೋಡಿ ಏನೇನೋ ಮಾತನಾಡುತ್ತಿದ್ದ. ಅವನ ನಾಲಗೆಯಲ್ಲಿ ತ್ರಿಶೂಲ ಚುಚ್ಚಿತ್ತು. ಬಾಯಿಯಲ್ಲಿ ರಕ್ತ ಹನಿಯುತ್ತಿತ್ತು. ಸಿದ್ಧೀಕನಿಗೆ ಕೋಯ ಸಾಹೇಬರ ಕೆಲವು ಮಾತುಗಳು ನೆನಪಿಗೆ ಬಂದವು, 'ಇದೊಂದು ಭಕ್ತಿಯ ಭಾಗ. ಇಲ್ಲಿ ಮಾಡುವ ತಾಲೀಮನ್ನು ಅನುಕರಿಸಕೂಡದು' ಅವನಿಗೆ ಸತ್ಯವೆನಿಸಿತು. ಜನರ ಮರೆಯಲ್ಲಿ ಎದುರು ಅವನ ಆಡನ್ನು ಹುಡುಕುತ್ತ ನಿಂತ. ಅಷ್ಟರಲ್ಲೇ ಚಂಡೆ-ವಾದ್ಯಗಳ ಶಬ್ದ ತಾರಕಕ್ಕೇರಿತು. ವೇಷಧಾರಿ ಜೋರಾಗಿ ಕೂಗಿಕೊಂಡ 'ಯಾರಿದ್ದೀರಿ-ಹರಕೆಗಾಗಿ ಬಂದವರು-ಬನ್ನಿ ಕೆಂಡದಲ್ಲಿ ನಡೆಯೋಕೆ.' ಎದುರಿನಲ್ಲಿ ನಿಗಿನಿಗಿ

ಉರಿಯುವ ಕೆಂಡದ ದಾರಿ. ಕುಣಿಯುತ್ತಾ ಕುಣಿಯುತ್ತಾ ವೇಷಧಾರಿ ಕೆಂಡದ ದಾರಿಯಲ್ಲಿ ನಡೆದು ಸಾಗಿದ. ಹಿಂದೆ ಭಕ್ತಿಯಿಂದ ಕೆಲವರು ಕಣ್ಣುಮುಚ್ಚಿ ಬೇಗಬೇಗ ಕೆಂಡದಲ್ಲಿ ಓಡುತ್ತ ನಡೆದು ಹರಕೆ ತೀರಿಸಿ ಧನ್ಯರಾದರು. ವೇಷಧಾರಿ ಕೆಂಡದ ದಾರಿಯನ್ನು ದಾಟಿದಂತೆ ಉಳಿದವರೂ ಅನುಸರಿಸಿದರು. ಸಿದ್ಧೀಕನಿಗೆ ದಿಗಿಲಾಯಿತು. 'ಅವರ ಕಾಲುಗಳು ಸುಡುವುದಿಲ್ಲವೇ?' ಅನಿಸಿತು.

ಅಷ್ಟರಲ್ಲೇ ಜನರ ಮಧ್ಯೆ ಅವನ ಆಡು ಮೂಸೆ ಕೂಡ ಕೆಂಡದ ದಾರಿಯಲ್ಲಿ ನಡೆಯುವುದು ಕಂಡಿತು. ಸಿದ್ಧೀಕನ ಖುಷಿಗೆ ಪಾರವಿರಲಿಲ್ಲ. ನುಸುಳಿಕೊಂಡ ಅದರ ಬಳಿ ತಲುಪಿದ. 'ಮೂಸೆ... ನೀನು ಇಲ್ಲಿದ್ದೀಯಾ?' ಎಂದು ಕೇಳುತ್ತಾ ಅದರ ಬಳಿ ಓಡಿ ಬಂದ. ಅಷ್ಟರಲ್ಲೇ ಜನರ ದಂಡು ಕೆಂಡದ ದಾರಿಯ ಬಳಿಗೆ ತಲುಪಿಯಾಗಿತ್ತು. ಸಿದ್ಧೀಕನಿಗೆ ಭಯವಾಯಿತು. ನೆನಪಾದ ಅರಬೀ ಪದ್ಯವನ್ನು ನೆನೆದ. ಕಣ್ಣುಮುಚ್ಚಿ 'ಯಾ ಶೈಖ್ ರಿಫಾಯಿ' ಎಂದು ಕರೆದುಕೊಂಡು ಕೆಂಡದ ಮೇಲೆಯೇ ನಡೆದ. ಐದು ಹೆಜ್ಜೆಗೆ ಕೆಂಡದ ದಾರಿ ಮುಗಿಯಿತು. ಕಾಲು ಸುಟ್ಟಂತೆ ಭಾಸವಾಗಲಿಲ್ಲ. ಕೆಂಡ ದಾರಿ ಮುಗಿದಲ್ಲಿ ಜನಗಳ ಮಧ್ಯೆ ಆಡು ಸಿದ್ಧೀಕನನ್ನು ನೋಡಿತು. 'ಮೂಸೆ' ಎಂದು ಸಿದ್ಧೀಕ್ ಪ್ರೀತಿಯಿಂದ ಕರೆದ. ಅದು ಓಡೋಡಿ ಬಂದು ಮುಂಗಾಲುಗಳನ್ನೆತ್ತಿ ಹಣೆ ತೋರಿಸಿತು–ಪ್ರೀತಿಯಿಂದ ಮುತ್ತಿಕ್ಕಿದ. 'ಬಾ ಮನೆಗೆ ಹೋಗೋಣ' ಎಂದು ಕರೆದ. ಆಡು ಲಗುಬಗೆಯಿಂದ ಹತ್ತಿ ಅವನ ಭುಜದ ಮೇಲೆ ಕುಳಿತಿತು. ಕತ್ತಲಲ್ಲೇ 'ಯಾ ಶೈಖ್ ರಿಫಾಯಿ' ಎಂದು ಕರೆಯುತ್ತಾ ಮನೆಯ ದಾರಿಯಲ್ಲೇ ಧೈರ್ಯದಿಂದಲೇ ನಡೆದು ಬಂದ. ಕಾಲಿನಲ್ಲಿ ಚಪ್ಪಲಿಯಿರಲಿಲ್ಲ–ಕೆಂಡದಲ್ಲಿ ಕಾಲು ಸುಟ್ಟು ಹೋಗಿರಲೂ ಇಲ್ಲ. 'ಪ್ರೀತಿಯ ಶೈಖರೇ, ನನ್ನ ಕೈ ಹಿಡಿದಿದ್ದೀರಿ. ನನ್ನನ್ನು ಮುನ್ನಡೆಸಿ' ಎಂದು ಪ್ರಾರ್ಥಿಸಿದ. ಗದ್ದೆ ಬದು ದಾಟಿ ಮನೆಯ ಅಂಗಳಕ್ಕೆ ನಡೆಯುತ್ತಲೇ ಬಂದ. ಅದಾಗಲೇ ಸಾಕಷ್ಟು ಹೊತ್ತು ಮೀರಿತ್ತು.

ಮನೆಯ ಹಜಾರದಲ್ಲಿ ರಾತೀಬಿಗೆ ಬಂದವರೆಲ್ಲಿ ಊಟ ಮುಗಿಸಿ ಕೈತೊಳೆಯುತ್ತಿದ್ದರು. 'ಆಡು ಮಾಂಸವಿಲ್ಲದೆ ಇವರಿಗೆ ಊಟ ಹೇಗಾಯಿತೆಂದು' ಆಶ್ಚರ್ಯದಿಂದ ಅವರನ್ನೇ ನೋಡುತ್ತಾ ನಿಂತ ಸಿದ್ಧೀಕನನ್ನು ಕಂಡ ತಂದೆ ಕುಂಜ ಸಾಹೇಬರು ಕೋಪದಿಂದ ಹೊಡೆಯಲೆಂದು ಅಂಗಳಕ್ಕಿಳಿದು ಬಂದರು. ತಕ್ಷಣವೇ ಅಲ್ಲೇ ಕೈ ತೊಳೆಯುತ್ತಿದ್ದ ಕೋಯಾ ಸಾಹೇಬರು, 'ನಿಲ್ಲಿ... ಆ ಮಗುವನ್ನು ಹೊಡೆಯಬೇಡಿ' ಎಂದು ತಾಕೀತು ಮಾಡಿದರು. ಮತ್ತೆ ಶಾಂತರಾಗಿ ನೆರೆದಿದ್ದ ಎಲ್ಲರನ್ನೂ ಉಪದೇಶಿಸಿ 'ರಾತೀಬಿನ ಊಟಕ್ಕೆ ಮಾಂಸವೇ ಬೇಕೆಂದು ನಿಯಮವಿದೆಯೇ?. ಶೈಖ್ ರಿಫಾಯಿ ಹೊಟ್ಟೆ ಹಸಿದಿದ್ದಾಗ ಎಲೆಗಳನ್ನು ತಿಂದು ಬದುಕಿದವರಲ್ಲವೇ. ನಾವು ಇವತ್ತು ತರಕಾರಿ ಪದಾರ್ಥದಲ್ಲೇ ಊಟ ಮುಗಿಸಿದೆವು. ಪ್ರಾಣಿಗಳೊಂದಿಗೆ ದಯೆ ತೋರಿದ ಹುಡುಗನ ಮೇಲೆ ಕರುಣೆ

ತೋರದ ಮೇಲೆ ನಾವು ಶೈಖರ ಅನುಯಾಯಿಗಳಾಗುವುದು ಹೇಗೆ?' ಎಂದು ಕೇಳಿದರು. ಯಾರೊಬ್ಬರೂ ಮಾತನಾಡಲಿಲ್ಲ. ಕೋಯಾರವರು ಸಿದ್ಧೀಕನನ್ನು ಹತ್ತಿರ ಕರೆದರು. ಅವನು ಆಡನ್ನು ನೆಲಕ್ಕಿಳಿಸಿ ಅವರ ಹತ್ತಿರ ಬಂದ. ಗಾಯದ ಮೇಲೆ ಕೈ ಇಟ್ಟು ತಲೆ ನೇವರಿಸಿದರು. 'ಮಗೂ... ನಿನ್ನ ಆಡಿನ ಹೆಸರೇನು' 'ಮೂಸೆ' ಎಂದು ಸಿದ್ಧೀಕ್ ಹೇಳಿದ. ಅವನ ಭಯ ಕಡಿಮೆಯಾಗಿತ್ತು. ಕೋಯಾ ಸಾಹೇಬರು ಅಲ್ಲೇ ನಿಂತು ಇದೆಲ್ಲವನ್ನೂ ನೋಡುತ್ತಿದ್ದ ಆಡನ್ನು ಜೋರಾಗಿ 'ಮೂಸೆ... ಇಲ್ಲಿ ಬಾ' ಎಂದು ಕರೆದರು. ಮೂಸೆ ಓಡೋಡಿ ಹತ್ತಿರ ಬಂದು ಮುಂಗಾಲನ್ನು ಎತ್ತಿ ಹಣೆ ತೋರಿತು. ಕೋಯಾರ ತುಟಿಗಳೆರಡೂ ಅದರ ನೆತ್ತಿಯಲ್ಲಿ ಅಚ್ಚೊತ್ತಿದವು.

●

# ಸಿಲ್ವರ್ ತಟ್ಟೆ

**ವಿನಯ ಗುಂಟೆ**
vinaygunte@gmail.com

ಬೊಮ್ಮನಹಳ್ಳಿಯಲ್ಲಿ ಅವತ್ತಿನ ದಿನ ಊರ ಜನರೂ ಕೇರಿಯ ಜನರೂ ಹಳ್ಳಿಯ ಕೇಂದ್ರ ಭಾಗವಾದ ಶಾಲೆಯ ಆವರಣದಲ್ಲಿ ಜಮಾಯಿಸಿದರು. ಅಸಲಿಗೆ ಆ ಊರಿನ ಹೆಸರು ಬ್ರಮ್ಹನಹಳ್ಳಿ. ಬ್ರಿಟೀಷರ ಕಾಲದಲ್ಲಿ ಅವರಿಗೆ ಉಚ್ಚಾರಣೆ ಕಷ್ಟವಾಗಿ ಬಮ್ಮನಹಳ್ಳಿ ಅಂತ ಕರೀತಾ ಇದ್ದಿದ್ರಿಂದ ಬಮ್ಮನಹಳ್ಳಿ ಆಯಿತಂತೆ. ಊರಿನವರೂ ಬ್ರಮ್ಹ ಬದಲಿಗೆ ಬೊಮ್ಮ ಅಂತ ಉಚ್ಚಾರಣೆ ಮಾಡ್ತಾ ಅದು ಈಗ ಬೊಮ್ಮನಹಳ್ಳಿಯಾಗುವಲ್ಲಿಗೆ ನಿಂತಿದೆ. ಆ ದಿನ ಆ ಹಳ್ಳಿಗೆ ಯಾರಾದ್ರೂ ಬೇರೆ ಊರಿಂದ ಬಂದೋರು ನೋಡಿದ್ರೆ ಯಾವುದಾದರೂ ನ್ಯಾಯ ಪಂಚಾಯಿತಿ ಇರ್ಬಹುದು ಅಥವಾ ಸಂತೆ ಏನಾರ ಇರ್ಬೋದಂತ ಅಂದುಕೊಳ್ಳುವಷ್ಟು ಜನ ಅಲ್ಲಿ ಸೇರಿದ್ರು. ಆದರೆ ಅಲ್ಲಿ ಯಾವ ನ್ಯಾಯ ಪಂಚಾಯ್ತಿಯೂ ಇರ್ಲಿಲ್ಲ, ಯಾವ ಸಂತೆಯೂ ಇರ್ಲಿಲ್ಲ.

ಅಲೆಮಾರಿ ಕುಶಲಕರ್ಮಿಯಾದ ಕಲಾಯಿ ಸಂಪಂಗ್ಯಪ್ಪ ಬೊಮ್ಮನಹಳ್ಳಿಗೆ ಬಂದಿದ್ದು, ಶಾಲೆಯ ಆವರಣದಲ್ಲಿ ಕುಟುಂಬ ಸಮೇತ ಠಿಕಾಣಿ ಹೂಡಿದ್ದನು. ಮುನೇಸ್ವರ ಸ್ವಾಮಿಯ ಹಾಗೆ ಉದ್ದ ಕೂದಲನ್ನು ಇಳಿ ಬಿಟ್ಟುಕೊಂಡು, ತಾನು ಉಟ್ಟಿದ ಬಟ್ಟೆಯಲ್ಲವೂ ಮರಳು ಮತ್ತು ಬೂದಿ ಮಿಶ್ರಿತವಾಗಿ ಅದರ ಮೂಲ ಬಣ್ಣವನ್ನು ಕಳೆದುಕೊಂಡಿತ್ತು. ತನ್ನ ಕರಕುಶಲ ಕೌಶಲ್ಯದ ಸರಂಜಾಮುಗಳನ್ನೆಲ್ಲಾ ಅರಳಿಮರದ ವಿಸ್ತಾರ ನೆರಳಿನಲ್ಲಿ ಹರಡಿಕೊಂಡು ತಾಮ್ರ, ಕಂಚು, ಅಲ್ಯೂಮಿನಿಯಂ ಇನ್ನಿತರ ಲೋಹಗಳನ್ನು ಕರಗಿಸಿ ಮರದ ಪೆಟ್ಟಿಗೆಯಲ್ಲಿ ಮಣ್ಣು ತುಂಬಿ ಅದರಲ್ಲಿ ಕುಟುಂಬ ಸಪರಿವಾರವಾಗಿರುವ

ರಾಮ, ಕೃಷ್ಣ, ಹನುಮ, ಲಕ್ಷ್ಮಿ ಸೇರಿದಂತೆ ಜನರಿಗೆ ಇಷ್ಟವಾದ ಅವರ ಮನೆ ದೇವರುಗಳ ಮೂರ್ತಿಗಳನ್ನು ಎರಕ ಹೊಯ್ದುಕೊಡುತ್ತಿದ್ದನು. ಅವನ ಹೆಂಡತಿ ಬೆಂಕಿ ಉರಿಸಲು ಪಂಪು ಹೊಡಿತಿದ್ರೆ, ಮಕ್ಕಳು ಬೆಂಕಿಗೆ ಆಗಾಗ ಇದ್ದಿಲನ್ನು ಸುರಿತಿದ್ರು. ಇದನ್ನು ಒಂದು ಸೋಜಿಗ ಅಂತ ನೋಡಕ್ಕೆ ಊರ ಜನರೆಲ್ರು ಸೇರಿದ್ರು. ತುಂಬಾ ಅನುಕೂಲಸ್ಥರು ಆದ್ರೆ ತಾಮ್ರ, ಕಂಚಿನಿಂದ ದೇವ್ರ ಮೂರ್ತಿಗಳನ್ನು ಮಾಡಿಸ್ಕೊಂಡ್ರೆ, ಸಾಮಾನ್ಯದ ಜನರು ಅಲ್ಯೂಮಿನಿಯಂನಿಂದ ಮೂರ್ತಿಗಳನ್ನು ಮಾಡಿಸ್ಕೊಂತಿದ್ರು. ಮೂರ್ತಿಗಳನ್ನು ಪಡೆದ ಜನ್ರು ಒಂದು ಪೂಜಾ ತಟ್ಟೆಯಲ್ಲಿಟ್ಟು ಹೂಗಳ ಮಧ್ಯವಿಟ್ಟು ಮನೆಗೋಗ್ತಿದ್ರು. ಇದ್ನ ನೋಡಕ್ಕೆ ಕೇರಿ ಜನಗಳ ಜೊತೆ ದುಬ್ಬಿ ಮಗ ತೋಪಿಯೂ ಕೂಡ ಅಲ್ಲಿಗೆ ಬಂದಿದ್ದು, ಕಲಾಯಿ ಮಾಡ್ತಿದ್ದಂತ ಈ ಸೋಜಿಗದ ಕೆಲಸವನ್ನ ಲಚ್ಮಣ ಮಾವನ ತೊಡೆಗೆ ಅಂಟಿಕೊಂಡು ನೋಡುತ್ತಿದ್ದ.

ಈ ತೋಪಿಯ ಪೂರ್ಣ ಹೆಸರು ತೋಪಯ್ಯ. ಅವನಿಗೆ ಈ ಹೆಸರು ಇಡಲು ಕಾರಣ ತೋಪನಯ್ಯ ಎಂದು ಆ ಊರಿನ ಸುತ್ತಲಿನ ಪ್ರದೇಶಕ್ಕೆಲ್ಲಾ ಪ್ರಭಾವಿಯಾದ ಶೂದ್ರ ದೇವರಾಗಿದ್ದನು. ದುಬ್ಬಿಗೆ ಮದುವೆಯಾಗಿ ನಾಲ್ಕೈದು ವರ್ಷ ಕಳೆದ್ರೂ ಮಕ್ಕಳಾಗ್ದೆ ಇದ್ದಿದ್ದರಿಂದ ಕೇರಿಯ ಜನರ ಮಾತಿನಂತೆ ತೋಪನಯ್ಯನಿಗೆ ಹರಸಿಕೊಂಡ ಮೇಲೆ ನಾಲ್ಕು ತಿಂಗಳ ನಂತರ ದುಬ್ಬಿ ಬಸ್ರಿಯಾದಳು. ಮಗನ ಹುಟ್ಟಿಗೆ ಕಾರಣನಾದ ತೋಪನಯ್ಯನ ಮಹಿಮೆಗೆ ಆತನ ಹೆಸರನ್ನೇ ತನ್ನ ಮಗನಿಗೆ ಇಟ್ಟಿದ್ದಳು. ಕೇರಿಯ ಜನರೆಲ್ರು ಅವನನ್ನು ತೋಪಿ-ತೋಪಿ ಅಂತಲೇ ಕರಿತಿದ್ರು.

ಸೂರ್ಯ ನೆತ್ತಿಗೇರಿ ಕಣ್ಣು ಬಿಡಲು ಆಗದಷ್ಟು ಬಿಸಿಲಿದ್ದರೂ ಕಣ್ಣರಳಿಸಿಕೊಂಡು ಕಲಾಯಿಯ ಕೈಗಳನ್ನು, ಅವನ ಪಕ್ಕದಲ್ಲಿದ್ದ ಮರದ ಪೆಟ್ಟಿಗೆಯನ್ನೇ ನೋಡುತ್ತಿದ್ದ ತೋಪಿಗೆ ಸಡನ್ನಾಗಿ ಕಲಾಯಿಯ ಪಕ್ಕದಲ್ಲಿ ವ್ಯಸ್ತವಾಗಿ ಬಿದ್ದಿದ್ದ ಒಂದಷ್ಟು ಹಳೆಯವಾದ ತಾಮ್ರ, ಕಂಚಿನ ಪಾತ್ರೆಗಳ ನಡುವೆ ಮಸ್ಸಾಗಿದ್ದ, ಆದ್ರೂ ಅದರ ಗುರುತು ಹಿಡಿವಷ್ಟು ಹೊಳೀತಿದ್ದ ವಸ್ತುವೊಂದು ಕಂಡಿತು. ಅದು ತೋಪಿಗೆ ತುಂಬಾ ಆಪ್ತವಾದ ಮತ್ತು ಅವನ ಮನೆಗೆ ಸೇರಿದ ವಸ್ತುವಾಗಿತ್ತು. ಅದನ್ನು ಕಂಡವನೇ ಅವನ ಕಣ್ಣುಗಳಲ್ಲಿ ಹೂ ಅರಳಿಸಿಕೊಂಡು ತಾನು ಹಿಡಿದಿದ್ದ ಲಚ್ಮಣ ಮಾವನ ತೊಡೆಯನ್ನು ಬಿಟ್ಟು ಜನರ ಕಾಲು ಸಂದಿಗಳಲ್ಲಿ ತೂರಿ ಗುಂಪಿನಿಂದ ಹೊರ ಬಂದವನೇ ಸೀದಾ ಊರನ್ನೂ ಕೇರಿನೂ ಒಂದೇ ಹೆಜ್ಜೆಗೆ ಮುಟ್ಟಿದಂಗೆ ಚೆಂಗಂತ ಮನೆ ಸೇರಿ ತನ್ನಮ್ಮನನ್ನು ಕೂಗಿದನು. ಒಳಗಿಂದ ದುಬ್ಬಿ ಬಂದೊಡನೆ ಅವಳನ್ನು ತಬ್ಬಿ ಅವಳ ಸೀರೆಯನ್ನು ಹಿಡಿದು ಜಗ್ಗಿ ಅವ್ವೋ ಅವ್ವೋ ನಾನು ಸಾಲೇಲಿ ಕಳ್ಕಂಡಿದ್ನಲ್ಲ ನಮ್ ತಟ್ಟೆನಾ ಸಾಲೆ ತಾವ ಬಂದವ್ನಲ್ಲ ಆವಯ್ಯ ಕದ್ಕಂಡು

ಪಕ್ಕದ್ಲಿ ಮಡ್ಕಂಡವ್ನೆ. ಬಾರವೋ ಅದ್ನ ಈಸ್ಕಳವಾ ಎಂದು ಹೇಳುವಾಗ್ಲೆ ಅದನ್ನು ಕಳೆದುಕೊಂಡು ಮನೀಗೆ ಬಂದಾಗ ಅವ್ವ ಕೊಟ್ಟಿದ್ದ ಏಟಿನ ನೆನಪಾಗಿ ಕಣ್ಣಲ್ಲಿ ನೀರು ಚೆಲ್ಲಿಕೊಂಡು ಮುಖವನ್ನು ಅವ್ವನ ಸೀರೆಗೆ ಮತ್ತಷ್ಟು ಹುದುಗಿಸಿದನು.

ತೋಪಿಗೆ ಏಳು ವರ್ಷ ಕಳೆದ್ರೂ ಶಾಲೆಗೆ ಅವನ್ನು ಸೇರಿಸ್ಕೊಂಡಿರ್ಲಿಲ್ಲ. ಅವನ ಕೈ ತಲೆ ಮೇಲಿಂದ ಸುತ್ತಿ ಅವನ ಕಿವಿ ಮುಟ್ಟಿಸದೇ ಇದ್ದಿದ್ರಿಂದ ಒಂದು ವರ್ಷ ಹೆಚ್ಚುವರಿಸಿ ಸ್ವಾರದ ಉಂಡೆ, ಸೀಯನ್ನ, ಉಪ್ಪಿಟ್ಟು ತಿಂದ್ಕಂಡಿದ್ದ. ಅವನು ಒಂದನೇ ತರಗತಿಗೆ ಶಾಲೆಗೆ ಸೇರ್ದಾಗ ಆಗ್ತಾನೆ ಸರ್ಕಾರದಿಂದ ಶಾಲೆಯಲ್ಲಿ ಮಧ್ಯಾಹ್ನದ ಬಿಸಿ ಊಟದ ಯೋಜನೆ ಜಾರಿಯಾಗಿತ್ತು. ಶಾಲೆಯಲ್ಲಿ ಊಟ ಕೊಡುತ್ತಿದ್ದರಿಂದ ಅದನ್ನು ಹಾಕಿಸಿಕೊಳ್ಳಲಿಕ್ಕೆ ಎಲ್ಲ ಮಕ್ಕಳಿಗೂ ಶಾಲೆಯಲ್ಲಿ ತಟ್ಟೆ ಲೋಟದ ವ್ಯವಸ್ಥೆ ಇರ್ತಿದ್ರೆ ಕೇರಿಯ ಮಕ್ಕಳಿಗೆ ಮಾತ್ರ ತಟ್ಟೆ ಲೋಟ ಮುಟ್ಟಲು ಬಿಡ್ತಾ ಇರ್ಲಿಲ್ಲ. ಅವರು ತಮ್ ಮನೆಯಿಂದಲೇ ಒಂದೊಂದು ತಟ್ಟೆ ಲೋಟ ತರ್ಬೇಕಿತ್ತು, ಅದನ್ನ ಶಾಲೇಲಿ ಬಾಗ್ಲು ಹಿಂದೆ ಇಟ್ಟು ಊಟದ ಹೊತ್ತಿಗೆ ತಗೊಂಡು ಅದರಲ್ಲಿ ಅನ್ನ ಸಾರು ಹಾಕಿಸ್ಕೊಂಡು ಕೇರಿಯ ಮಕ್ಕಳೆಲ್ಲ ಒಂದು ಕಡೆ, ಗೌಡ್ರುಗೋಳ ಮಕ್ಕಳೆಲ್ಲ ಒಂದ್ ಕಡೆ ಉಣ್ಬೇಕಿತ್ತು. ಶಾಲೆಯಲ್ಲಿ ಊಟ ಮಾಡಲು ತೋಪಿಗೂ ಒಂದು ತಟ್ಟೆ ಬೇಕಿದ್ದರಿಂದ ದುಬ್ಬಿ ತನ್ನ ಮನೆಯಲ್ಲಿದ್ದ ಒಂದೇ ಒಂದು ತಟ್ಟೆಯನ್ನು ಅವನಿಗೆ ನೀಡಿದ್ದಳು. ಅವನು ಅದನ್ನು ಕೇರಿಯ ಇತರ ಮಕ್ಕಳಂತೆ ತಗಂಡೋಗ್ತಿದ್ದ. ಹಿಂಗೆ ಅವನು ಶಾಲೆಗೆ ಸೇರಿ ನಾಲ್ಕೈದು ತಿಂಗಳು ಕಳೆದ್ವು, ಒಂದಿನ ಶಾಲೇಲಿ ಊಟಕ್ಕೆ ಮೊದಲು ಆಟವಾಡಲು ಮಕ್ಕಳೆಲ್ಲರನ್ನು ಹೊರಗೆ ಬಿಟ್ಟಿದ್ದರು. ಊಟದ ಬೆಲ್ಲು ಹೊಡೆದಾಗ ಎಲ್ರೂ ಬಂದು ಬಾಗ್ಲು ಹಿಂದೆ ಇಟ್ಟಿದ್ದ ತಮ್ಮ ತಟ್ಟೆ, ಗ್ಲಾಸು ತಗೊಂಡು ಊಟಕ್ಕೆ ಹೋದರೆ ತೋಪಿಗೆ ಮಾತ್ರ ತನ್ನ ತಟ್ಟೆ ಸಿಗ್ಲಿಲ್ಲ. ತನ್ನ ತಟ್ಟೆ ಕಾಣಲಾರದೆ ತೋಪಿಗೆ ಅಳು ಬಂದು ಎಲ್ಲಾ ಕಡೆ ಹುಡುಕಾಡಿದ. ಕೊನೆಗೂ ಅದು ಸಿಗಲಾರದೆ ಹೋದಾಗ ಅವನ ಅಳು ಇಡೀ ಶಾಲೆಗೆ ಕೇಳಿಸುವಷ್ಟು ಜೋರಾಯ್ತು. ಅವನ ಅಳು ಕೇಳಿ ಮೇಷ್ಟ್ರು ಬಂದು ಯಾಕ್ಲಾ ಅಳ್ತಿ? ಮುಂಜಾನೆ ಬರುವಾಗ್ಲೆ ತಂದ್ಯೋ ಇಲ್ವೋ ಈಗ ಇಲ್ಲಿ ರಂಪಾಟ ಮಾಡ್ತಿ. ಮುಟ್ಟಿದ್ರೆ ಮೈಲ್ಗೆ ಅಂಟ್ಕೊಳ್ಳೊ ನಿನ್ ತಟ್ಟೆ ಅದ್ಯಾವನ್ ತಗಂತಾನೆ ಅಂತ ಹೇಳಿ ಮುಷ್ಟಿ ಮಾಡಿ ತೋಪಿಯ ಬೆನ್ನು ಮೇಲೆ ಗುದ್ದಿದರು. ಅವನ ಅಳು ಮತ್ತಷ್ಟು ಜೋರಾಗಿದ್ದನ್ನು ನೋಡಿದ ಅಡುಗೆ ಕೆಲಸದಾಕೆ ಸೀತಮ್ಮ ಶಾಲೆಯ ಪಕ್ಕದಲ್ಲಿದ್ದ ಬಾಳೆ ಗಿಡದಿಂದ ಎಲೆ ಕೊಯ್ದು ಅದರ ತುಂಬಾ ಅನ್ನ ಸಾರು ಹಾಕಿ ತೋಪಿಗೆ ಕೊಟ್ಟು ಮನೆಗೆ ಕಳಿಸಿದ್ಲು.

ತಟ್ಟೆ ಇಲ್ದೆ ಕಣ್ ತುಂಬಾ ನೀರು ತುಂಬ್ಕೊಂಡು ಬಾಳೆ ಎಲೆಯಲ್ಲಿ ಅನ್ನ ತಗೊಂಡು ಒಕ್ಕರಿಸಿ ಬರುತ್ತಿದ್ದ ದುಃಖದ ನಡುವೆ ಸೋರ್ತಿದ್ದ

ಸಿಂಬಳವನ್ನು ಕೆನ್ನೆ ಗಲ್ಲಕ್ಕೆಲ್ಲಾ ವರಿಸಿಕೊಂಡು ಬಂದ ಅವನ ಅವಸ್ಥೆ ನೋಡಿ ದುಬ್ಬಿಗೆ ಗಾಬರಿ ಆಯ್ತು. ಅವಳೊಳಗೆ ಏನಾತೋ ಏನೋ ಅಂತ ಸಂಕಟ ಆಯ್ತು. ಎಲೆ ತುಂಬಾ ಅನ್ನ ಸಾರು ಹಿಡಿದುಕೊಂಡಿದ್ದನ್ನ ಈಸಿಕೊಂಡು ತನ್ನ ಸೀರೆ ಸೆರಗಲ್ಲಿ ಅವನ ಮುಖನೆಲ್ಲಾ ಒರ್ಸಿ ಸಮಾಧಾನಸಿ, ಏನಾಯ್ತಲೆ ಮಗ ಯಾಕಿಂಗ್ ಅಳ್ಕೊತ್ತಾ ಬಂದಿ? ತಟ್ಟೇಲಿ ಅನ್ನ ತರ್ದೇ ಎಲೇಲಿ ಯಾಕೋ ತಂದೆ. ತಟ್ಟೆ ಏನಾತು ಅಂತ ಕೇಳುತ್ತಲೇ ಶಾಲೇಲಿ ತಟ್ಟೆ ಕಳುವಾದದ್ದು, ಅದಕ್ಕ ಮೇಷ್ಟ್ರು ಬೈದು ಹೊಡೆದದ್ದು ಎಲ್ಲವನ್ನೂ ನೆನೆಸಿಕೊಂಡು ಉಮ್ಮಳಿಸಿ ಬರುತ್ತಿದ್ದ ಅಳುವಿನ ಜೊತೆ ಹೇಳ್ತಿದ್ದ ತೋಪಿಯ ಮಾತು ಕೇಳುತ್ಲೇ ದುಬ್ಬಿಗೆ ಎಲ್ಲವೂ ಅರುವಾಯ್ತು.

ತಾನು ಮದುವೆ ಆದಾಗ ತನ್ನ ತಂದೆಯಾದ ದುಬ್ಬಪ್ಪ ಪೇಟೆಯಿಂದ ಹದಿನೈದು ರೂಪಾಯಿ ಕೊಟ್ಟು ತಂದಿದ್ದ ಉಡುಗೊರೆಗಳಲ್ಲಿ ಆ ಸಿಲ್ವರ್ ತಟ್ಟೆ ಕೂಡ ಒಂದಾಗಿತ್ತು. ಅಂತಹ ತಟ್ಟೆ ಕೇರಿಯ ಯಾರ ಮನೆಯಲ್ಲೂ ಕೂಡ ಇರ್ಲಿಲ್ಲ. ಅದು ಅಂತ ತಟ್ಟೆಯಾಗಿತ್ತು. ನೋಡ್ಲಿಕ್ಕೆ ಥೇಟ್ ಬೆಳ್ಳಿ ತಟ್ಟೆ ಮೇಲೆ ಹೊಡ್ದಂಗೆ ತಣಾರಂತ ಹೊಳೀತಿತ್ತು. ದುಬ್ಬಿಯ ಮನೆಯಲ್ಲಿ ಆ ತಟ್ಟೆಗೆ ಹೆಚ್ಚಿನ ಪ್ರಾಶಸ್ತ್ಯವೂ ನೀಡಲಾಗಿತ್ತು. ಮೊದಮೊದಲು ಕೇರಿಯ ಮಾರಮ್ಮನ ಪೂಜೆಗೆ ಹಣ್ಣು ಕಾಯಿ ಕೊಡಲು ಮಾತ್ರವೇ ಬಳಕೆಯಾಗುತ್ತಿದ್ದ ತಟ್ಟೆ ಬರು ಬರುತ್ತಾ ಮನೆಗೆ ಯಾರಾದ್ರು ನೆಂಟರಿಷ್ಟರು ಬಂದರೆ ಅದೇ ತಟ್ಟೆಯಲ್ಲಿ ಅವರಿಗೆ ನೈವೇದ್ಯವಾಗುತ್ತಿತ್ತು. ಆಗ ಮನೆಗೆ ಬಂದವರ ಮುಂದೆ ದುಬ್ಬಿ ಮನೆಯ ಗೌರವವು ಹೆಚ್ಚುತ್ತಿತ್ತು. ಇಷ್ಟಕ್ಕೆ ಮಾತ್ರವೇ ಸೀಮಿತವಾಗದೆ ಆ ತಟ್ಟೆ ದುಬ್ಬಿಯ ಗಂಡ ಮಾರನು ಊರಲ್ಲಿ ಯಾವ್ದಾದ್ರು ದನಗಿನ ಸತ್ತಾಗ ಅದನ್ನು ಕೇರಿಯ ಪಕ್ಕದಲ್ಲಿದ್ದ ಹರೆಯ ಮೇಲೆ ಓಯ್ದು ತುಂಡು ತುಂಡು ಮಾಡಿ ಕೇರಿಯ ಎಲ್ಲ ಮನೆಗಳಿಗೂ ಸಮಾನವಾಗಿ ಹಂಚುತ್ತಿದ್ದನು. ತನ್ನ ಮನೆಗೂ ಸಾಕಷ್ಟು ಬಾಡನ್ನು ತರ್ತಿದ್ದರಿಂದ ಆ ಮನೆಯವರಿಗೆಲ್ಲ ಸಮೃದ್ಧಿ ಬಾಡಿನ ಭೋಜನ. ಬಾಡಿನ ಜೊತೆ ಇರುತ್ತಿದ್ದ ದೊಡ್ಡ ದೊಡ್ಡ ನಲ್ಲಿ ಮೂಳೆಗಳಲ್ಲಿನ ತುಪ್ಪವನ್ನು ಹೊರ ತೆಗೆಯಲು ಗಟ್ಟಿಯಾದ ವಸ್ತುವಿನ ಮೇಲೆ ಕುಟ್ಟಬೇಕಿತ್ತು. ಹಾಗೆ ಕುಟ್ಟಲು ಮಾರನು ಅಸೆಕಲ್ಲು ಅಥವಾ ಈ ಸಿಲ್ವರ್ ತಟ್ಟೆಯನ್ನು ಬಳಸುತ್ತಿದ್ದನು. ಅದರ ಮೇಲೆ ಬಿಸಿಯಾದ ಮೂಳೆಯನ್ನು ಕುಟ್ಟಿದಾಕ್ಷಣ ಬೆಳ್ಳಗಿನ ಬಿಸಿ ತುಪ್ಪ ತಟ್ಟೆಯ ತುಂಬಾ ಸುರಿದುಕೊಳ್ಳುತ್ತಿತ್ತು. ಅದನ್ನು ಮೊದಲು ಮಕ್ಕಳಿಗೆ ನೀಡಿ ಉಳಿದದ್ದನ್ನು ದೊಡ್ಡವರು ತಿನ್ನುತ್ತಿದ್ದರು. ಹಾಗೆ ದನದ ಬಾಡಿನ ನಲ್ಲಿ ಮೂಳೆಗಳ ಚೂಪಾದ ಅಲಗುಗಳಿಗೆ ಸಿಕ್ಕು ಆ ತಟ್ಟೆಯ ತಳ ಭಾಗವೆಲ್ಲ ಸಣ್ಣ ಸಣ್ಣ ಗುಳಿಗಳು ಬಿದ್ದು, ಯಾರಾದ್ರು ಗುಳಿಗಳ ಮಧ್ಯೆ ಅಂದಾಜಿಸಿ ಗೆರೆ ಎಳೆದರೆ ಅದು ಯಾವುದಾದ್ರು ರಾಶಿಯ ನಕ್ಷತ್ರ ಪುಂಜದಂತೆಯೋ ಅಥವಾ ದುಬ್ಬಿ

ಆಗಾಗ ಮನೆಯ ಮುಂದೆ ಸಗಣಿಯಿಂದ ಸಾರಿಸಿದ ನೆಲದ ಮೇಲೆ ಬಿಳಿ ಬಣ್ಣದ ಸುದ್ದೆ ಮಣ್ಣಿಂದ ಬಿಡುತ್ತಿದ್ದ ರಂಗೋಲಿಯ ಚಿತ್ರವೋ ಮೂಡುತ್ತಿತ್ತು. ಹೀಗೆ ದುಬ್ಬಿಯ ಮನೆಯ ಅನೇಕ ಕೆಲಸಗಳಲ್ಲಿ ತನ್ನ ಕರ್ತವ್ಯ ನಿರ್ವಹಿಸುತ್ತಿದ್ದ ಸಿಲ್ವರ್ ತಟ್ಟೆಗೆ ಮತ್ತೊಂದು ಜವಾಬ್ದಾರಿ ಹೇಗಲೇರಿತು. ದುಬ್ಬಿಯ ಮಗ ತೋಪಿ ಶಾಲೆಗೆ ಸೇರಿದ್ದರಿಂದ ಅಲ್ಲಿ ನೀಡುತ್ತಿದ್ದ ಊಟಕ್ಕೆ ಮನೆಯಿಂದಲೇ ತಟ್ಟೆಯನ್ನು ಒಯ್ಯಬೇಕಾದ್ದರಿಂದ ದುಬ್ಬಿ ಆ ಸಿಲ್ವರ್ ತಟ್ಟೆಯನ್ನು ತೋಪಿಗೆ ಕೊಟ್ಟಿದ್ದಳು. ಆ ಹೆಚ್ಚುವರಿ ಹೊರೆಯನ್ನು ಹೊತ್ತ ಸಿಲ್ವರ್ ತಟ್ಟೆ ನಿತ್ಯ ಶಾಲೆಯ ಬಾಗ್ಲ ಹಿಂದೆ ಇರ್ತಿತ್ತು. ಮಧ್ಯಾಹ್ನದ ವೇಳೆಗೆ ತನ್ನ ಜವಾಬ್ದಾರಿಯನ್ನು ಮುಗಿಸಿ ಸಂಜೆ ಮನೆಗೆ ಬರ್ತಿತ್ತು. ಮತ್ತೆ ಸಂಜೆ ಮನೆಯಲಿ ಇತರ ತರೆಹೇವಾರಿ ಬಳಕೆಗೆ ಹಣಿಯಾಗ್ತಿತ್ತು. ಹೀಗಿದ್ದು ಒಂದಿನ ಅದು ಶಾಲೆಯಲ್ಲಿ ಕಳುವಾದದ್ದು ದುಬ್ಬಿಗೂ ಕೂಡ ಸಂಕಟವನ್ನು ತಂದಿತು. ಆ ಸಿಟಿನಲ್ಲಿ ಈ ಒಲೆ ಮಾದ್ಗೀರು ಕೇರಿ ತಟ್ಟೆ ಅದ್ಯಾವ್ ಬೇವರ್ಸಿ ಕದ್ಕೊಂಣ್ಣೋ ಅವ್ನ್ ಮಕ್ಕೆ ನಮ್ಮಪ್ಪನ ಸ್ಯಾಟ ಸಿಗಾಕ... ನನ್ ಹಾಟ್ ಕುಡಿಯಾಕ ಬೇರೆ ಏನೂ ಸಿಗ್ಲಿಲ್ವ ಅಂತ ಕಾಣ್ತದೆ ಇತ್ಯಾದಿ–ಇತ್ಯಾದಿ ಬೈಗುಳಗಳನ್ನು ಮನೆ ಮುಂದೆ ನಿಂತು ಗಾಳಿಗೆ ತೂರುತ್ತಿದ್ದಳು. ಹಿಂಗೆ ಒಂದೆರಡು ದಿನ ಬೈದಾಡಿಕೊಂಡು ಸಾಲೇಲಿ ತಟ್ಟೆಯನ್ನು ಊರಲ್ಲಿನವರು ಯಾರೂ ಮೈಲಿಗೆಯ ಕಾರಣಕ್ಕೆ ಕದ್ದಿರಲಿಕ್ಕಿಲ್ಲ. ಅದು ಕೇರಿಯವರ ಹೊಟ್ಟೆಯುರಿಗೆ ಕಾರಣವಾದ ತಟ್ಟೆಯಾದ್ದರಿಂದ ಕೇರಿಯವರೇ ಕದ್ದಿರಬೇಕು. ಇನ್ನೆಷ್ಟು ದಿನ ಕದ್ದು ಮುಚ್ಚಿಟ್ಕೊಂಡಾರು, ಒಂದಲ್ಲ ಒಂದಿನ ಹೊರ್ಗಡೆ ಬರ್ಲೇ ಬೇಕು ಎಂದುಕೊಂಡು ನಿಟ್ಟಿಸಿರು ಬಿಟ್ಟು ಸುಮ್ಮನಾಗಿದ್ದ ದುಬ್ಬಿಗೆ ತನ್ನ ಮಗ ತೋಪಿ ಹೇಳಿದ ಸುದ್ದಿ ಆಶ್ಚರ್ಯವನ್ನು ತಂದಿದ್ದು.

ಕೂಡಲೇ ತನ್ನ ಮಗನನ್ನು ಎಳೆದುಕೊಂಡು ಸೀದಾ ಶಾಲೆ ತಾವಿದ್ದ ಅರಳಿ ಮರದತ್ರ ಬಂದ್ಲು. ಅಲ್ಲಿ ನೆರೆದಿದ್ದ ಜನರನ್ನೆಲ್ಲ ಈಟಿಯಂತೆ ಸೀಳಿಕೊಂಡು ಕಲಾಯಿ ಸಂಪಂಗ್ಯಪ್ಪನ ಮುಂದೆ ನಿಂತಳು. ಕಲಾಯಿ ದೊಡ್ಡದಾದ ಕತ್ತರಿಯನ್ನು ತೆಗೆದುಕೊಂಡು ಇನ್ನೇನು ಆ ಸಿಲ್ವರ್ ತಟ್ಟೆಯನ್ನು ಕತ್ತರಿಸಿ ತುಂಡು ತುಂಡು ಮಾಡಬೇಕೆನ್ನುವಷ್ಟರಲ್ಲಿ ದುಬ್ಬಿ ಚಂಗನೆ ಆ ತಟ್ಟೆಯನ್ನು ತನ್ನ ಕೈಗೆ ಕಸಿದುಕೊಂಡಳು. ಗಾಬರಿ ಮತ್ತು ಆಶ್ಚರ್ಯದಿಂದ ಕಲಾಯಿ ತನ್ನ ಕೈಲಿದ್ದ ಸಿಲ್ವರ್ ತಟ್ಟೆಯನ್ನು ಕಸಿದುಕೊಂಡವಳು ಕೇರಿಯ ಹೆಂಗ್ಸೆಂದು ಆಕೆಯ ಬಟ್ಟೆ ಮತ್ತು ಮುಖಚರ್ಯೆಯಿಂದಲೇ ಗುರ್ತಿಸಿದ. ಅದ್ಯಾಕೆ ಹೆಂಗ್ಸೆ? ನಾನ್ ಮಾಡೋ ಕೆಲಸನೆಲ್ಲ ಕೆಡ್ಸ್‌ಬುಟ್ಟು ನನ್ ಅನ್ನ ಕಿತ್ಕೋಬೇಕು ಅಂತ ಬಂದಿದ್ದಿ. ನಿನ್ನ ಕೈಸೋಕುದ್ರೆ ಎಲ್ಲ ಮೈಲಿಗೆಯಾಗಿ ಗೌಡ್ರುಗಳು ನಂತಾವ ಮೂರ್ತಿ ಮಾಡ್ಸ್‌ಕೊಂಡಾರ? ಎಂದವನೆ ಎದ್ದು ನಿಂತು ದುಬ್ಬಿ ಕೈಲಿಂದ ತಟ್ಟೆಯನ್ನು

ಕಿತ್ತುಕೊಳ್ಳಲು ಪ್ರಯತ್ನಿಸಿದ. ದುಬ್ಬಿ ಅವನನ್ನು ತಡೆದು ನಿನ್ ಅನ್ನಕ್ಕೆ ನಾನ್ಯಾಕ್ ಮಣ್ಣಾಕ್ಲಿ. ಇದು ನನ್ ತಟ್ಟೆ. ನಮ್ಮಪ್ಪ ದುಬ್ಬಪ್ಪ ನಂಗೆ ಮದುವೆಯಲ್ಲಿ ಉಡುಗ್ರೆಯಾಗಿ ಕೊಟ್ಟಿದ್ನು. ಅದ್ನ ಈ ಹಾಳ್ ಮಗ ಶಾಲೆಗೆ ಊಟಕ್ಕಂತ ತಕ್ಕೊಂಡೋಗಿ ಕಳ್ಕೊಂಡ್ ಬಂದಿದ್ನು. ಅದ್ ಯಾವ್ ಊರ್ ಬೇವರ್ಸಿ ಮಗ ಇದ್ನ ಕದ್ಕೊಂಡು ಹೋಗಿದ್ನೊ, ಈಗ ನಿಂತಾವ್ ತಂದುಕೊಟ್ಟವ್ನೆ. ಇದು ನನ್ ತಟ್ಟೆ, ನಂಗೆ ಕೊಟ್ಬಿಡು ಸಂಪಂಗ್ಯಪ್ಪ ಅಂತ ಕೇಳಿಕೊಂಡ್ಳು. ದುಬ್ಬಿಯು ತಟ್ಟೆ ವಿಷ್ಯವಾಗಿ ನಡೆಸುತ್ತಿದ್ದ ಈ ಜಗಳವನ್ನು ನೋಡ್ತಿದ್ದ ಕೆಲ ಕೇರಿಯ ಹೆಂಗುಸ್ರು ಸೆರಗು ಮುಚ್ಕೊಂಡು ಮುಸಿ ಮುಸಿ ನಗ್ತಾಯಿದ್ರೆ ಊರೊಳ್ಗಿನ ಜನ ಈ ಕೇರಿ ಮುಂಡೇವ್ಕೆ ಎಷ್ಟ್ ಚೆರ್ಬಿ ಇರ್ಬೇಕು ನೋಡ್ಲಾ, ದೇವ್ರ್ನ ಮಾಡೋ ಕಲಾಯಿತಾವೆ ಜಗಳ ಮಾಡ್ತಾವ್ಳೆ. ಅವ್ನು ಶಾಪ ಹಾಕಿದ್ರೆ ಇವ್ರ್ ಬದ್ಕು ಬೂದಿ ಆಗಲ್ವ ಎಂದು ಗೊಣಗಿಕೊಳ್ಳುತ್ತಿದ್ರು.

ಆ ತಟ್ಟೆಯನ್ನು ಆತನಿಗೆ ಕೊಟ್ಟಿದ್ದು ಅದೇ ಊರಿನ ಗೌಡ ಅಣ್ಣಯ್ಯಪ್ಪನ ಹೆಂಡತಿ ಸೀತಮ್ಮ ಆಗಿದ್ದಳು. ತನಗೆ ಅದರಲ್ಲಿ ರಂಗನಾಥ ಸ್ವಾಮಿಯ ಮೂರ್ತಿ ಮಾಡಿಕೊಡಲು ಹೇಳಿ ಹೋಗಿದ್ದಳು. ಇನ್ನು ಆಕೆಗೆ ಮೂರ್ತಿ ಕೊಡದಿದ್ದರೆ ಗೌಡನಿಂದ ಗೂಸ ಬೀಳುವುದೆಂಬ ಅಂಜಿಕೆಯಿಂದ ಕಲಾಯಿ ದುಬ್ಬಿಯ ಬಳಿ ನೋಡೆಂಗ್ಸೇ ಇದ್ನ ನಂಗೆ ಕೊಟ್ಟಿದ್ದು ಊರ್ನ ಗೌಡ್ರು ಅವರಲ್ಲ ಅಣ್ಣಯ್ಯಪ್ಪ ಅವರ ಹೆಂಗುಸ್ರು. ನೀನೇನೇ ಹೇಳೊದಿದ್ರು ಅವ್ರ್‌ತಾವೆ ಹೇಳಿ ತಟ್ಟೆ ಈಸ್ಕೊ, ಈಗ ತಟ್ಟೆ ಇಲ್ಲಿ ಮಡುಗ್ಬಿಟ್ಟು ಓಗು ಎಂದು ಹೇಳಿದ. ಇದರಲ್ಲಿ ಕಲಾಯಿಯ ತಪ್ಪು ಏನೊಂದು ಇರದ ಕಾರಣ ದುಬ್ಬಿ ತಟ್ಟೆಯನ್ನು ಅಲ್ಲಿಯೇ ಬಿಟ್ಟು ಗೌಡ ಅಣ್ಣಯ್ಯಪ್ಪನ ಮನೆಯ ಬಳಿ ಹೋದಳು. ಅಣ್ಣಯ್ಯಪ್ಪೋರೇ... ಅಣ್ಣಯ್ಯಪ್ಪೋರೆ... ಎಂದು ಎರಡು ಮೂರು ಸಾರಿ ಕರೆದಳು ಗೌಡ್ರು ಬರಲಿಲ್ಲ. ಒಳಗಿಂದ ಬಂದ ಗೌಡ್ತಿ ಸೀತಮ್ಮ ಗೌಡ್ರು ಇಲ್ಲಕಣೆ ದುಬ್ಬಿ ಏನಾಗ್ಬೇಕಿತ್ತು, ನಿನ್ ಗಂಡ ಮಾರ ಏನಾದರೂ ಹೊಡುದ್ನಾ, ಕೇರೀಲಿ ಏನಾದ್ರೂ ಪಂಚಾಯತಿ ಇದ್ದತಾ, ಇಲ್ವೇ ಕಾಸ್ ಏನಾದ್ರೂ ಬೇಕಿತ್ತೇ ಎಂದು ಕೇಳಿದಳು. ಅದಕ್ಕೆ ಸುಬ್ಬಿ ಇಲ್ರುವ್ವಾ ಅಂತದ್ದೇನಿಲ್ಲ. ನನ್ ಮಗ ತೋಪಿ ಅದಾನಲ್ಲ ಅವ್ನ್ಗೆ ನಾಕ್ ತಿಂಗ್ಳು ಮುಂಚೆ ಸಾಲೇಲಿ ಉಣ್ಣಕ್ಕೆ ಅಂತ ಮನೇಲಿರುವಂತ ಒಂದೇ ತಟ್ಟೆ ಅದ್ನೂನು ಅವ್ನಿಗ್ ಕೊಟ್ಟಿದೆ. ಹಾಳಾದ ಮಗ ಸಾಲಿ ಹೊರಗೆ ಆಡ್ಬೇಕಾದ್ರೆ ಯಾರೋ ತಟ್ಟೆ ಕದ್ಬುಟ್ಟವ್ರೆ, ನಾನ್ ಯಾರೋ ನಮ್ಕೇರಿ ಅವ್ರೇ ಇರ್ಬೇಕು ಅಂದ್ಕೊಂಡು ಸುಮ್ನಾಗಿದ್ದೆ, ಆದ್ರೆ ಈಗ ಆ ತಟ್ಟೆನಾ ಊರ್ಗೆ ಬಂದಿರೊ ಕಲಾಯಿ ತಾವ ಇರೊದನ್ನ ನನ್ ಮಗ ನೋಡಿ ಹೇಳ್ದ, ಬಂದ್ ನೋಡುದ್ರೆ ಅದು ನಮ್ದೇ ಕಣವ್ವ. ಕಲಾಯಿನ ಕೇಳಿದ್ರೆ ಅದ್ನ ನೀವೇ ಅವ್ನಿಗೆ ಕೊಟ್ಟಿದ್ದಂತೆ. ಅದ್ನ ಕರ್ಗಿಸಿ ಮೂರ್ತಿ ಮಾಡಿಕೊಡಕ್ಕೆ ನೀವೆ ಹೇಳಿದಂತೆ.

ಅದ್ಕೆ ನಿಮ್ ತಾವು ಕೇಳಿ ನಮ್ಮ ತಟ್ಟೆ ಈಸ್ಕಳವ ಅಂತ ಬಂದೆ ಕನವ್ವ ಎಂದು ಹೇಳುತ್ತಲೇ ಅಯ್ಯೋ ಅಯ್ಯೋ ಮಾದಗಿತ್ತಿ ಮುಂಡೆ, ನಿನ್ ಕುಲ್ಗೆಟ್ ತಟ್ಟೆನಾ ನಾನೇ ಕದ್ದು ಆ ಕಲಾಯಿಗೆ ಕೊಟ್ಟೇನಿ ಅಂತ ಹೇಳ್ತಿ, ನಿನ್ನಂತ ಕುಲ, ಜಾತಿ ಇಲ್ದೆ ಇರೋರ್ ತಟ್ಟೆನಾ, ನಿಮ್ಮಿಂದ ಆರಡಿ ದೂರಾನೇ ನಿಂತು ಯವಾರ ಮಾಡೊ ನಾವೂ ನಿಮ್ಮ ನೆರಳು ಸೋಕುದ್ರು ಮೈಲಿಗೆ ಆಗ್ತೀವಿ. ಅಂತದ್ರಲ್ಲಿ ನಿಮ್ ತಟ್ಟೆ ಮುಟ್ಟಿದ್ರೆ ನಮ್ಮನೆ ದೇವ್ರು ಆ ರಂಗ್ನಾಥಸಾಮಿ ನಮ್ನ ಸುಮ್ನೆ ಬಿಟ್ಟಾನ. ಎಂದು ಜೋರಾದ ಧ್ವನಿಯಲ್ಲಿ ಅಕ್ಕಪಕ್ಕದ ಗೌಡ್ರು ಮನೆಯವರೆಲ್ಲ ತನ್ನ ಮನೆ ತಾವ ಬರೋ ಹಾಗೆ ಕೂಗಾಡ್ತಿದ್ಲು. ಅಷ್ಟರಲ್ಲಿ ತೋಟದ ಕಡೆ ಹೋಗಿದ್ದ ಗೌಡ್ರು ಅಣ್ಣಯ್ಯಪ್ಪ ಮತ್ತಿಬ್ಬರು ಗಂಡಸರ ಜೊತೆ ಮನೆ ಮುಂದೆ ಬಂದು ನಡೆದ ವಿಚಾರವನ್ನು ಕೇಳಿ ಕೋಪಗೊಂಡನು. ಆದರೆ ಆ ಕೋಪ ತನ್ನ ಹೆಂಡತಿ ಸೀತಮ್ಮನ ಮೇಲಾಗಿರದೇ ದುಬ್ಬಿಯ ಮೇಲೆ ಎರಗಿತು. ಹಾಗೆ ಗೌಡ ಅಪ್ಪಯಣ್ಣ ದುಬ್ಬಿಯ ಬಳಿ ಸ್ವಲ್ಪ ದೂರದಲ್ಲಿ ನಿಂತು ಏನ್ಲೇ ಮಾಧ್ಗಿತ್ತಿ ಗೌಡ್ರು ಮನೆಗೋಳ್ ದನ ಸತ್ರೆ ಎತ್ಕೊಂಡ್ ಹೋಗಿ ತಿಂದ್ ಬದ್ಕೋ ಹಲ್ಕಟ್ ಮುಂಡೆ, ಗೌಡ್ರುಗಳ್ ಮನೆ ಹೆಂಗುಸ್ರು ಮೇಲೆ ಕಳ್ತನದ ಆಪಾದ್ನೆ ಹೊರ್ಸ್ತಿ. ನಿಮ್ಮಂಗೆ ಗತ್ಗೆಟ್ಟವ್ ಅಂದ್ಕಂಡಿದ್ದಿ ನಮ್ನ, ಊರೋಳ್ಗಿನ್ ಗೌಡ್ರು ಅಂದ್ರೆ, ಅವ್ರ್ ಮನೆ ಹೆಂಗುಸ್ರಂದ್ರೆ ಹುಟ್ತಾನೆ ಬೆಳ್ಳಿ ಸ್ಪೂನ್ ಬಾಯಲ್ಲಿ ಇಟ್ಕಂಡ್ ಬಂದೋರ್ ನಾವು, ನಿಮ್ ಕುಲ್ಗೆಟ್ಟಿರೋ ತಟ್ಟೆನಾ ನಾವ್ಯಾಕ್ ತಗಳನಾ ಎಂದು ಬೈಯ್ಯತೊಡಗಿದ. ಗೌಡನ ಜೋತೆಗೆ ಅಕ್ಕಪಕ್ಕದ ಮನೆಯವರು ಸೀತಮ್ಮನನ್ನು ವಹಿಸಿಕೊಂಡು ದುಬ್ಬಿಗೆ ಮತ್ತಷ್ಟು ಬೈಯ್ಯ ತೊಡಗಿದರು.

ಎಲ್ಲರೂ ತನ್ನಮ್ಮನಿಗೆ ಬೈಯುತ್ತಿದ್ದದ್ದನ್ನು ನೋಡಿ ಭಯಗೊಂಡ ತೋಪಿ ಹೋಗಿ ಅಮ್ಮನ ಸೆರಗಿನಲ್ಲಿ ಅವಿತುಕೊಂಡನು. ದುಬ್ಬಿ ಇನ್ನು ಸ್ವಲ್ಪ ಹೊತ್ತು ಅಲ್ಲಿಯೇ ಇದ್ದಿದ್ದರೆ ಆಕೆಗೆ ಅಲ್ಲಿದ್ದ ಗಂಡಸ್ರಿಂದ ಒದೆಗಳು ಬೀಳುವ ಅವಕಾಶವಿತ್ತು. ಗೌಡರ ಕಟುವಾದ ಮಾತುಗಳಿಂದ ಪರಿಸ್ಥಿತಿಯ ಪರಿಣಾಮವನ್ನು ಅರಿತ ದುಬ್ಬಿ ಏನೊಂದು ಮಾತಾಡ್ದೆ, ತನ್ನ ಮಗ ತೋಪಿಯ ಕೈಯನ್ನು ಬಲವಾಗಿ ಹಿಡಿದುಕೊಂಡು ತನ್ನ ಸಿಲ್ವರ್ ತಟ್ಟೆಯನ್ನು ನೆನೆದು ದಡದಡನೆ ಕೇರಿಯ ಕಡೆ ನಡೆದಳು. ಮನೆಗೆ ಬಂದವಳೇ ತನ್ನ ತಟ್ಟೆ ಕಳುವಾದದ್ದಕ್ಕಿಂತ ಗೌಡ ಮತ್ತು ಅವನ ಹೆಂಡತಿ ಆಡಿದ ಮಾತುಗಳಿಗೆ ಘಾಸಿಕೊಂಡಿದ್ದಳು. ಇದನ್ನೆಲ್ಲಾ ತನ್ನ ಗಂಡ ಮಾರನಿಗೆ ಹೇಳದೆ ಸುಮ್ಮನಾಗಿದ್ದಳು. ಹಾಗೇನಾದ್ರೂ ಮಾರನಿಗೆ ಗೌಡನ ಮನೆಯ ಮುಂದೆ ನಡೆದ ವಿಚಾರ ತಿಳಿದಿದ್ದರೆ ಮತ್ತೇನಾದ್ರೂ ಅನಾಹುತವಾದಿತೆಂದು ಹೆದರಿ ತನಗಾದ ಅವಮಾನವನ್ನು ತನ್ನಲ್ಲೇ ಬಚ್ಚಿಟ್ಟುಕೊಂಡು, ತನ್ನ ದುಃಖವನ್ನು ಶಮನಗೊಳಿಸಲು ಪ್ರಯತ್ನ ಪಡುತ್ತಾ ಸಂಜೆಯ ಅಡ್ಗೆಗೆಂದು ತಂದಿದ್ದ

ಕುಂಬಳ ಸೊಪ್ಪನ್ನು ಸೋಸಿಕೊಳ್ಳಲು ತೊಡಗಿದಳು. ಇತ್ತ ಕಣ್ಣುಗಳಲ್ಲಿ ಇನ್ನೂ ನೀರನ್ನು ತುಂಬಿಕೊಡಿದ್ದ ತೋಪಿಯ ತಲೆಯಲ್ಲಿ ಶಾಲೆಯ ಮುಂದೆ ದೇವ್ರ ಮೂರ್ತಿಗಳನ್ನು ಕಲಾಯಿ ತನ್ನ ಕೌಶಲ್ಯದಿಂದ ಅಚ್ಚು ಹಾಕುವ ತಂತ್ರಗಾರಿಕೆಯನ್ನು ಕಣ್ಣು ತುಂಬಿಕೊಳ್ಳುವ ಕುತೂಹಲ ಇನ್ನು ಉಳಿದಿದ್ದರಿಂದ ತಾಯಿ ದುಬ್ಬಿಯ ಬಳಿ ಅವ್ವೋ ವಸಿ ಅವಸ್ರ ಆಗ್ಯೆತೆ ಕಳ್ಳಿ ಸಾಲ್ ಕಡೆ ಹೋಗ್ ಬತ್ತೀನಿ ಅಂತ ಹೇಳಿ ಮನೆಯಿಂದ ಹೊರಬಂದನು. ಆಮೇಲೆ ಕಳ್ಳಿ ಸಾಲಿನ ಕಡೆ ಹೋಗದೆ, ಕೇರಿಯ ಬೇಲಿ ಸಾಲಿನ ಮರೆಯಿಂದ ಸೀದಾ ಶಾಲೆಯ ಬಯಲಲ್ಲಿದ್ದ ಅರಳಿ ಮರದ ಬಳಿಗೆ ಬಂದನು.

ಅವನು ಬರುವ ವೇಳೆಗೆ ಸರಿಯಾಗಿ ಕಲಾಯಿ ದುಬ್ಬಿಯ ಸಿಲ್ವರ್ ತಟ್ಟೆಯನ್ನು ಸಣ್ಣ ಸಣ್ಣ ಚೂರುಗಳಾಗಿ ಕತ್ತರಿಸಿಬಿಟ್ಟಿದ್ದ. ಅವನ್ನೆಲ್ಲ ಒಂದು ಗಟ್ಟಿಯಾದ ಕಬ್ಬಿಣದ ಬಾಂಡ್ಲಿಯಂತಿಂದ್ದ ವಸ್ತುವಿನಲ್ಲಿ ಹಾಕಿ ಬೂದಿ ಮುಚ್ಚಿದ ಕೆಂಡದ ರಾಶಿಯ ಮೇಲೆ ಇಟ್ಟು, ಒಂದು ಸಾರಿ ಸೈಕಲ್ ಟ್ಯೂಬಿನಿಂದ ಮಾಡಿದ ಪಂಪನ್ನು ಒತ್ತಿದ. ತಕ್ಷಣವೇ ಕೆಂಡದ ಮೇಲಿನ ಬೂದಿ ಹಾರಿ ಕೆಂಪಗಿನ ಕೆಂಡಗಳು ಕಪ್ಪಾಗಿದ್ದ ಇದ್ದಿಲ್ಲನ್ನು ಉರಿಸತೊಡಗಿದವು. ಹತ್ತಿಪತ್ತು ನಿಮಿಷಗಳ ನಂತರ ಬಾಂಡ್ಲಿಯಲ್ಲಿ ಗಟ್ಟಿಯಾಗಿದ್ದ ಸಿಲ್ವರ್ ತಟ್ಟೆಯ ಚೂರುಗಳು ಬೆಣ್ಣೆಗೆ ಬಿಸಿ ತಾಗಿದಾಗ ಕರಗಿ ತುಪ್ಪವಾಗುವಂತೆ ಕರಗಿ ಲಾವಾರಸದಂತೆ ಕುದಿಯತೊಡಗಿತು. ಅದನ್ನು ಕುಲಾಯಿ ಮೊದಲೇ ಅಚ್ಚು ಕೂರಿಸಿದ ಮರದ ಪೆಟ್ಟಿಗೆಯೊಳಗೆ ಒಂದು ಸಣ್ಣ ನಳಿಗೆಯ ಸಹಾಯದಿಂದ ಸುರಿದು, ತನ್ನ ಸುತ್ತಲೂ ಹರಡಿಕೊಂಡಿದ್ದ ಲೋಹದ ವಸ್ತುಗಳನ್ನು ಕತ್ತರಿಸಲು ತೊಡಗಿದ. ತೋಪಿ ಮರದ ಪೆಟ್ಟಿಗೆಯ ಮೇಲೆ ನೆಟ್ಟ ಕಣ್ಣು ಕೀಳಲಿಲ್ಲ. ಅವನಲ್ಲಿ ಕ್ಷಣ ಕ್ಷಣಕ್ಕೂ ತನ್ನ ತಟ್ಟೆ ಯಾವ ದೇವ್ರ ಮೂರ್ತಿಯಾಗುವುದೆಂಬ ಕುತೂಹಲ ಇಮ್ಮಡಿಯಾಗುತ್ತಲೇಯಿತ್ತು, ಸ್ವಲ್ಪ ಸಮಯದ ನಂತರ ಕುಲಾಯಿ ಪೆಟ್ಟಿಗೆ ತೆರೆದ. ಕಾದ ಲೋಹದ ಶಾಖಕ್ಕೆ ಮರಳಿನ ಮೇಲೆ ಹೊಗೆಯಾಡುತ್ತಿತ್ತು. ಕುಲಾಯಿ ಅದರಲ್ಲಿನ ಮರಳನ್ನೆಲ್ಲ ಸರಿಸಿ, ಇಕ್ಕಳದ ಸಹಾಯದಿಂದ ತಾನು ಎರಕ ಹೊಯ್ದಿದ್ದ ಅಚ್ಚನ್ನು ಎತ್ತಿದಾಗ ದುಬ್ಬಿಯ ಸಿಲ್ವರ್ ತಟ್ಟೆಯು ಸುಂದರವಾದ ರಂಗನಾಥ ಸ್ವಾಮಿ ಮೂರ್ತಿಯಾಗಿ ಹೊರಬಂದನು. ಸೀತಮ್ಮ ಬಂದು ಅದನ್ನು ತಾನು ಮನೆಯಿಂದ ತಂದಿದ್ದ ಬೇರೊಂದು ತಟ್ಟೆಯಲ್ಲಿಟ್ಟುಕೊಂಡು, ಹೂಗಳನ್ನು ಹಾಕಿ ಮನೆಗೆ ಒಯ್ದಳು. ಬೆಳಗಿನಿಂದ ಕಲಾಯಿ ಮಾಡ್ತಿದ್ದಂತ ಕೆಲ್ಸಕ್ಕೆ ನೆರಳು ನೀಡಿದ್ದ ಅರಳಿ ಮರ ದುಬ್ಬಿಯ ತಟ್ಟೆ ಗೌಡ್ರು ಮನೆ ದೇವ್ರಾಗಿ ಹೋದದ್ದಕ್ಕೆ ಮೂಕ ಸಾಕ್ಷಿಯಾಗಿ ಹಾಗೆಯೇ ನಿಂತಿತ್ತು.

●

# ತೆಮ್ಮಾಡಿ ಕುಯಿ

**ಜೆಸ್ಸಿ ಪಿ.ವಿ.**
jessypv77@gmail.com

ರಾಜ್ಯ ರಸ್ತೆಯ ಪಕ್ಕದಲ್ಲಿದ್ದರೂ ಅದಿನ್ನೂ ಹೆಚ್ಚೇನೂ ಅಭಿವೃದ್ಧಿ ಕಾಣದ ಕುಗ್ರಾಮ. ಅಲ್ಲಿ ನಿತ್ಯೋಪಯೋಗೀ ವಸ್ತುಗಳು, ಅಗತ್ಯ ದಿನಸಿ ಸಿಗುವ ಒಂದೆರಡು ಅಂಗಡಿಗಳು, ಮಹಮ್ಮದ್ ಕಾಕಾನ ಸಣ್ಣ ಹೋಟೆಲ್ ಬಿಟ್ಟರೆ ಬೇರೆ ಯಾವ ಅಂಗಡಿಗಳೂ ಇರಲಿಲ್ಲ. ಮಹಮ್ಮದ್‌ರ ಅಂಗಡಿಯಲ್ಲಿ ಬೆಳಗ್ಗೆ ಇಡ್ಲಿ, ನೀರು ದೋಸೆ, ದೋಸೆ, ಮಧ್ಯಾಹ್ನ ಮೀನಿನ ಊಟ, ಸಂಜೆ ಚಹಾ ಹಾಗೂ ಕಲ್ತಪ್ಪ, ನೇಂದ್ರ ಬಾಳೆಹಣ್ಣಿನ ಪೋಡಿ, ಗೆಣಸಿನ ಪೋಡಿ, ವಡೆ, ಬೋಂಡ ಇತ್ಯಾದಿ ಸಿಗುತ್ತಿತ್ತು. ಅದರಲ್ಲೂ ಒಂದು ದಿನ ಒಂದೆರಡು ವಿಧದ ತಿನಿಸಷ್ಟೇ ಲಭ್ಯವಿರುತ್ತಿತ್ತು. ಆಯ್ಕೆ ಸ್ವತಃ ಮಹಮ್ಮದರದ್ದು. ಲಭ್ಯವಿರುವ ಕಚ್ಚಾವಸ್ತುವನ್ನು ಹೊಂದಿಕೊಂಡು ಅವರ ತಿನಿಸು ತಯಾರಾಗುತ್ತಿತ್ತು. ಊಟ, ತಿಂಡಿಗೆಂದೇ ಬರುವವರಿಗಿಂತ ಉಚಿತವಾಗಿ ಪೇಪರ್ ಓದಲು, ಒಟ್ಟಿಗೆ ಕುಳಿತು ಹರಟೆ ಹೊಡೆಯಲು, ಇಸ್ಪೀಟು ಆಡಲು ಬರುವವರ ಸಂಖ್ಯೆಯೇ ಹೆಚ್ಚಿತ್ತು. ಪರವೂರಿನ ಗಿರಾಕಿಗಳು ಯಾರೂ ಬರುವ ಸಂಭವ ಇಲ್ಲದ್ದರಿಂದ ಊರಿನ ಈ ತಲೆಹರಟೆಯ ಜನರನ್ನೇ ಮಹಮ್ಮದ್ ಸಹಿಸಿಕೊಳ್ಳಬೇಕಿತ್ತು. ಅವರಿಗೆ ವ್ಯಾಪಾರ ಆಗುತ್ತಿದ್ದುದೇ ಇವರಿಂದ. ಹರಟೆ ಹೊಡೆದೋ, ಇಸ್ಪೀಟು ಆಡಿಯೋ ಸುಸ್ತಾದಾಗ ಆ ಜನ ಚಹಾ ಹಾಗೂ ಉಪಾಹಾರವನ್ನು ಖರೀದಿಸುತ್ತಿದ್ದರು. ಮನೆಯ ತರಕಾರಿ ಊಟದಿಂದ ಬಾಯಿರುಚಿ ಕೆಟ್ಟಾಗ ಕೆಲವರು ಮಹಮ್ಮದ್ ಅಂಗಡಿಯ ಮೀನು ಸಾರು ಹಾಗೂ ಫ್ರೈ ತಿನ್ನುವುದಕ್ಕಾಗಿ ಬರುತ್ತಿದ್ದರು. ಅಂತೂ ಮನೆಯ ಖರ್ಚು ಕಳೆಯಲು ಬೇಕಾಗುವಷ್ಟು ಮತ್ತು ಸಣ್ಣದೊಂದು

ಲಾಭ ಸಿಗುವಷ್ಟು ವ್ಯಾಪಾರ ಆಗುತ್ತಿತ್ತು. ಈ ವೃಥಾ ಕಾಲಹರಣ ಮಾಡುವ ಹರಟೆಮಲ್ಲರ ಬಗ್ಗೆ ಮಹಮ್ಮದರಿಗೆ ಅಸಮಾಧಾನವಿದ್ದರೂ ಅವರಿಂದಲೇ ತನ್ನ ಹೋಟೆಲ್ ಉಳಿದುಕೊಂಡಿದೆ ಎಂಬ ಸತ್ಯ ಅರಿವಿದ್ದುದರಿಂದ ಏನೊಂದೂ ಮಾತನಾಡದೇ ಇರುತ್ತಿದ್ದರು.

ಗಿರಾಕಿಗಳಿಲ್ಲದ ಹೊತ್ತಲ್ಲಿ ತಮಗೆ ಸಮಯ ಕಳೆಯಲು ಇವರ ಹರಟೆ ಉಪಕರಿಸುತ್ತದೆ ಎಂಬುದನ್ನು ಕಾಲಕ್ರಮೇಣ ಮಹಮ್ಮದ್ ಅರಿತರು. ಹೋಟೆಲಿಗೆ ಪೇಪರ್ ತರಿಸಿದರೂ ಅದನ್ನು ಓದುವಷ್ಟು ಸಮಯ ಸಿಗದ ಅವರಿಗೆ ಈ ಹರಟೆ ಮಲ್ಲರ ಮಾತುಗಳಿಂದ ಲೋಕದ ವ್ಯವಹಾರ ತಿಳಿಯುತ್ತಿತ್ತು. ಹೀಗೇ ಒಂದು ದಿನ ಬೆಳಗ್ಗಿನ ಉಪಾಹಾರ ಸೇವಿಸಿ ಗಿರಾಕಿಗಳು ಹೋದ ನಂತರ ಕೆಲವರು ಅಲ್ಲೇ ಕುಳಿತು ಹರಟೆ ಹೊಡೆಯುತ್ತಿದ್ದರು. ಅಷ್ಟರಲ್ಲಿ ರಸ್ತೆ ಬದಿಯಲ್ಲಿ ಬಸ್ಸೊಂದು ಬ್ರೇಕ್ ಹಾಕಿತು. ಬಿಳಿ ಪಂಚೆ, ಕಂಡೂ ಕಾಣದಂತಹ ಚೌಕಗಳಿರುವ ತಿಳಿ ಬಣ್ಣದ ಶರ್ಟ್ ಧರಿಸಿದ ಅಲ್ಲಲ್ಲಿ ಕೂದಲು ನರೆತಿದ್ದ ವ್ಯಕ್ತಿಯೊಬ್ಬರು ಇಳಿದದ್ದು ಸುಮ್ಮನೆ ಕುಳಿತಿದ್ದ ಮಹಮ್ಮದರಿಗೆ ಕಂಡಿತು. ಅವರು ತಮ್ಮೂರಿನವರಲ್ಲ ಎಂದು ಅವರ ನಡಿಗೆ ಹಾಗೂ ಶರೀರ ಲಕ್ಷಣಗಳಿಂದ ತಿಳಿದ ಮಹಮ್ಮದ್ ಅಲ್ಲಿದ್ದ ಒಬ್ಬರಲ್ಲಿ, 'ನಾರಾಯಣಣ್ಣಾ, ಅದ್ಯಾರು ಬರುತ್ತಿದ್ದಾರೆ? ನನಗೆ ಗುರುತು ಸಿಗ್ತಾ ಇಲ್ಲ...' ಎಂದರು. ತಲೆಯೆತ್ತಿ ನೋಡಿದ ನಾರಾಯಣ, 'ಇಲ್ಲ ಕಾಕಾ, ನನಗೂ ಪರಿಚಯ ಸಿಗ್ಲಿಲ್ಲ. ಥಾಮಸ್ ಚೇಟ್ಟಾ ನಿಮಗೆ ಗೊತ್ತಾಯ್ತಾ?' 'ಇಲ್ಲ ನಾರಾಯಣ. ಅವರು ನಮ್ಮೂರವರು ಅಲ್ವೇ ಅಲ್ಲ. ಈಚೆಗೇ ಬರುತ್ತಿದ್ದಾರಲ್ಲ. ಕೇಳೋಣ' ಥಾಮಸ್ ಹೇಳಿದರು. ಒಮ್ಮೆಲೇ ಹರಟೆ ನಿಲ್ಲಿಸಿ ಎಲ್ಲರೂ ಕುತೂಹಲದಿಂದ ಆ ವ್ಯಕ್ತಿಯನ್ನು ಆಪಾದಮಸ್ತಕ ದಿಟ್ಟಿಸಿದರು. ಪರಸ್ಪರ ಮುಖ ಮುಖ ನೋಡಿಕೊಂಡ ಅವರಲ್ಲಿ ವಿಚಿತ್ರ ಕುತೂಹಲದಿಂದ ನಾಡಿಬಡಿತವೇ ಜೋರಾಗತೊಡಗಿತ್ತು.

'ಹಲೋ ಚೇಟ್ಟಾ, ಒಂದು ಗ್ಲಾಸ್ ವೆಳ್ಳಂ ಕೊಡು.' ಕನ್ನಡ-ಮಲಯಾಳ ಬೆರೆಸಿ ಕೇಳುತ್ತಾ ಆ ವ್ಯಕ್ತಿ ಹೋಟೆಲನ್ನು ಪ್ರವೇಶಿಸಿದರು. ಇವರು ಅಪರಿಚಿತರೆಂಬುದನ್ನು ಖಾತ್ರಿಪಡಿಸಿಕೊಂಡ ಹರಟೆಯವರು ಕುತೂಹಲದಿಂದ ಮಾತು ಮರೆತು ಕುಳಿತುಬಿಟ್ಟರು. 'ಒಳಗೆ ಬಂದು ಕುಳಿತುಕೊಳ್ಳಿ.' ಮಹಮ್ಮದ್ ಆಹ್ವಾನಿಸಿದಾಗ ಆತ ಬೆಂಚೊಂದರಲ್ಲಿ ಕುಳಿತರು. ಮಹಮ್ಮದ್ ನೀಡಿದ ನೀರು ಕುಡಿದ ಬಳಿಕ, 'ಒಂದು ಚಹಾ ಮತ್ತು ಬ್ರೇಕ್ ಫಾಸ್ಟ್ ಕೊಡು' ಎಂದರು. ದೋಸೆ ತಂದಿಟ್ಟು, ಅಷ್ಟು ಎತ್ತರದಿಂದ ಚಹಾವನ್ನು ಗ್ಲಾಸಿಗೂ, ಗ್ಲಾಸಿನಿಂದ ಜಗ್ ಗೂ ಸುರಿಯುತ್ತಾ ನೊರೆಯುಕ್ಕಿಸಿ ತಂದು ಮಹಮ್ಮದ್ ಅವರ ಮುಂದಿಟ್ಟರು. ದೋಸೆ ತಿಂದು, ಬಿಸಿ ಬಿಸಿ ಚಹಾ ಹೀರುತ್ತಾ ಕುಳಿತ ಆತ ಮಹಮ್ಮದ್ ರನ್ನುದ್ದೇಶಿಸಿ ಕೇಳಿದರು. 'ನಿಮಗೆ ಅಬ್ರಹಾಂ ಚೇಟ್ಟನ್

ಗೊತ್ತಾ?' ಮಹಮ್ಮದ್ ಅಲ್ಲಿ ಕುಳಿತಿದ್ದ ಗುಂಪಿನ ಕಡೆ ನೋಡಿದರು. 'ಯಾರು ಮಾಂಚೋಟ್ಟಿಲ್ ಅಬ್ರಹಾಂ ಚೇಟ್ಟನಾ?' ಗುಂಪಿನಲ್ಲಿದ್ದ ಜೇಕಬ್ ಕೇಳಿದರು.

'ಹೌದು. ಅವರೇ?'

'ಅವರು ನಮ್ಮೂರಿನ ಎಲ್ಲರಿಗೂ ಗೊತ್ತು. ಅವರದ್ದು ನಮ್ಮೂರಿನ ಪ್ರತಿಷ್ಠಿತ ಕುಟುಂಬ.'

'ಅದಿರಲಿ. ನೀವು ಯಾರು? ಎಲ್ಲಿಂದ ಬರುತ್ತಿದ್ದೀರಿ?' ನಾರಾಯಣನ ಪ್ರಶ್ನೆಗೆ ಆ ವ್ಯಕ್ತಿ ಉತ್ತರಿಸಿದರು. 'ನಾನು ಜೋಸೆಫ್ ಕಾಕ್ಕನಾಡ್. ಕಾಸರಗೋಡಿನಿಂದ ಬರುತ್ತಿದ್ದೇನೆ.'

'ಜೋಸೆಫ್ ಚೇಟ್ಟಾ, ನೀವು ನಮ್ಮೂರಿಗೆ ಮೊದಲ ಸಲ ಬರುತ್ತಿರುವಂತೆ ಕಾಣುತ್ತಿದೆ. ಬಂದ ವಿಷಯ ಏನು?' ಕುತೂಹಲ ಹಾಗೂ ಸ್ವಲ್ಪ ಅಳುಕಿನೊಂದಿಗೆ ಥಾಮಸ್ ಕೇಳಿದರು.

'ನನ್ನ ಮಗನಿಗೊಂದು ವಧು ಬೇಕಿತ್ತು. ಅಬ್ರಹಾಂ ಚೇಟ್ಟನ ಮಗಳ ಕುರಿತು ಯಾರೋ ಹೇಳಿದರು. ಹುಡುಗಿಯ ಫೋಟೋ ನೋಡಿ ನಮಗೆಲ್ಲಾ ಇಷ್ಟ ಆಯ್ತು. ಅವರ ಕುಟುಂಬದ ಹಿನ್ನೆಲೆಯ ಕುರಿತು ತಿಳಿದುಕೊಂಡು ಹೋಗೋಣವೆಂದು ಬಂದೆ.'

'ಅದಕ್ಕೇನು? ನೇರ ಅವರ ಮನೆಗೆ ಹೋಗಿ ಕೇಳಿದರಾಯಿತು' ನಾರಾಯಣ ಹೇಳಿದರು. 'ಅದು ಹಾಗಲ್ಲ ನಾರಾಯಣ. ಕುಟುಂಬದ ಹಿನ್ನೆಲೆಯನ್ನು ರಹಸ್ಯವಾಗಿ ತಿಳಿದುಬರುವ ಒಂದು ಕ್ರಮ ನಾವು ಮಲಯಾಳಿ ಕ್ರಿಶ್ಚಿಯನ್ನರಿಗಿದೆ' ಜೋಸೆಫ್ ಹೇಳಿದರು.

'ಓ... ಹಾಗೋ ವಿಷಯ' ನಾರಾಯಣ ತಲೆಯಲ್ಲಾಡಿಸಿದರು.

'ಅಬ್ರಹಾಂರ ಮಗಳು ಜಾನ್ಸಿ ಬಿಎಸ್ಸಿ ನರ್ಸಿಂಗ್ ಮಾಡಿದ್ದಾಳೆ. ನೋಡ್ಲಿಕ್ಕೂ ಸುಂದರವಾಗಿದ್ದಾಳೆ. ನಯ-ವಿನಯ, ದೈವಭಕ್ತಿ ಎಲ್ಲಾ ಇರುವ ಒಳ್ಳೆಯ ಹುಡುಗಿ' ಜೇಕಬ್ ತಮಗೆ ತಿಳಿದ ಮಾಹಿತಿ ನೀಡಿದರು. 'ಒಳ್ಳೆಯದು. ದೂರದ ಊರಿನಿಂದ ವಧುವನ್ನು ತರುವಾಗ ಎಲ್ಲಾ ತಿಳಿದಿರಬೇಕಲ್ಲ. ಅವರ ಕುಟುಂಬದ ಕುರಿತು ವಿಶೇಷವಾದದ್ದೇನಾದರೂ ಇದೆಯಾ?' ಜೋಸೆಫ್ ಅವರ ಒಳಗನ್ನು ಕೆದಕಿ ರಹಸ್ಯವೇನಾದರೂ ಇದ್ದರೆ ಹೊರಗೆಡಹುವ ಪ್ರಯತ್ನ ಮಾಡಿದರು.

'ಅಂಥದ್ದೇನೂ ಇಲ್ಲ... ಮತ್ತೆ...' ಏನೋ ಹೇಳಹೊರಟ ಜೇಕಬ್ ತುಟಿ ಕಚ್ಚಿಕೊಂಡರು. 'ಅಂದರೆ ಏನೋ ಇದೆ. ದಯವಿಟ್ಟು ಹೇಳಿ. ಅಷ್ಟು ದೂರದಿಂದ ಬಂದಿದ್ದೇನೆ. ಸಂಬಂಧ ಅಂದಮೇಲೆ ಅದಕ್ಕೊಂದು ಘನತೆ ಇರಬೇಕು. ಘನತೆಗೆ ಕುಂದುಬರುವ ಸಂಬಂಧಕ್ಕೆ ಸಿಕ್ಕಿ ಮಾನ

ಕಳೆದುಕೊಳ್ಳಲು ನನಗಾಗದು. ದಯವಿಟ್ಟು ನಿಮಗೆ ಏನು ಗೊತ್ತೋ ಅದನ್ನು ಹೇಳಿ ಪುಣ್ಯ ಕಟ್ಟಿಕೊಳ್ಳಿ...' ಜೋಸೆಫ್ ಅಂಗಲಾಚುವಂತೆ ಹೇಳಿದರು.

'ಜೇಕಬ್, ನಿನಗೆ ಯಾವತ್ತೂ ನಾಲಗೆಯ ಮೇಲೆ ಹಿಡಿತ ಇಲ್ಲ. ಅಬ್ರಹಾಂರ ಕುಟುಂಬಕ್ಕೆ ಅಂತಹ ಯಾವ ಕೆಟ್ಟ ಚರಿತ್ರೆಯಿದೆ? ಸುಮ್ಮನೆ ಒಳ್ಳೆಯ ಕಾರ್ಯಕ್ಕೆ ತಡೆಯೊಡ್ಡಬೇಡ' ಥಾಮಸ್ ಅಸಹನೆಯಿಂದ ಜೇಕಬ್ ನತ್ತ ಬಿರುನೋಟ ಬೀರಿ ಹೇಳಿದರು.

'ನಾನು ಹೇಳಬಾರದ ಏನನ್ನು ಹೇಳಿದೆ. ಹುಡುಗಿಯ ಬಗ್ಗೆ ಕೆಟ್ಟದ್ದು ಹೇಳಿದ್ದೇನಾ? ಇಲ್ಲದ ಅಪವಾದವೇನೂ ಹೇಳಿಲ್ಲ... 'ಜೇಕಬ್‌ನ ದನಿಯೂ ಏರತೊಡಗಿತ್ತು.

'ನನ್ನಿಂದಾಗಿ ನೀವಿಬ್ಬರೂ ಕೋಪ ಮಾಡಿಕೊಳ್ಳುವುದು ಬೇಡ. ಅವರ ಫ್ಯಾಮಿಲಿಗೆ ಏನಾದರೂ ಕೆಟ್ಟ ಹಿನ್ನೆಲೆಯಿದ್ದರೆ ಹೇಳಿ ಎಂದಷ್ಟೇ ಕೇಳಿದೆ. ನೀವಲ್ಲದಿದ್ದರೆ ಇನ್ಯಾರಾದರೋ ಸಿಗುತ್ತಾರೆ. ಅವರಲ್ಲಿ ಕೇಳುತ್ತೇನೆ' ಜೋಸೆಫ್ ಹೊರಡಲನುವಾದರು.

'ಜೋಸೆಫ್ ಚೇಟ್ಟಾ, ಕುಳಿತುಕೊಳ್ಳಿ, ಏನೋ ಒಂದು ಕಿಡಿ ಸಿಡಿದಿದೆ. ಅದು ಹೊತ್ತಿಕೊಳ್ಳುವ ಮುನ್ನ ನಂದಿಸಿಬಿಡಬೇಕು. ಇಲ್ಲದಿದ್ದರೆ ಅನಾಹುತವಾಗುತ್ತದೆ. ನಾನೇ ಹೇಳುತ್ತೇನೆ ಕೇಳಿ. ಅಬ್ರಹಾಂ ಚೇಟ್ಟನ ಕುಟುಂಬದ ಇಬ್ಬರನ್ನು ತೆಮ್ಮಾಡಿ ಕುಯಿಯಲ್ಲಿ ಹೂಳಿದ್ದಾರೆ.! ' ಥಾಮಸ್‌ನ ಮಾತು ಕೇಳಿ ಜೋಸೆಫ್ ರಿಗೆ ಸಿಡಿಲೆರಗಿದಂತಾಯಿತು. ಉದ್ವೇಗದಿಂದ ನಡುಗುತ್ತಾ ಹೇಳಿದರು. 'ತೆಮ್ಮಾಡಿ ಕುಯಿಯಲ್ಲಾ? ಅಂದರೆ ಆ ಇಬ್ಬರು ಸಹಜ ಮರಣ ಹೊಂದಿದವರಲ್ಲ. ಆತ್ಮಹತ್ಯೆ ಮಾಡಿಕೊಂಡವರಾ ಅಥವಾ ನಿರೀಶ್ವರವಾದಿಗಳಾ?'

'ಆ ಇಬ್ಬರದ್ದೂ ಆತ್ಮಹತ್ಯೆಯೇ... ಆದರೆ ಅವರು ಕೆಟ್ಟವರಾಗಿರಲಿಲ್ಲ. ಪರಿಸ್ಥಿತಿಯ ಒತ್ತಡದಿಂದ ಅವರು ಆತ್ಮಹತ್ಯೆ ಮಾಡಿಕೊಳ್ಳಬೇಕಾಯಿತು...' ಥಾಮಸ್ ಇನ್ನೇನೋ ಹೇಳುವವರಿದ್ದರು. ಅವರ ಮಾತನ್ನು ಅರ್ಧಕ್ಕೇ ತುಂಡರಿಸಿದ ಜೋಸೆಫ್, 'ಸಾಕು... ಸಾಕು... ಇಷ್ಟು ಕೇಳಿದ್ದು ಸಾಕು... ಅವರದ್ದೊಂದು ಶಾಪಗ್ರಸ್ತ ಕುಟುಂಬ. ಇಲ್ಲದಿದ್ದರೆ ಕ್ರೈಸ್ತ ಕುಟುಂಬದಲ್ಲಿ ಆತ್ಮಹತ್ಯೆ ಸಾಧ್ಯವೇ? ಬೆಳಗ್ಗೆ ಪೂಜೆಗೆ ಹೋಗಿ ಬಂದ ಕಾರಣ ಆ ದೇವರೇ ಕಾಪಾಡಿದರು. ಎಂತಹ ದೊಡ್ಡ ಗಂಡಾಂತರದಿಂದ ದೇವರು ನನ್ನನ್ನು ಪಾರು ಮಾಡಿದರು...' ಜೋಸೆಫ್ ಹಣೆಯಲ್ಲಿ ಶಿಲುಬೆ ಗುರುತು ಹಾಕಿ ಪ್ರಾರ್ಥಿಸಿ ಯೇಸುವಿಗೆ ಕೈಮುಗಿದು ಬಿರಬಿರನೇ ರಸ್ತೆಯತ್ತ ಹೆಜ್ಜೆ ಹಾಕಿದರು. 'ಜೋಸೆಫ್ ಚೇಟ್ಟಾ... ನಿಲ್ಲಿ... ಅಬ್ರಹಾಂರಂತಹ ಕುಟುಂಬ ಈ ಊರಲ್ಲಿ ಬೇರೆ ಇಲ್ಲ... ಹೋಗಬೇಡಿ... ದಯವಿಟ್ಟು ಹಿಂದೆ ಬನ್ನಿ... ಚೇಟ್ಟಾ...' ಥಾಮಸ್ ಕರೆಯುತ್ತಲೇ

ಇದ್ದರು. ಜೇಕಬ್ ಅಪರಾಧಿ ಭಾವದಲ್ಲಿ ತಲೆತಗ್ಗಿಸಿದರು. ನಾರಾಯಣ ಹಾಗೂ ಇತರರು ತಮ್ಮ ಮುಂದೆ ಜರುಗಿದ ಅನಿರೀಕ್ಷಿತ ಘಟನೆಯ ತಲೆಬುಡ ತಿಳಿಯದೇ ಗೊಂದಲದಿಂದ ಮುಖಮುಖ ನೋಡಿದರು. ಒಮ್ಮೆಲೇ ಕವಿದ ಮೌನದ ದಟ್ಟ ಹೊಗೆಯಲ್ಲಿ ಉಸಿರುಗಟ್ಟಿದಂತಾಗಿ ಒಬ್ಬೊಬ್ಬರಾಗಿ ಮನೆಯ ದಾರಿ ಹಿಡಿದರು. ಎಲ್ಲದಕ್ಕೂ ಸಾಕ್ಷಿಯಾಗಿದ್ದ ಮಹಮ್ಮದ್ ಒಬ್ಬರೇ ಅಲ್ಲಿ ಉಳಿದರು.

ಎರಡು ಮೂರು ದಿನಗಳಿಂದ ಮಹಮ್ಮದರ ಅಂಗಡಿಯಲ್ಲಿ ಗುಂಪುಹರಟೆ ಇರಲಿಲ್ಲ. ಜೇಕಬ್ ಹಾಗೂ ಥಾಮಸ್ ಆ ಕಡೆ ಸುಳಿಯಲೇ ಇಲ್ಲ. ಉಳಿದವರು ಬಂದರೂ ಆಹಾರ ಸೇವಿಸಿ ಬೇಗನೇ ಜಾಗ ಖಾಲಿ ಮಾಡುತ್ತಿದ್ದರು. ನಡೆಯಬಹುದಾಗಿದ್ದ ಮದುವೆಯೊಂದು ವಿಚಿತ್ರ ರೀತಿಯಲ್ಲಿ ತಪ್ಪಿ ಹೋದದ್ದು ಮಹಮ್ಮದರನ್ನೂ ದುಃಖಕ್ಕೀಡುಮಾಡಿತ್ತು. ಆ ದಿನ ಬುಧವಾರ. ಬೆಳಗ್ಗೆ ಮನೆಯಿಂದ ತಂದ ನೇಂದ್ರ ಬಾಳೆಹಣ್ಣಿನ ಗೊನೆಗಳನ್ನು ಅಂಗಡಿಯೆದುರು ನೇತು ಹಾಕಬೇಕಾದರೆ, ರಸ್ತೆಯಲ್ಲಿ ಬಸ್ಸು ಬ್ರೇಕು ಹಾಕಿ ನಿಂತಿತು. ಇಬ್ಬರು ಗಂಡಸರು ಇಳಿಯುವುದು ಕಂಡಿತು. ಅವರು ಥಾಮಸ್ ಮತ್ತು ಜೇಕಬ್ ಎಂದು ತಿಳಿದಾಗ, ಎರಡು ದಿನಗಳಿಂದ ನಾಪತ್ತೆಯಾಗಿದ್ದ ಇವರು ಈಗ ಎಲ್ಲಿಂದ ಬರುತ್ತಿದ್ದಾರೆ ಎಂಬ ಕುತೂಹಲ ಮಹಮ್ಮದರನ್ನು ಕಾಡಿತು. ಮಾಡುತ್ತಿದ್ದ ಕೆಲಸವನ್ನು ಅಲ್ಲಿಗೇ ಬಿಟ್ಟು ಕೈತೊಳೆದು ಹೆಗಲಲ್ಲಿದ್ದ ಟವೆಲಿಗೆ ಒರೆಸುತ್ತಾ ಮಹಮ್ಮದ್ ಕೂಗಿ ಕೇಳಿದರು. 'ಥಾಮಸ್ ಚೇಟ್ಟಾ, ಜೇಕಬ್ ಚೇಟ್ಟಾ ದೂರ ಹೋಗಿದ್ದಿರಿ? ಈ ಕಡೆ ಬರುವುದಿಲ್ಲವಾ?'

'ಹ್ಞಾಂ, ಮಹಮ್ಮದ್ ಕಾಕಾ, ಬಿಸಿಬಿಸಿ ಎರಡು ಚಹಾ ಮತ್ತು ತಿಂಡಿ ತೆಗೆದಿಡಿ...' ಹೇಳುತ್ತಲೇ ಅವರಿಬ್ಬರು ಒಳಗೆ ಬಂದು ಮುಖ ಹಾಗೂ ಕೈಗಳನ್ನು ತೊಳೆದು ಕುಳಿತುಕೊಂಡರು. 'ಅಬ್ಬಾ, ಆ ಟ್ರೈನಿನ ರಶ್ಶಲ್ಲಿ ನಿಂತು ಬಂದು ಸುಸ್ತಾಗಿ ಹೋಗಿದೆ...' ಎನ್ನುತ್ತಾ ಥಾಮಸ್ ಅಲ್ಲಿದ್ದ ನ್ಯೂಸ್ ಪೇಪರ್ ತೆಗೆದು ಗಾಳಿ ಹಾಕತೊಡಗಿದರು. ಚಹಾ ಹಾಗೂ ತಿಂಡಿ ತಂದು ಅವರ ಮುಂದಿಡುತ್ತಾ ಮಹಮ್ಮದ್, 'ನೀವು ಟ್ರೈನಲ್ಲಿ ಎಲ್ಲಿಗೆ ಹೋದದ್ದು?...' ಎಂದು ಕೇಳಿದರು. ಥಾಮಸ್ ಉತ್ತರಿಸಬೇಕೆನ್ನುವಷ್ಟರಲ್ಲಿ ಜೀಪೊಂದು ಅಂಗಡಿಯೆದುರು ಬಂದು ನಿಂತಿತು. ಅಬ್ರಹಾಂರ ಜೀಪು ಅದೆಂದು ಅವರೆಲ್ಲರಿಗೂ ಗೊತ್ತಿತ್ತು. ಹೋಟೆಲಲ್ಲಿ ಚಹಾ ಕುಡಿಯುವ ಅಭ್ಯಾಸವಿಲ್ಲದ ಇವರು ಯಾಕಪ್ಪಾ ಇಲ್ಲಿಗೆ ಬರುತ್ತಿದ್ದಾರೆ ಎಂದು ಇವರು ಯೋಚಿಸುತ್ತಿರಬೇಕಾದರೆ ಅಬ್ರಹಾಂ ಮಹಮ್ಮದರಲ್ಲಿ ಹೇಳಿದರು. 'ಮಹಮ್ಮದ್ ಕಾಕಾ. ನಿಮ್ಮ ಅಂಗಡಿಯಲ್ಲಿ ಒಳ್ಳೆಯ ನೇಂದ್ರ ಹಣ್ಣು ನೋಡಿ ಗಾಡಿ ನಿಲ್ಲಿಸಿದೆ. ಒಂದೈದು ಕೆಜಿ ಕೊಡಿ. ನಾಳೆ ನನ್ನ ಮಗಳನ್ನು ನೋಡಲು ಹುಡುಗನ ಕಡೆಯವರು ಬರುತ್ತಿದ್ದಾರೆ.'

ಮಹಮ್ಮದರ ಮುಖ ಬಿಳಿಚಿಕೊಂಡಿತು. ಸಾವರಿಸಿಕೊಂಡು ನೇಂದ್ರ ಬಾಳೆಹಣ್ಣನ್ನು ತೂಗಿ ಕೊಟ್ಟರು. ಅಷ್ಟರಲ್ಲಿ ಅಬ್ರಹಾಂರಿಗೆ ಉಪಾಹಾರ ಸೇವಿಸುತ್ತಿದ್ದ ಥಾಮಸ್ ಹಾಗೂ ಜೇಕಬ್ ಕಂಡರು. 'ಓ, ನೀವಾ? ತಿಂಡಿ ತಿಂದಾದರೆ ನನ್ನ ಜೊತೆ ಬನ್ನಿ. ಮನೆ ಬಳಿ ಡ್ರಾಪ್ ಮಾಡುತ್ತೇನೆ. ನಾನು ಮಗಳನ್ನು ಕರೆದುಕೊಂಡು ಬರಲು ಹೋಗಿದ್ದೆ. ನಾಳೆ ಹುಡುಗನ ಕಡೆಯವರು ಬರುತ್ತಾ ಇದ್ದಾರೆ. ಹುಡುಗ ನೇವಿ ಆಫೀಸರ್... ಈ ಮದುವೆ ನಡೆದರೆ ಸಾಕಿತ್ತು! ' ಸಂಭ್ರಮದಲ್ಲಿದ್ದ ಅಬ್ರಹಾಂ ಬಾಳೆಹಣ್ಣು ಖರೀದಿಸಿ, ಇವರಿಬ್ಬರನ್ನೂ ಜೊತೆಗೆ ಕರೆದುಕೊಂಡು ಹೋದರು. 'ಛೆ! ಪಾಪ, ಅಬ್ರಹಾಂರಿಗೆ ವಿಷಯ ತಿಳಿದಿಲ್ಲ. ಆ ಹುಡುಗನ ಅಪ್ಪ ಈ ಸಂಬಂಧ ತಿರಸ್ಕರಿಸಿ ಹೋದದ್ದು ತಿಳಿದಾಗ ಇವರ ಪರಿಸ್ಥಿತಿ ಏನಾಗಬಹುದೋ?... ಈ ಥಾಮಸ್ ಹಾಗೂ ಜೇಕಬ್ ಚೇಟ್ಟನ್ ಎಲ್ಲಿಗೆ ಹೋಗಿದ್ದರೋ?...' ಸಾವಿರಾರು ಪ್ರಶ್ನೆ ಹಾಗೂ ಗೊಂದಲದಿಂದ ಮಹಮ್ಮದರ ತಲೆ ಚಿಟ್ಟು ಹಿಡಿದು ಹೋಯಿತು.

ಗುರುವಾರ ಬೆಳಗ್ಗೆ ಮಹಮ್ಮದರಿಗೆ ಕೆಲಸದಲ್ಲಿ ಎಂದಿನ ಉತ್ಸಾಹ ಇರಲಿಲ್ಲ. ಯಾಂತ್ರಿಕವಾಗಿ ಕೆಲಸ ಮಾಡುತ್ತಾ, ಮಾತಿಲ್ಲದೇ ಬಂದ ಗಿರಾಕಿಗಳಿಗೆ ಕೇಳಿದ್ದನ್ನು ತಂದು ಕೊಡುತ್ತಿದ್ದರು. ಇವರ ಮೌನ ಗಿರಾಕಿಗಳಲ್ಲಿ ಆಶ್ಚರ್ಯ ಉಂಟುಮಾಡಿತ್ತು. ಬೆಳಗ್ಗಿನ ಉಪಾಹಾರದ ಸಮಯ ಮುಗಿದು ಮಹಮ್ಮದ್ ತಾವೂ ತಿಂಡಿ ತಿಂದು ಚಹಾ ಹೀರುತ್ತಾ ಪತ್ರಿಕೆಯ ಮೇಲೆ ಕಣ್ಣಾಡಿಸುತ್ತಿದ್ದರು. ಅಷ್ಟರಲ್ಲಿ ರಸ್ತೆಯಲ್ಲಿ ಕೇರಳ ನೋಂದಣಿಯ ಕಾರೊಂದು ಬರುವುದು ಕಂಡಿತು. ಡ್ರೈವರ್‌ನ ಪಕ್ಕ ಸುಂದರನಾದ ಒಬ್ಬ ಯುವಕ ಕುಳಿತಿದ್ದ. ತೆರೆದ ಕಿಟಕಿಯಿಂದಾಗಿ ಹಿಂದೆ ಕುಳಿತ ವ್ಯಕ್ತಿಯೂ ಕಾಣಿಸಿದರು. ಮಹಮ್ಮದ್ ಬಾಯಿಬಿಟ್ಟು ಕುಳಿತುಬಿಟ್ಟರು. ಅದು ಜೋಸೆಫ್ ಆಗಿದ್ದರು. ಇವರು ಅಬ್ರಹಾಂರ ಮನೆಗೆ ಹೋಗುತ್ತಿದ್ದಾರೆಂದು ಮಹಮ್ಮದ್‌ರಿಗೆ ಖಚಿತವಾಯಿತು. ಮೀನು ಮಾರುವ ಲತ್ತೀಫ್‌ನ ರಿಕ್ಷಾ ಬಂದು ನಿಂತಾಗಷ್ಟೇ ಮಹಮ್ಮದ್ ವಾಸ್ತವ ಲೋಕಕ್ಕೆ ಬಂದರು. ಎರಡು ಕೆ ಜಿ ಬಂಗುಡೆ ಖರೀದಿಸಿ, ಸ್ವಚ್ಛಗೊಳಿಸಿ, ಸಾರು, ಫ್ರೈ ಎಲ್ಲಾ ಮಾಡುವಾಗಲೂ ಮನಸ್ಸು ಗೊಂದಲ ಹಾಗೂ ಕುತೂಹಲದ ಗೂಡಾಗಿತ್ತು. ಅಬ್ರಹಾಂರ ಮನೆಯಲ್ಲಿ ಈ ದಿವಸ ಏನು ನಡೆದಿರಬಹುದೆಂಬ ಅವರ ಕುತೂಹಲಕ್ಕೆ ಉತ್ತರ ತಿಳಿದವರು ಯಾರೂ ಹೋಟೆಲಿಗೆ ಬರಲಿಲ್ಲ. ಸಂಜೆ ಮಹಮ್ಮದ್ ಹೆಂಡತಿ ತಯಾರಿಸಿ ಕಳಿಸಿದ ಎಣ್ಣೆ ತಿಂಡಿಗಳನ್ನು ಗ್ಲಾಸ್ ಕಪಾಟಿನಲ್ಲಿ ಜೋಡಿಸಬೇಕಾದರೆ ಥಾಮಸ್ ಹಾಗೂ ಜೋಸೆಫ್ ಬಂದರು. ಮಹಮ್ಮದ್ ಒಂದೇ ಉಸಿರಲ್ಲಿ ಅವರಲ್ಲಿ ಸಾವಿರ ಪ್ರಶ್ನೆ ಕೇಳಿದರು.

'ಅಯ್ಯಯ್ಯೋ, ಮಹಮ್ಮದ್ ಕಾಕಾ! ನೀವು ಹೀಗೆ ಕೇಳಿದರೆ ನಾವು ಏನಂತ ಉತ್ತರ ಕೊಡುವುದು. ಸಾವಧಾನ... ಸಾವಧಾನ...' ಎನ್ನುತ್ತಾ ಗಂಟಲು

ಸರಿಪಡಿಸುತ್ತಾ ಜೇಕಬ್ ಹೇಳಿದರು. 'ಯಾವುದೇ ದುರುದ್ದೇಶವಿಲ್ಲದೆ ಅರಿಯದೇ ನಮ್ಮ ಬಾಯಿಂದ ಬಂದ ಮಾತಿಗೆ ಸಂಬಂಧವೊಂದು ತಪ್ಪಿ ಹೋಗುವುದು ನಮಗೆ ಅಸಹನೀಯವೆನಿಸಿತ್ತು. ನಾವಿಬ್ಬರೂ ತಡಮಾಡದೇ ನಮ್ಮ ಬಿಷಪ್‌ರನ್ನು ಸಂಪರ್ಕಿಸಿದೆವು. ಅಬ್ರಹಾಂರ ಕುಟುಂಬವನ್ನು ಹತ್ತಿರದಿಂದ ಬಲ್ಲ ಬಿಷಪ್ಪರು ಕೂಡಲೇ ಜೋಸೆಫ್‌ರ ಊರಿನ ಬಿಷಪ್ ರನ್ನು ಸಂಪರ್ಕಿಸಿದರು. ಅವರಿಬ್ಬರೂ ಒಟ್ಟಾಗಿ ಜೋಸೆಫ್‌ರನ್ನು ಕರೆಸಿ ಮಾತನಾಡಿದರು. ಜೀವ ಎಂಬುದು ದೇವರ ವರ. ಜೀವ ನೀಡಲು ಮನುಷ್ಯನಿಂದ ಆಗದು. ಜೀವ ತೆಗೆಯುವ ಹಕ್ಕೂ ಮನುಷ್ಯನಿಗಿಲ್ಲ. ಆತ್ಮಹತ್ಯೆ ಕ್ರೈಸ್ತ ಹಿನ್ನೆಲೆಯಲ್ಲಿ ಮಹಾಪಾಪ. ಆದರೆ ಆತ್ಮಹತ್ಯೆಯ ಕಾರಣಗಳು ಹಾಗೂ ವ್ಯಕ್ತಿಯ ಸ್ವಭಾವವನ್ನು ಹೊಂದಿಕೊಂಡು ಆ ಪಾಪದ ತೀವ್ರತೆ ನಿರ್ಧರಿತವಾಗುತ್ತದೆ. ಹಿಂದಿನ ಸಂಪ್ರದಾಯವಾದಿಗಳು ಸತ್ತವರನ್ನು ಕೂಡಾ ಗ್ರೇಡಿಂಗ್ ಮಾಡಿದರು. ತೆಮ್ಮಾಡಿ ಕುಯಿ ಎಂಬ ಹೆಸರಲ್ಲಿ ಸ್ಮಶಾನದ ಒಂದು ಭಾಗವನ್ನು ವಿಭಜಿಸಿದರು. ಇದಕ್ಕೆ ಈಗಿನ ಕಾಲದಲ್ಲಿ ಪ್ರಸಕ್ತಿಯಿಲ್ಲ. ಮನುಷ್ಯರ ಪಾಪಗಳನ್ನು ಅಳೆಯುವ ಕಾರ್ಯ ಮನುಷ್ಯರದ್ದಲ್ಲ ದೇವರದ್ದು. ಹಾಗಾಗಿ ತೆಮ್ಮಾಡಿ ಕುಯಿ ಎಂಬುದನ್ನು ಈಗಿಂದೀಗಲೇ ರದ್ದು ಮಾಡಲಾಗುವುದು ಎಂಬ ಸುತ್ತೋಲೆ ಹೊರಡಿಸಿದರು. ಜೋಸೆಫ್‌ರ ಮನವೊಲಿಸಿದರು...' ಮಹಮ್ಮದ್ ಕುತೂಹಲದಿಂದ ಕೇಳುತ್ತಲಿದ್ದರು.

'ಮಹಮ್ಮದ್ ಕಾಕಾ, ಕ್ರಿಸ್ಮಸ್ ಕಳೆದು ಮರುದಿನ ಜೋಸೆಫ್‌ರ ಮಗನೊಂದಿಗೆ ಜಾನ್ಸಿಯ ಮದುವೆ ನಡೆಯಲಿದೆ. ನವೆಂಬರ್‌ನಲ್ಲಿ ನಿಶ್ಚಿತಾರ್ಥ ಇಟ್ಟುಕೊಂಡಿದ್ದಾರೆ. ಹೇಗೂ ಬಿರಿಯಾನಿ ತಯಾರಿಸಲು ನಿಮ್ಮನ್ನೇ ಕರೆಯುತ್ತಾರೆ...' ಥಾಮಸ್ ನಗುತ್ತಾ ಹೇಳಿದರು. ದೊಡ್ಡ ಭಾರವೊಂದು ಎದೆಯಿಂದ ದೂರವಾದಂತಾಗಿ ಮಹಮ್ಮದರೂ ನಕ್ಕರು.

●

# ಉಮ್ಮನ ಅಲಿಕತ್ತ್

**ಮೆಚ್ಚುಗೆ ಬಹುಮಾನ ಪಡೆದ ಕಥೆ**

**ಫಾತಿಮಾ ರಲಿಯಾ**
imraliya101@gmail.com

'ಕುಡಿದೂ ಕುಡಿದೂ ಸುಸ್ತಾಗಿರುವ ನಿನ್ನ ಗಂಡ ಇಂದೋ ನಾಳೆ ಸಾಯುತ್ತಾನೆ. ಆಮೇಲೆ ಅವನ ಪೆನ್ಷನ್ ನಿನಗೇ ಬರೋ ಥರಾ ಮಾಡ್ತೀನಿ. ಈಗ ಹೋಗು.' ಹಾಗೆಂದ ಪೋಸ್ಟ್ ಮಾಸ್ಟರ್ ಧ್ವನಿಯಲ್ಲಿದ್ದುದು ವ್ಯಂಗ್ಯವೋ, ಕುಹಕವೋ ಅರ್ಥವಾಗಲಿಲ್ಲ ಖತೀಜಾಗೆ. ಆದರೆ ಅವನ ಮಾತು ಕೇಳಿ ಮನಸ್ಸೆಲ್ಲಾ ಕಹಿ ಕಹಿಯಾಯಿತು. ಕುಡುಕ ಗಂಡನಿಂದ ತನಗೆ ತೊಂದರೆ ಆದದ್ದೇ ಹೆಚ್ಚಾಗಿದ್ದರೂ, ಅಂವ ಸತ್ತು ಹೋಗಲಿ ಎಂಬಂತೆ ಪೋಸ್ಟ್ ಮಾಸ್ಟರ್ ಮಾತಾಡಿದಾಗ ತೀರದ ಕಸಿವಿಸಿಯಾಯಿತು. ಎಂದೂ ಯಾರಲ್ಲೂ ಹಂಚದ ತನ್ನ ಮನೆಯ ಕಷ್ಟ ಇಲ್ಲಿ ಹಂಚುವುದೆಂದರೆ ಊರ ಹೆಬ್ಬಾಗಿಲಲ್ಲಿ ಬೆತ್ತಲೆ ನಿಂತಂತೆ ಎಂದು ಅವಳಿಗೆ ಅನ್ನಿಸಿತು. ಅದಕ್ಕೆ ಸರಿಯಾಗಿ ಪೋಸ್ಟ್ ಮಾಸ್ಟರ್‌ಗೆ ಚಹಾ ತಂದ ಹುಡುಗ ತಲೆಯಿಂದ ಕಾಲಿನವರೆಗೆ ಅವಳನ್ನು ತಿನ್ನುವಂತೆ ನೋಡಿದ. ಅಲ್ಲಲ್ಲಿ ತೇಪೆ ಹಾಕಿದ್ದ ಬುರ್ಖಾದ ಮೇಲೆ ಹೊದ್ದುಕೊಂಡಿದ್ದ ದುಪ್ಪಟ್ಟಾವನ್ನು ಮತ್ತಷ್ಟು ಎದೆಯ ಮೇಲೆಳೆದುಕೊಂಡ ಅವಳು ಸ್ಟೇಷನ್‌ನಿಂದ ಹೊರಗಡಿಯಿಟ್ಟಳು.

ಅಷ್ಟಕ್ಕೂ ಅವಳೇನೂ ಕೇಳಬಾರದ್ದನ್ನು ಕೇಳಿರಲಿಲ್ಲ. ಬೀಡಿ ಕಟ್ಟಿ, ಯಾರ್‍ಯಾರ ಮನೆಯ ಕಸ ಮುಸುರೆ ತಿಕ್ಕಿ ಮನೆ ನಡೆಸುವ ಖತೀಜಾ ಎಂದೂ ಯಾರ ಮುಂದೆಯೂ ಕೈ ಒಡ್ಡಿದವಳೇ ಅಲ್ಲ. ಇತ್ತೀಚೆಗೆ ಒಂಚೂರು ಜಾಸ್ತಿ ದುಡ್ಡು ಕೊಡುತ್ತಾರೆಂದು ಅವರಿವರ ಬಾಣಂತನದ ಕೆಲಸಕ್ಕೂ ಹೋಗುತ್ತಿದ್ದಳು. ತಾನು ದುಡಿದ ಪೂರ್ತಿ ಹಣ ಹೆಂಡದಂಗಡಿಗೆ ಸುರಿಯುತ್ತಿದ್ದ ಗಂಡ, ಈಗೀಗ ಅಡುಗೆ ಮನೆ ಡಬ್ಬದಲ್ಲಿ ಅವಳು ಅಡಗಿಸಿಟ್ಟ ದುಡ್ಡನ್ನೂ ಯಾವುಯಾವುದೋ

ಮಾಯದಲ್ಲಿ ಎಗರಿಸಿಬಿಡುತ್ತಿದ್ದ. ಮನೆಯಲ್ಲಿ ಚೂರು ಪಾರು ದುಡ್ಡೂ ಉಳಿಯುವುದಿಲ್ಲ ಎಂದಾದ ಮೇಲೆ ಚೀಟಿ ಹಾಕಿ ದುಡ್ಡು ಉಳಿಸಲು ಪ್ರಯತ್ನಿಸಿದ್ದಳು. ಗಂಡ ಖಾದರ್ ಅದನ್ನೂ ಜೇಬಿಗಿಳಿಸಿದ ಮೇಲೆ ಉಳಿಕೆಯ ಆಸೆಯನ್ನೇ ಕೈ ಬಿಟ್ಟ ಅವಳು ದೇವರು ಇಟ್ಟ ಹಾಗೆ ಆಗುತ್ತದೆ ಎಂದು ಕೈ ಚೆಲ್ಲಿದ್ದಳು.

ಆದರೆ ತನ್ನ ದೊಡ್ಡ ಮಗಳು ಹಸೀನಾ ಹೈಸ್ಕೂಲ್ ಸೇರಲು ಎರಡು ಸಾವಿರ ರೂ ದುಡ್ಡು ಬೇಕು ಕೇಳಿದಾಗಿನಿಂದ ದುಡ್ಡು ಹುಟ್ಟುವ ಯಾವ ದಾರಿಯೂ ಕಾಣದೆ ಗಂಡ ಪೋಸ್ಟ್ ಮ್ಯಾನ್ ಆಗಿ ಕೆಲಸ ಮಾಡುವ ಪೋಸ್ಟ್ ಆಫೀಸಿಗೆ ಹೋಗಿ ಪೋಸ್ಟ್ ಮಾಸ್ಟರ್ ಮುಂದೆ ಒಂದು ವಿನೀತ ಧ್ವನಿಯಲ್ಲಿ 'ಖಾದರ್ ಒಂದು ಪೈಸೆಯನ್ನೂ ಮನೆ ಖರ್ಚಿಗೆ ಕೊಡೋದಿಲ್ಲ. ನಾನು ದುಡಿದ ಹಣವನ್ನೂ ಮನೆಯಲ್ಲಿ ಇರಗೊಡುವುದಿಲ್ಲ. ಮಗಳು ಮುಂದಕ್ಕೆ ಓದಬೇಕು. ಹಾಗಾಗಿ ಅವನ ಸಂಬಳದಲ್ಲಿ ಕಾಲು ಭಾಗದಷ್ಟಾದರೂ ನೇರ ನನ್ನ ಕೈಗೆ ನೀಡಬೇಕು' ಎಂದಳು. ಪೋಸ್ಟ್ ಮಾಸ್ಟರ್‌ಗೆ ಖಾದರ್ ವಿಷಯ ಗೊತ್ತಿಲ್ಲ ಎಂದಲ್ಲ, ಪತ್ರಗಳನ್ನು ಸರಿಯಾಗಿ ಬಟವಾಡೆ ಮಾಡುವುದಿಲ್ಲ ಎಂಬ ದೂರೂ ಅವನ ಮೇಲಿತ್ತು. ಆದರೆ ಅವನ ಸಂಬಳ ಖಾತೆಗೆ ಜಮಾ ಆಗುತ್ತಿದ್ದಂತೆ ಒಂದಿಷ್ಟನ್ನು ತನ್ನ ಖಾತೆಗೆ ವರ್ಗಾಯಿಸಿಕೊಳ್ಳುವ ಕರಾರು ಮಾಡಿಕೊಂಡಿದ್ದ ಅವನು ಖಾದರ್‌ನ ಸಂಬಳದಲ್ಲಿ ಒಂದು ಭಾಗವನ್ನು ಅವನ ಹೆಂಡತಿಗೆ ಕೊಡಲು ಸಾಧ್ಯವೇ ಇರಲಿಲ್ಲ.

ಗಂಡನದ್ದು ತನಗೇನೂ ದಕ್ಕುವುದಿಲ್ಲ ಎಂದು ಅರ್ಥವಾದ ಖತೀಜಾ ಮನೆಗೆ ಮರಳಿದಳು. ಬಾಗಿಲಲ್ಲೇ ಕಾಯುತ್ತಿದ್ದ ಮಗಳು ಹಸೀನಾಳಿಗೆ ಅಮ್ಮನ ದೈನೇಸಿ ಮುಖ ನೋಡಿ ಎಲ್ಲಾ ಅರ್ಥ ಆಯಿತು. ಮುಂದಕ್ಕೆ ಓದುವ ಆಸೆಗೆ ಎಳ್ಳುನೀರು ಬಿಟ್ಟ ಅವಳು ಅಮ್ಮನನ್ನು ಆ ಬಗ್ಗೆ ಏನನ್ನೂ ಪ್ರಶ್ನಿಸದೆ 'ಹಮೀದ್, ಜಮೀಲಾ ಬರುವ ಹೊತ್ತಾಯಿತಲ್ಲಾ? ಚಾಗೆ ನೀರಿಡಲಾ?' ಕೇಳಿದಳು. ಅಷ್ಟರಲ್ಲಿ ಗಲಾಟೆ ಮಾಡುತ್ತಲೇ ಬಂದ ಅವರಿಬ್ಬರೂ ಹಾಲಿಲ್ಲದ ಚಹಾ ಕುಡಿಯುವುದಿಲ್ಲ ಎಂದು ತಕರಾರು ಮಾಡತೊಡಗಿದರು. ಇಬ್ಬರನ್ನೂ ಪಕ್ಕ ಕೂರಿಸಿಕೊಂಡ ಹಸೀನಾ 'ಹಾಗೆಲ್ಲಾ ಗಲಾಟೆ ಮಾಡಕೂಡದು. ಇನ್ನೊಂದ್ಸಲ ಹಾಲು ತಂದಾಗ ನಿಮ್ಮಿಬ್ರಿಗೂ ಎರಡು ದೊಡ್ಡ ಲೋಟಗಳಲ್ಲಿ ಚಹಾ ಮಾಡಿಕೊಡುತ್ತೇನೆ. ಈಗ ನಾವು ಮೂವರೂ ಒಟ್ಟಿಗೆ 'ಕಣ್ಣ' ಕುಡಿಯೋಣ' ಎಂದು ರಮಿಸತೊಡಗಿದಳು. ಎಲ್ಲವನ್ನೂ ಓರೆಗಣ್ಣಿನಿಂದ ನೋಡುತ್ತಿದ್ದ ಖತೀಜಾಳ ಕರುಳು ಚುರುಕ್ ಎಂದಿತು. ತಮ್ಮ ತಂಗಿಯನ್ನು ತಾಯಿಯಂತೆ ಪೊರೆವ ಹಸೀನಾಳ ಓದುವ ಸಹಜ ಆಸೆಯನ್ನೂ ತನಗೆ ಪೂರೈಸಲಾಗುತ್ತಿಲ್ಲವಲ್ಲಾ ಎಂದು ಗಂಟಲುಬ್ಬಿ ಬಂತು.

ಎದ್ದು ಒಳಮನೆಗೆ ನಡೆದಳು. ಯಾವುದಾದರೂ ಡಬ್ಬದ ತಳದಲ್ಲಿ ಒಂದಿಷ್ಟಾದರೂ ನಾಣ್ಯಗಳಿವೆಯೇ ಎಂದು ತಡಕಾಡಿದಳು. ಪಕ್ಕನೆ ತನ್ನಮ್ಮ ಸಾಯೋದಕ್ಕಿಂತ ಮುನ್ನ ತನ್ನ ಕೈಗಿತ್ತ ಅಲಿಕತ್ತ್ ನೆನಪಾಯಿತು. ಹಸೀನಾಳಿಗೆ ಕಿವಿಗೊಂದು ಓಲೆ ಮಾಡಿಸಬೇಕು ಎಂದು ಜತನದಿಂದ ತೆಗೆದಿಟ್ಟಿದ್ದಳು. ಅದನ್ನೇ ಮಾರಿ ಅವಳಿಗೆ ದುಡ್ಡು ಕೊಟ್ಟರಾಯಿತು ಅಂದುಕೊಂಡು 'ಬಾಗಿಲು ಎಳ್ಕೋ ಹಸೀನಾ, ಈಗ ಬರುತ್ತೇನೆ' ಅಂದು ಅಲಿಕತ್ತ್ ಅನ್ನು ಭದ್ರವಾಗಿ ಎರಡೆರಡು ಪ್ಲಾಸ್ಟಿಕ್ ಚೀಲದಲ್ಲಿಟ್ಟು ಅಂಗಡಿಯಲ್ಲಿ ಮಾರಿದಳು. ಅವನು ಕೊಟ್ಟ ಎರಡು ಸಾವಿರದ ಐವತ್ತು ರೂಪಾಯಿಗಳನ್ನು ಅಷ್ಟೇ ಭದ್ರವಾಗಿಟ್ಟುಕೊಂಡು, ಅದರ ಮೇಲೆ ಗಂಡನ ಕಣ್ಣು ಬೀಳದಿರಲಿ ಎಂದು ಪ್ರಾರ್ಥಿಸುತ್ತಾ ಮನೆ ತಲುಪಿದಳು. ನಾಳೆ ಒಂದು ದಿನ ಇದನ್ನು ಜೋಪಾನ ಮಾಡಿದರಾಯಿತು. ಸೋಮವಾರ ಬೆಳಗ್ಗೆಯೇ ದುಡ್ಡನ್ನು ಹಸೀನಾಳ ಕೈಯಲ್ಲಿಟ್ಟು ಅವಳ ಮೇಡಂಗೆ ತಲುಪಿಸಿಬಿಡಬೇಕು ಅಂದುಕೊಂಡಳು. ಅಲ್ಲಿವರೆಗೆ ಮನೆಯಲ್ಲಿ ದುಡ್ಡಿರುವುದು ಗಂಡನಿಗೆ ಗೊತ್ತಾಗದಿರಲಿ ಎಂದು ಅದರಿಂದಲೇ ಒಂದು ರೂ ಬೇರೆ ತೆಗೆದಿಟ್ಟು ಊರ ದರ್ಗಾಕ್ಕೆ ಹರಕೆ ಹೊತ್ತಳು.

ಮರುದಿನ ಬೆಳಗ್ಗೆ ಬೇಗ ಎದ್ದು ಹುಸೇನ್ ಸಾಬ್ರ ತೋಟಕ್ಕೆ ಕೊಯ್ದ ಅಡಕೆ ಹೆಕ್ಕಲೆಂದು ಹೊರಟಳು. ಹೊರಡುವ ಮುನ್ನ ಎರಡುಸಾವಿರದ ಕಟ್ಟನ್ನು ಮತ್ತೊಮ್ಮೆ ತನ್ನ ಸೆರಗಿನಲ್ಲಿ ಭದ್ರವಾಗಿ ಕಟ್ಟಿ 'ಹಸೀನಾ ಜೋಪಾನ' ಎಂದು ಇನ್ನೇನು ಮುರಿದು ಬೀಳುವಂತಿರುವ ಬಾಗಿಲನ್ನೇ ಎಳೆದು ಹೊರಟಳು. ಹೊರಡಬೇಕು ಎನ್ನುವಷ್ಟರಲ್ಲಿ ಕಾಲಿಗೆ ತೊಡರಿದ ಮಗ 'ಉಮ್ಮಾ ಇವತ್ತು ಸಂಜೆ ಬರುವಾಗ ಹಾಲು ತರಬೇಕು' ಎಂದು ತಾಕೀತು ಮಾಡಿದ. ಕಾಡುತ್ತಿರುವ ಅಸಹಾಯಕತೆಯನ್ನು ನುಂಗಿಕೊಂಡು ತಲೆಯಾಡಿಸಿದಳು. ಅಷ್ಟಕ್ಕೇ ಖುಶಿಪಟ್ಟ ಹಮೀದ್ 'ಇವತ್ತು ಸಂಜೆ ಹಾಲಿನ ಚಹಾ' ಎಂದು ಕುಣಿಯುತ್ತಾ ತಂಗಿಯನ್ನು ಆಟಕ್ಕೆ ಕರೆಯಲು ಹೊರಟ.

ಇತ್ತ ಕೆಲಸಕ್ಕೆ ಹೋದ ಖತೀಜಾಳ ಗಮನವೆಲ್ಲಾ ಸೆರಗಿನಲ್ಲಿ ಕಟ್ಟಿಕೊಂಡಿದ್ದ ದುಡ್ಡಿನ ಗಂಟಿನ ಮೇಲೇ ಇತ್ತು. ನಿಮಿಷಕ್ಕೆ ಐದು ಬಾರಿ ಅದನ್ನು ಮುಟ್ಟಿ ನೋಡಿ ಸುರಕ್ಷಿತವಾಗಿದೆಯಲ್ಲಾ ಎಂದು ಖಚಿತಪಡಿಸಿಕೊಳ್ಳುತ್ತಿದ್ದಳು. ಇದನ್ನು ನೋಡಿ ನೋಡಿ ರೋಸಿ ಹೋದ ಹುಸೇನ್ ಸಾಬ್ರು 'ಏನೇ ಕಜ್ಜಾ, ನಿಂಗೂ ನಿನ್ನ ಗಂಡನ ರೋಗ ಹತ್ತಿಕೊಂಡಿತಾ? ನಿದ್ದೆಯಲ್ಲಿ ಇದ್ದಂಗೆ ಆಡ್ತಿಯಲ್ಲಾ? ಮೈ ಬಗ್ಗಿಸಿ ಕೆಲಸ ಮಾಡೋದಿಕ್ಕೆ ಆಗ್ದೇ ಇದ್ರೆ ಕೆಲಸಕ್ಕೆ ಯಾಕೆ ಬರ್ಬೇಕು?' ಜಾಡಿಸಿದ. ಕಣ್ಣಿಂದ ಬಳಕ್ಕನೆ ಚಿಮ್ಮಿದ ನೀರನ್ನು ಒರೆಸಿಕೊಳ್ಳುತ್ತಾ 'ಯಾಕೋ ಮೈ ಹುಶಾರಿಲ್ಲ ಹುಜಾರರೇ ನಾಳೆ ಬರುತ್ತೇನೆ' ಎಂದು ಅವರ ಉತ್ತರಕ್ಕೂ ಕಾಯದೇ ಹೊರಟೇ ಬಿಟ್ಟಳು.

ಮನೆಗೆ ಬಂದವಳೇ ಚಾಪೆ ಹಾಸಿ ಉರುಳಿಕೊಂಡಳು. ಸೆರಗಿನಲ್ಲಿ ಕಟ್ಟಿಕೊಂಡಿರುವ ದುಡ್ಡು ಈ ಮಟ್ಟಿಗೆ ತನ್ನನ್ನು ಅಸ್ವಸ್ಥಳನ್ನಾಗಿಸುತ್ತಿದೆಯಾ? ಕೆಂಡದಂತೆ ಸುಡುತ್ತಿದೆಯಾ? ಗೊತ್ತಾಗಲಿಲ್ಲ ಅವಳಿಗೆ. ನಿದ್ರೆ ಮತ್ತು ಎಚ್ಚರದ ಸ್ಥಿತಿಯಲ್ಲಿ ಜೋಲಾಡುತ್ತಿದ್ದವಳ ಮುಂದೆ ಪೋಸ್ಟ್ ಮಾಸ್ಟರ್ ಹೇಳಿದ್ದ ಮಾತು ಪದೇ ಪದೇ ಬಂದು ಹೋದಂತಾಗುತಿತ್ತು. ಎಷ್ಟು ಸುಲಭದಲ್ಲಿ ಗಂಡ ಸಾಯಲಿ ಎಂಬಂತೆ ಮಾತಾಡಿದರು ಅನಿಸಿತು. ಅಷ್ಟರಲ್ಲಿ ಮನೆ ಮುಂದೆ ಜಾತ್ರೆಯಂತೆ ಸದ್ದು ಕೇಳಿಸಿತು. ಗಂಡ ಮತ್ತೆ ಕುಡಿದು ಬಂದು ಗಲಾಟೆ ಮಾಡುತ್ತಿದ್ದಾನೇನೋ ಅಂದುಕೊಂಡು ಎದ್ದಳು. ಹಿಂದೆಯೇ ಮಗ ಹಮೀದ್ ಮತ್ತು ಜಮೀಲಾಳ ಜೋರು ಅಳುವಿನ ಸದ್ದು ಕೇಳಿತು. ಮಲಗಿದ್ದಲ್ಲಿಂದ ಎದ್ದ ಖತೀಜಾ ಒಂದೇ ನೆಗೆತಕ್ಕೆ ಬಾಗಿಲ ಬಳಿ ನಿಂತಿದ್ದಳು.

ಮಗ ಹಮೀದ್ ತಲೆಯಲ್ಲಿ ರಕ್ತ ಸುರಿಸುತ್ತಾ ನಿಂತುಕೊಂಡಿದ್ದ. ರಸ್ತೆ ಪಕ್ಕ ಆಟ ಆಡಿಕೊಂಡಿದ್ದ ಅವನನ್ನು ಯಾವುದೋ ದನ ತಿವಿದು ಕೆಳಗೆ ಕೆಡವಿತ್ತು. ಬಿದ್ದ ರಭಸಕ್ಕೆ ಅಲ್ಲೇ ಇದ್ದ ಚೂಪು ಕಲ್ಲೊಂದು ತಾಗಿ ತಲೆ ಗಾಯವಾಗಿ ರಕ್ತ ಧಾರೆ ಧಾರೆಯಾಗಿ ಹರಿಯುತ್ತಿತ್ತು. ಅವಳು ಮಗನನ್ನೆತ್ತಿಕೊಂಡು ಆಸ್ಪತ್ರೆಗೆ ಓಡಿದಳು. ಅವಳ ಹಿಂದೆಯೇ ಹಸೀನಾಳೂ...

ಅಲ್ಲಿ ಅವನನ್ನು ಪರೀಕ್ಷಿಸಿದ ಡಾಕ್ಟರ್ ತಲೆಯ ಹಿಂದೆ ಮೂರು ಹೊಲಿಗೆ ಹಾಕಬೇಕು. ನೀವು ರಿಸೆಪ್ಷನ್‌ನಲ್ಲಿ ಹಣ ಕಟ್ಟಿ ರಸೀದಿ ತನ್ನಿ ಅಂದರು. ನಿನ್ನೆಯಿಂದಲೂ ಅಮ್ಮನ ಕಾರುಬಾರುಗಳನ್ನು ಸೂಕ್ಷ್ಮವಾಗಿ ಗಮನಿಸುತ್ತಿದ್ದ ಹಸೀನಾ ಒಂದು ಮಾತೂ ಕೇಳದೆ ಸೆರಗಿನ ತುದಿಯಲ್ಲಿ ಕಟ್ಟಿಕೊಂಡಿದ್ದ ದುಡ್ಡನ್ನು ಬಿಚ್ಚಿ ರಿಸೆಪ್ಷನಿಸ್ಟ್‌ಗೆ ಕೊಟ್ಟು ರಸೀದಿ ತಗೊಂಡು ಡಾಕ್ಟರ್ ಕೈಗೆ ಕೊಟ್ಟಳು. ಹೊಲಿಗೆ ಹಾಕಿಸಿಕೊಂಡ ನೋವಿಗೂ, ಬಿದ್ದ ನೋವಿಗೂ ನರಳುತ್ತಿದ್ದ ಹಮೀದ್‌ನನ್ನು ಸೊಂಟದಲ್ಲಿರಿಸಿ ಮತ್ತೊಂದು ಕೈಯಲ್ಲಿ ಹಸೀನಾಳ ಕೈ ಹಿಡಿದುಕೊಂಡು ಸುಡುವ ರಸ್ತೆಯಲ್ಲಿ ಬಿರಬಿರನೆ ಹೆಜ್ಜೆ ಹಾಕಿದಳು ಖತೀಜಾ. ಅಮ್ಮನ ಕೈ ಇಷ್ಟು ಬೆವರುತ್ತಿರುವುದು ಯಾಕೆ ಎಂದು ಅರ್ಥವಾಗದ ಹಸೀನಾ ಅವಳ ವೇಗಕ್ಕೆ ಸಮನಾಗಿ ಹೆಜ್ಜೆ ಹಾಕಲಾಗದೆ 'ಉಮ್ಮಾ ಒಂಚೂರು ಮೆಲ್ಲ ನಡೆ' ಅಂದಳು. ಸೊಂಟದಲ್ಲಿದ್ದ ಹಮೀದ್‌ನನ್ನು ಇಳಿಸಿ ರಸ್ತೆಯ ಮಧ್ಯೆಯೇ ಅವಳನ್ನು ಬಾಚಿ ತಬ್ಬಿಕೊಂಡ ಖತೀಜಾ 'ನನ್ನುಮ್ಮಾ' ಎಂದು ಕಣ್ಣೀರುಗರೆದಳು. ಅಮ್ಮನ ಕಣ್ಣೀರು ನೋಡಿ ಹಮೀದ್ ಮತ್ತಷ್ಟು ಜೋರಾಗಿ ಅಳತೊಡಗಿದ. ಹಸೀನಾಳ ಕಣ್ಣಲ್ಲೂ ನೀರು ಉಕ್ಕಿ ಬಂತು. ಮೂರು ಅಮಾಯಕ ಜೀವಗಳು ಹೀಗೆ ನಡು ರಸ್ತೆಯಲ್ಲಿ ಕಣ್ಣೀರು ಸುರಿಸುತ್ತಿದ್ದರೆ ಸುಡುತ್ತಿದ್ದ ಸೂರ್ಯ ಮತ್ತಷ್ಟು ಸಿಡಿ ಸಿಡಿಯಾದ.

ಮನೆಗೆ ಹೋದ ಮೇಲೆ ಖತೀಜಾ ಹಮೀದ್‌ನ ಪಕ್ಕ ಕೂತು ಅವನ ದೇಖಿರೇಖಿ ನೋಡಿಕೊಳ್ಳುತ್ತಿದ್ದರೂ ಮಗುಮ್ಮಾಗಿಯೇ ಇದ್ದಳು. ಮಗಳು ಹಸೀನಾಳ ಮುಖ ನೋಡಲೇ ಅಂಜಿಕೆಯಾಗುತ್ತಿತ್ತು, ಇನ್ನೇನು ಕೇಳಿ ಬಿಡುತ್ತಾಳೋ ಅನ್ನುವ ದುಗುಡದಲ್ಲೇ ರಾತ್ರಿಯವರೆಗೂ ಕಾಲ ಕಳೆದಳು. ತೀರಾ ಮಲಗುವ ಮುನ್ನ ಅವಳ ಪಕ್ಕ ಕೂತು 'ದುಡ್ಡಿಗೇನೇ ಮಾಡೋದು?' ಎಂದು ಆಪ್ತವಾಗಿ ಕೇಳಿದ್ದಳು. ಹಸೀನಾ ದೊಡ್ಡ ಹುಡುಗಿಯಂತೆ 'ಏನಾದರೊಂದು ಆಗಲಿ ಬಿಡು, ಈಗ ಮೊದಲು ಹಮೀದ್ ಹುಶಾರಾಗಲಿ' ಎಂದು ಮುಸುಕೆಳೆದಿದ್ದಳು.

ಖತೀಜಾಗೆ ಮತ್ತೆ ಪೋಸ್ಟ್ ಮಾಸ್ಟರ್ ಹೇಳಿದ್ದು ನೆನಪಾಯಿತು. ಖಾದರ್ ಸತ್ತರೆ ಎಲ್ಲಾ ಸರಿಯಾಗುತ್ತಾ? ಅವರಂತೆ ನಾನೂ ಅವನು ಸಾಯಲಿ ಎಂದು ಬಯಸುತ್ತಿದ್ದೇನೆಯೇ? ಅವನಿಂದ ನಾನನುಭವಿಸಿದ ಕಷ್ಟ ಏನು ಕಡಿಮೆಯೇ? ಇವನ ಕುಡಿತದ ಕಾರಣದಿಂದ ಊರಿಗೇ ಊರೇ ನಮ್ಮನ್ನು ಬಹಿಷ್ಕರಿಸಲೂ ಹೊರಟಿತ್ತು. ಆವತ್ತು ಹುಸೇನ್ ಹಾಜಿ ಇಲ್ಲದೇ ಇದ್ದರೆ ನಮ್ಮ ಮೇಲೆ ಬಹಿಷ್ಕಾರ ಹೇರಿಯೇ ಬಿಡುತ್ತಿದ್ದರೇನೋ? ಕೆಲಸದ ವಿಷಯದಲ್ಲಿ, ಸಂಬಳದ ವಿಷಯದಲ್ಲಿ ಅವರು ಒಂದಿಷ್ಟು ಜುಗ್ಗತನ ತೋರಿದರೂ ಎಂದೂ ನ್ಯಾಯಕ್ಕೆ ತಪ್ಪಿದವರಲ್ಲ. ಖಾದರ್ ಊರಿನ ಪುಡಾರಿ ಅಬ್ದುಲ್ಲನ ಬಳಿ ಸಾಲ ಮಾಡಿದ್ದಾಗ ಅಂವ ಮನೆ ಮುಂದೆ ಬಂದು 'ಹಸೀನಾಳನ್ನು ನಮ್ಮನೆ ಕೆಲ್ಸಕ್ಕೆ ಕಳ್ಸಿ ಸಾಲ ಸಂದಾಯ ಮಾಡ್ಕೊಳ್ತೀನಿ' ಎಂದು ರಂಪಾಟ ಮಾಡಿದ್ದಾಗಲೂ ನಮ್ಮ ಪರ ನಿಂತು ಮಾತನಾಡಿದ್ದು ಹಾಜಾರರೇ ಅಲ್ವಾ? ಕುಡಿಯೋದು ಹರಾಮೀ, ಹಾಗಂತ ನ್ಯಾಯ ಹೇಳಲು, ತಕ್ಕಡಿ ತೂಗಿಸಲು ಬಂದ ಅವರೆಲ್ಲಾ ಎಷ್ಟು ನೀತಿವಂತರು ಎಂದು ಅವತ್ತೂ ನನಗನ್ನಿಸಿತ್ತು, ಈಗಲೂ ಅನ್ನಿಸುತ್ತಿದೆ. ಆದರೆ ಬಾಯಿ ಬಿಟ್ಟು ಹಾಗೆ ಕೇಳಲು ಧೈರ್ಯ ಸಾಲುವುದಿಲ್ಲ.

ಮರುದಿನ ಒಂದು ಅನ್ಯಮನಸ್ಕತೆಯಲ್ಲೇ ಹಸೀನಾ ಶಾಲೆಗೆ ಹೋಗಿದ್ದಳು. ಯಾವ ತಲ್ಲಣವನ್ನು ಎದೆಯಲ್ಲಿ ಹೊತ್ತುಕೊಂಡಿದ್ದಳೋ ಏನೋ ಒಂದೆರಡು ಹಿಡಿ ಗಂಜಿ ಜಾಸ್ತಿಯೇ ಉಂಡಿದ್ದಳು. ತೀರದ ದುಗುಡವೊಂದು ಅವಳೆದೆಯೊಳಗೆ ಮನೆ ಮಾಡಿದೆ ಎಂಬುವುದು ಖತೀಜಾಗೆ ಅವಳು ಬಾಯಿ ಬಿಟ್ಟು ಹೇಳದೇ ಅರ್ಥ ಆಗಿತ್ತು. ಯಾವತ್ತೂ ತಂಗಿ-ತಮ್ಮನಿಗೆ, ಅಮ್ಮನಿಗೆ ಇದೆಯೇ ಇಲ್ಲವೇ ಎಂದು ಗಂಜಿಯ ಪಾತ್ರೆ ಬಗ್ಗಿಸಿ ನೋಡದ ಮಗುವೇ ಅಲ್ಲ ಅದು. ಅದೇ ನೋವಲ್ಲಿ ಬಾಗಿಲಿಗೆ ಸಿಕ್ಕಿಸಿಕೊಂಡ ಬುರ್ಖಾ ತೊಟ್ಟುಕೊಂಡು ಮಗ ಹಮೀದ್‌ಗೆ ನೂರು ಬಾರಿ ಜೋಪಾನ ಹೇಳಿ ಹಾಜಾರರ ತೋಟಕ್ಕೆ ಹೋದಳು.

ಅಲ್ಲಿ ಮತ್ತೆ ಹಸೀನಾಳದೇ ನೆನಪು. ಮೊನ್ನೆ ಮೊನ್ನೆಯ ಹಾಗೆ ಮದ್ರಸಾದಲ್ಲಿ ಓದಿನ ವಿಚಾರಕ್ಕೆ ಹುಡುಗರ ಗುಂಪೊಂದು ಅವಳನ್ನು ಚುಡಾಯಿಸಿದಾಗ 'ವಿದ್ಯೆ ಕಲಿಯಲು ಚೀನಾಕ್ಕೆ ಬೇಕಾದರೂ ಹೋಗಬಹುದು ಎಂದು ಪ್ರವಾದಿಯವರೇ ಹೇಳಿದ್ದಾರೆ ಎಂದ ಮೇಲೆ ನಿಮ್ಮದೇನು?' ಎಂದು ಅವರ ಬಾಯಿ ಮುಚ್ಚಿಸಿದ್ದಳು. ಆ ಕ್ಷಣಕ್ಕೆ ಉಸ್ತಾದರೂ ಮೆಚ್ಚುಗೆಯಿಂದ ಅವಳ ಬೆನ್ನು ತಟ್ಟಿದ್ದರು. ಈ ವಿಚಾರ ಖತೀಜಾಗೆ ಗೊತ್ತಾಗಿ ಮಗಳ ಬಗ್ಗೆ ಹೆಮ್ಮೆ ಪಟ್ಟುಕೊಂಡಿದ್ದಳು. ಈಗ ಅದೇ ಮಗಳ ಶಿಕ್ಷಣ ಅರ್ಧಕ್ಕೆ ನಿಲ್ಲುವಂತಾಗುತ್ತದೆ ಎಂದು ನೆನಪಾಗುವಾಗ ಅವಳ ಕರುಳು ಕಿವುಚಿದಂತಾಗುತ್ತಿತ್ತು.

ಏನಾದರೂ ಸರಿ, ಹೇಗಾದರೂ ದುಡ್ಡು ಹೊಂದಿಸಲೇಬೇಕು ಅಂದುಕೊಂಡ ಖತೀಜಾಗೆ ನೆನಪಾದದ್ದು ಹಾಜಾರರ ಹೆಂಡತಿ ಐಸಮ್ಮ. ಜೀವ ಹಿಡಿ ಮಾಡುತ್ತಲೇ ಅವರ ಬಳಿ ಹೋದ ಖತೀಜಾ 'ಹಜ್ಜುಮ್ಮಾ ಹಸೀನಾಳನ್ನು ಶಾಲೆಗೆ ಸೇರಿಸಲು ಎರಡು ಸಾವಿರ ರೂ ಬೇಕಿತ್ತು. ನಿಧಾನಕ್ಕೆ ವಾಪಾಸ್ ಕೊಡ್ತೀನಿ' ಅಂದಳು. ಐಸಮ್ಮ ಕೂತಲ್ಲಿಂದ ಎದ್ದು ಒಳಹೋದರು. ಅಲ್ಲೇ ಇದ್ದ ನೋಟಿನ ಕಟ್ಟು ಖತೀಜಾಳನ್ನು ಅಣಕಿಸುವಂತೆ ಗಾಳಿಗೆ ಪಟ ಪಟ ಹಾರಿತು. ಖತೀಜಾ ಮಾತಾಡಿದ್ದು ಅವರಿಗೆ ಕೇಳಿಸಿದಾ ಇಲ್ಲವೋ ಎನ್ನುವುದೇ ಅವಳಿಗಿದ್ದ ದೊಡ್ಡ ಅನುಮಾನವಾಗಿತ್ತು. ಆದರೆ ಮತ್ತೊಮ್ಮೆ ಕೇಳಲು ಅವಳ ಸ್ವಾಭಿಮಾನ ಬಿಡಲಿಲ್ಲ.

ಆದರೆ ಹಸೀನಾಳ ಶಾಲೆ? ಅಡಕತ್ತರಿಯಲ್ಲಿ ಸಿಕ್ಕಂತಾಯಿತು ಅವಳ ಪಾಡು. ಗಾಳಿಗೆ ಪಟ ಪಟ ರೆಕ್ಕೆ ಬಡಿಯುತ್ತಿರುವಂತೆ ಕಾಣುತ್ತಿದ್ದ, ಬಿಟ್ಟರೆ ಇನ್ನೇನು ದೂರ ದಿಗಂತಕ್ಕೆ ಹಾರಿಯೇ ಬಿಡುತ್ತದೆ ಎಂಬಂತಿದ್ದ ನೋಟಿನ ಕಟ್ಟಿನಿಂದ ಮೂರೋ ನಾಲ್ಕೋ ನೋಟು ತೆಗೆದು ಸೆರಗಲ್ಲಿ ಗಂಟು ಕಟ್ಟಿಕೊಂಡು ಆ ಮನೆಯಿಂದ ಹೊರಟಳು. ಬೆವರುತ್ತಿರುವ ಮೈ, ಒಣಗಿದ ತುಟಿ, ಕೈ ಕಾಲುಗಳಲ್ಲಿ ನಡುಕ... ಮನೆಗೆ ಬಂದು ತಲುಪುವಷ್ಟರಲ್ಲಿ ಆಯಾಸದಿಂದ ಬಿದ್ದೇ ಬಿಡುತ್ತೇನೆ ಅನ್ನಿಸಿತ್ತು. ನನಗೆ ಯಾಕೆ ಬಂತು ಈ ದುರ್ಬುದ್ಧಿ? ಒಂದು ಸಲ ಕದಿಯುವುದು ಅಭ್ಯಾಸವಾಗಿಬಿಟ್ಟರೆ ಮುಂದೆ ಅದೇ ಚಟ ಆಗಿಬಿಟ್ಟರೆ? ಯಾರಿಗಾದರೂ ಗೊತ್ತಾದರೆ ನನ್ನ ಮನೆ ಒಳಗೆ ಸೇರಿಸಿಯಾರೆ? ಕೆಲಸ ಮಾಡದಿದ್ದರೆ ಅನ್ನ ಹುಟ್ಟುವುದಾದರೂ ಹೇಗೆ? ಎಂದೆಲ್ಲಾ ಯೋಚನೆಗಳು ಕಾಡಿ ನಿಧಾನಕ್ಕೆ ಕಣ್ಣ ಹನಿಗಳು ಕೆನ್ನೆಯನ್ನು ತೋಯಿಸತೊಡಗಿದವು. ಅಲ್ಲೇ ಇದ್ದ ಮಗ 'ಉಮ್ಮಾ ಯಾಕಳ್ತಿದ್ದೀಯಾ? ನನ್ನ ತಲೆ ನೋವು ಪೂರ್ತಿ ಗುಣ ಆಗಿದೆ ನೋಡು, ಅಳ್ಬೇಡ ಉಮ್ಮಾ, ಇಲ್ನೋಡು' ಎಂದ. ಅವನ ಯಾವ ಪ್ರಶ್ನೆಗೂ ಉತ್ತರಿಸದ ಖತೀಜಾ ಮತ್ತಷ್ಟು ಜೋರಾಗಿ ಅಳತೊಡಗಿದಳು. ಅಷ್ಟರಲ್ಲಿ ಬಂದು ನಿಂತ ಕಾರಿನಿಂದ ಇಳಿದ ಐಸಮ್ಮಾ 'ಕಜ್ಜಾ, ನೀನು ಎರಡು ಸಾವಿರ ರೂಪಾಯಿ

ಕೇಳಿದ್ದಿಯಲ್ಲಾ, ಇಕಾ ತಗೋ. ನೀನು ನಮ್ಮನೆಯಿಂದ ಬಂದದ್ದೇ ಗೊತ್ತಾಗಲಿಲ್ಲ. ಬರುವಾಗ ಹೇಳಿ ಬರೋದಲ್ವಾ? ಸಾಲ ತೀರಿಸೋಕೆ ನಾಳೆಯಿಂದ ಒಂದು ಗಂಟೆ ಹೆಚ್ಚು ಕೆಲಸ ಮಾಡು' ಎಂದು ಅರ್ಧ ಆಕ್ಷೇಪಣೆಯಿಂದಲೂ ಇನ್ನರ್ಧ ಅಧಿಕಾರವಾಣಿಯಿಂದಲೂ ಹೇಳಿದರು. ಖತೀಜಾ ಇನ್ನಷ್ಟು ಜೋರು ಅಳುತ್ತಾ 'ನನ್ನ ಮಾಫ್ ಮಾಡಿಬಿಡಿ ಹಜ್ಜುಮ್ಮಾ. ಮಗಳ ಓದಿನ ಆಸೆಗೆ ಬಿದ್ದು ತಪ್ಪು ಮಾಡಿಬಿಟ್ಟೆ' ಎಂದು ಸೆರಗಲ್ಲಿ ಕಟ್ಟಿಕೊಂಡಿದ್ದ ದುಡ್ಡನ್ನು ಅವರ ಕೈಗಿತ್ತಳು. ಐಸಮ್ಮ ಮೆಟ್ಟಿಲ ಮೇಲೆ ಕುಳಿತಿದ್ದ ಅವಳನ್ನೆಬ್ಬಿಸಿ 'ಇದೆಂಥ ಕಜ್ಜಾ ಚಿಕ್ಕ ಮಕ್ಕಳ ರೀತಿ ಅಳುವುದು? ಇದರಲ್ಲಿ ನನ್ನ ತಪ್ಪೂ ಉಂಟು. ನೀನು ಕೇಳಿದಾಗಲೇ ಕೊಟ್ಟುಬಿಟ್ಟಿದ್ದರೆ ಅಥವಾ ಕೊಡುತ್ತೇನೆ ಎಂದಿದ್ದರೂ ಸಾಕಿತ್ತು. ನೀನು ಇಂಥಾ ಕೆಲಸ ಮಾಡ್ತಿರ್ಲಿಲ್ಲ. ಹೆಣ್ಣು ಮನದ ತಲ್ಲಣಗಳೇ ಹೀಗೆ, ತನ್ನವರಿಗಾಗಿ ಗೊತ್ತೇ ಇಲ್ಲದೆ ತಪ್ಪು ಮಾಡಿಸಿಬಿಡುತ್ತದೆ. ಆದ್ರೆ ಇನ್ನ್ಯಾವತ್ತೂ ಇಂತಹಾ ತಪ್ಪು ಮಾಡಬೇಡ' ಎಂದರು. ನಾಚಿಕೆಯಿಂದಲೂ, ಪಾಪಪ್ರಜ್ಞೆಯಿಂದಲೂ ತಲೆ ತಗ್ಗಿಸಿದ್ದ ಖತೀಜ ತಲೆ ಎತ್ತಿ ನೋಡಿದಳು, ತೀರಿ ಹೋದ ಉಮ್ಮ ಎದ್ದು ಬಂದು ಮತ್ತೊಮ್ಮೆ ಅಲಿಕತ್ತ್ ಕೊಟ್ಟ ಹಾಗೆ ಭಾಸವಾಯಿತು. ಕಣ್ಣು ಹೊರಳಿಸಿ ನೋಡಿದರೆ ಶಾಲೆಯಿಂದ ಬಂದ ಹಸೀನಾ, ವಿದ್ಯೆ ಬೀಸಲಿರುವ ಗಾಳಿಗಾಗಿ ಬಾಗಿಲು ತೆರೆಯಲು ಬಂದ ಐಸಮ್ಮಳನ್ನು ಅಚ್ಚರಿಯಿಂದ ನೋಡುತ್ತಾ ನಿಂತಿದ್ದಳು.

●

# ಹೂವಿನಂಗಡಿ...

**ಶರಣಬಸವ ಕೆ. ಗುಡದಿನ್ನಿ**
sharanumaddy007@gmail.com

'ಭಯ್ಯಾ, ಮೌಲಸಾಬ್ ಬುಲಾರೆ, ಆನಕತೇ ಜಲ್ದಿ' ನೂರ್ ಆಹ್ಮದ್ ಬಂದು ಕರೆದಾಗ ಕರೀಂ ವ್ಯಾಕುಲನಾಗಿ ತಲೆ ಮೇಲೆ ಕೈಹೊತ್ತು ಕುಂತಿದ್ದ.

ಹರಿದ ಕುಬುಸದ ತೋಳಿಗೆ ಹೊಲಿಗೆ ಹಾಕುತ್ತಿದ್ದ ಫಾತಿಮಾ ಮಿಷನ್ ತುಳಿಯುವದನ್ನ ಬಿಟ್ಟು 'ಮತ್ತೇನ ಬಂತಪಾ' ಎಂಬಂತೆ ಆತಂಕ ತುಂಬಿದ ಕಣ್ಣಳಿಂದ ನೋಡಿದಳು.

'ಇನ್ನೂ ಇವರದೊಂದು ಕತೀ, ಒಟ್ಟ ನಮ್ ನಸೀಬ್ ಚಂದಿಲ್ಲ.'

ಅನಕೋಂತ ಕರೀಂ ಪಡಸಾಲೆಯಿಂದ ಎದ್ದು ಅಂಗಿಗಾಗಿ ಹುಡುಕಾಡಿದ.

'ಯಾರಿಗೂ ಏನು ಅನಾಕ ಹೋಗಬ್ಯಾಡ್ರೀ ಅವರು ಏನ್ ಹೇಳ್ತಾರ ಅದ್ಕ ಹು ಅಂತ ತಲೀ ಅಳ್ಳಾಡಿಸಿ ಬರ್ರೀ' ಸಾಲಿಗೊಂಟ ಕೂಸಿಗೆ ಅದರವ್ವ ಹೇಳುವಂತೆ ಗಂಡನಿಗೆ ಫಾತಿಮಾ ತಾಕೀತು ಮಾಡಿ ಗೂಟಕ್ಕೆ ಸಿಗಾಕಿದ್ದ ನಿಂಬುಳಿ ಬಣ್ಣದ ಜುಬ್ಬವನ್ನ ತಂದು ಕೈಗಿಟ್ಟಳು. ಎರಡೂ ಕೈ ಮ್ಯಾಲೆತ್ತಿ ಜುಬ್ಬಾದ ಸಣ್ಣ ಕಾಲರ್ರಿನಲಿ ಗೋಣಾಕಿ, ಕೂದಲುಗಳೇ ತುಂಬಿದ್ದ ಕೈಗಳನ್ನ ತುರುಕಿ ಅಲಾಕ್ ಮೇಲೆತ್ತಿ ತ್ರಾಸಿನಿಂದಲೇ ಜುಬ್ಬವನ್ನ ಮೈಮೇಲೆಳೆದುಕೊಂಡ.

ಹೋಗಲೋ ಬೇಡವೋ ಎಂಬಂತೆ ಒಂದು ಕ್ಷಣ ಕಾಲು ಹಿಂದಕ್ಕೆಳೆದವು!

ಹೂಹೂಂ ಬೇರೆ ವಿಧಿಯಿಲ್ಲ!

ಕರೀಂ ಈಗ ಎಲ್ಲರ ಚರ್ಚೆಯ ವಿಷಯ!

ಮುಂಜಾನೆಯಿಂದ ಮನೆಯಲಿರುವ ಎರಡೂ ಮೊಬೈಲುಗಳು ಹೊಡೆದುಕೊಳ್ಳುತ್ತಲೇ ಇದಾವೆ! ಹಲೋ ಎಂದರೆ ಸಾಕು ಬರೀ ಭಯ, ಆತಂಕ ತುಂಬಿದ ಧ್ವನಿಗಳೇ! ಮತ್ತೇನು ತೋಚದೆ ಕಾಲಿಗೆ ಚಪ್ಲಿ ಹಾಕಿಕೊಂಡು ಭಾರವಾದ ಹೆಜ್ಜೆ ಹಾಕುತ್ತ ಊರ ಮದ್ಯದ ಮಸೀದಿಯತ್ತ ಹೊರಟ.

ಹಾಗೆ ಹೊರಟ ಕರೀಂನ ತಲೆಯಲ್ಲಿ ಹತ್ತಾರು ಆಲೋಚನೆಗಳು.

ಇನ್ನೂ ಮುಂದೆ ಬದುಕು ಸಾಗಿಸುವುದು ಹೇಗೆ? ಎಂಬುದು ಅವುಗಳಲ್ಲಿ ಮುಖ್ಯವಾದುದು.

ತನ್ನ ಅಪ್ಪ ಖಾದರ್ ನಿಂದ ಹಿಡಿದು ಇಲ್ಲಿಯವರೆಗೆ

ಎಲ್ಲರೂ ಚೌಕದ ದೊಡ್ಡ ಹನಮಂದೇವರ ಗುಡಿಯ ಮುಂದೆ ಹೂವಿನಂಗಡಿಯಲ್ಲೇ ಬದುಕು ಸಾಗಿಸಿದ್ದು.

ಅಷ್ಟೇ ಯಾಕೆ?

ಅಮೀನಗಡದ ಆಯೀಷಾಳನ್ನ ಕರೀಂ ಮದುವೆಯಾಗುವಾಗ ಅಲ್ಲಿಂದ ಜೀಪಿನಲ್ಲಿ ಬಂದ ಮಾವ ಇಮಾಮಸಾಬ್ ಹೂವಿನಂಗಡಿಯ ವ್ಯಾಪಾರ ನೋಡಿಯೇ ನಿಖಾ ಓದಿಸಲು ಒಪ್ಪಿದ್ದು!

ಆ ಕಾಲಕ್ಕೆ ಕರೀಂನ ತಾಯಿ ಕದ್ರೀಸಾ ಎಷ್ಟು ಚೆಂದಾಗಿ ಹೂ ಮಾಲೆ, ದಂಡಿ, ಕಳಸದ ಹಾರ, ಹೂವಿನ ತೊಟ್ಟಿಲು ಕಟ್ಟುತ್ತಿದ್ದಳೆಂದರೆ ಸ್ವತಃ ಹೂಗಳಿಗೂ ಚೂರು ತಕಲಿಫ್ ಆಗುತ್ತಿರಲಿಲ್ಲ.

ಮನೆಯ ಪಾರಸೀ ಕಲ್ಲಿನ ಮೇಲೆ ರಾತ್ರಿಗೆ ರಾಶಿ, ರಾಶಿ ಬಿದ್ದಿರುತ್ತಿದ್ದ ಮಲ್ಲಿಗೆ, ಸೇವಂತಿ, ಚೆಂಡುವ್ವ, ದುಂಡು ಮಲ್ಲಿಗೆ, ಸೂಜಿ ಮಲ್ಲಿಗೆ, ಗುಲಾಬಿ ಬೆಳಕರಿಯುವ ಹೊತ್ತಿಗೆ ಮಾಲೆಗಳಾಗಿ, ಹಾರಗಳಾಗಿ ಮದುವೆಯ ಮದುವಣಗಿತ್ತಿಯ ದಂಡೆಗಳಾಗಿ, ಕಳಸ ಹಿಡಿಯುವಕಾಕಿಯ ಸೂಸುಗವಾಗಿ, ಹರಕೆ ಹೊತ್ತವರ ಕೈಯಲ್ಲಿ ತೊಟ್ಟಿಲಾಗಿ ನಳನಳಿಸುತ್ತಿದ್ದವು.

ಬೆರಳುಗಳು ಹೂ ಮತ್ತು ದಾರದ ಮಧ್ಯೆ ಹುಲ್ಲಿನಲಿ ಓಡುವ ಕೇರೆ ಹಾವಿನಂತೆ ಸರಸರನೇ ಓಡುತ್ತಿದ್ದವು!

ಬದುಕಿಡೀ ಹೂ ಕಟ್ಟಿದ ಆಕೆಯ ಕೈಗಳನ್ನ ಒಮ್ಮೆ ನೋಡಬೇಕು!ದಾರ ಹರಿದು, ರೀಲ್ ದಾರ ಕೊರೆದು ಕೈಯಂಬವು ಕೇಜಿಬಿಲ್ಲಿ ಓಡಾಡಿದ ಡಾಂಬರು ರೋಡಿನಂತಾಗಿದ್ದವು.

ಆಕೆ ಮಕ್ಕಳಿಗೂ ಬೇರೇನೂ ಕಲಿಸಲಿಲ್ಲ!

ಆಕೆಗೆ ಬೇರೆ ಬರುತ್ತಲೂ ಇರಲಿಲ್ಲ.

ಆ ಮಕ್ಕಳೂ ಹೂವಿನ ಸಾವಾಸದಲಿ ಸಾಲಿ ಬಿಟ್ಟಾಗ ಖಾದರಸಾಬು ಬೈಯ್ದು ಜೋಳದ ದಂಟಿನಿಂದ ಬಾರಿಸಲೋದರೆ

'ರಗತದಾಗ ಇದ್ದದ್ದು ಎಲ್ಲಿಗೋತದ' ಅಂದು ಮುಗಳ್ನಗುತ್ತಿದ್ದಳು.

ಚಿಕ್ಕಂದಿನಲ್ಲೇ ಕರೀಂ ಮತ್ತು ಅವನ ಇಬ್ಬರು ಅಕ್ಕಂದಿರೂ ಮೀನಿನ ಮರಿ ಈಜು ಕಲಿತಷ್ಟೇ ಸಲೀಸಾಗಿ ಹೂ ಕಟ್ಟುವದನ್ನ ಕಲಿತುಬಿಟ್ಟರು!

ಕರೀಂ ಬರೀ ಹೂ ಕಟ್ಟುತ್ತಿರಲಿಲ್ಲ!? ಕರಡಿಕಲ್, ಕೆಸರಟ್ಟಿ, ಗೊರೆಬಾಳ ಅಂತ ತಿರುಗಾಡಿ ಸೈಕಲ್ ಮೇಲೆ ಹೂವ್ವ ತರುತ್ತಿದ್ದ.

ಮನೆಯ ಹೆಂಗಸರೆಲ್ಲ ಉಣ್ಣುವದ ಬಿಟ್ಟು ಕಟೀ ಕುಂತು ಹೂ ಕಟ್ಟುತ್ತಿದ್ದರು.

ಕೆಲವೊಮ್ಮೆ ತಂದ ಅಷ್ಟು ಹೂ ಖಲಾಸಾಗಿ ಸುಮ್ಮನೆ ಕೂಡದೆ ಬಸ್‌ಸ್ಟ್ಯಾಂಡ್ ಜೀರ್‍ರಾ ಮಾಂತೇಶನ ಅಂಗಡಿಗೆ ಕೆಜಿಗೆ ಹನ್ನೆರಡು ರೂಪಾಯಿಯಂತೆ ಮಾಲೆ ಕಟ್ಟುವ ಕೆಲಸ ಮಾಡಿ ಸೈ ಎನಿಸಿಕೊಳ್ಳುತ್ತಿದ್ದರು.

ಕರೀಂನ ಬಾಬ ಖಾದರ್ ಮುಂಜಾನೆ ಐದಕ್ಕೆ ಎದ್ದು ಊರಮದ್ಯದ ಚೌಕದ ದೊಡ್ಡ ಹನಮಂದೇವರ ಗುಡಿಯ ಅಂಗಳದ ಹೂವಿನಂಗಡಿ ಹೊಕ್ಕವರು ಸಂಜೆಗೆ ಎಲ್ಲಾ ಹೂ ಮಾರಿ ಅಂಗಡಿ ಮುಚ್ಚಿ ಗುಡಿಯ ಪೂಜಾರಿ ಶರಭಯ್ಯನೊಂದಿಗೆ ನಾಕು ಮಾತಾಡಿ ಚಾ ಕುಡ್ದೆ ಮನೆಯ ದಾರಿ ಹಿಡಿಯುತ್ತಿದ್ದರು.

ಮುಂಜಾನೆಯ ನಾಷ್ಟಾ ಮದ್ಯಾಹ್ನದ ಊಟವನ್ನ ಕರೀಂನೇ ಸಪ್ಲೈ ಮಾಡುತ್ತಿದ್ದ.

ಹೂವಿನಂಗಡಿಗೆ ಎಡತಾಕಲು ಹೆಣಗಾಡುವ ಅವನಿಗದು ಇಷ್ಟದ ಕೆಲಸವೇ ಆಗಿತ್ತು!

ಅಂಗಡಿ ಅಂಬುದಕ್ಕೆ ಅದೇನು ದೊಡ್ಡ ಕಟ್ಟಡದ ಮುಚ್ಚುವ ಸೆಟ್ಟರ್ ಇರುವ ಬಿಲ್ಡಿಂಗ್ ಅಲ್ಲ?

ನಾಲ್ಕು ಗಾಲಿ ಇರುವ ದೊಬ್ಬುವ ಬಂಡಿ!

ಹಾರ ಸಿಗಾಕಲು ಮೊಳೆ, ಕುಂದ್ರಾಕೊಂದು ಜಾಗ ಮಾಡಿಕೊಂಡ ಸಣ್ಣ ಮೊಬೈಲ್ ಹೂವಿನಂಗಡಿ.

ಆದರದು ಕಳೆದ ಹತ್ತಾರು ವರ್ಷಗಳಿಂದ ಗುಡಿಯ ಬಲಭಾಗದಲ್ಲಿ ಇದ್ದು, ಕರೀಂನ ಅಪ್ಪ, ಈಗ ಕರೀಂ ಅಲ್ಲಿ ಕುಂತು, ಕುಂತು ಗುಡಿಗೆ ಬರುವವರಿಗೆ, ಹೋಗುವವರಿಗೆ ಕರೀಂನ ಅಂಗಡಿಯಿಲ್ಲದೆ ಗುಡಿಯನ್ನು ಕಲ್ಪಿಸಿಕೊಳ್ಳಲೂ ಆಗದಷ್ಟು ಚೌಕಟ್ಟಿನೊಳಗಿನ ಚಿತ್ರವಾಗಿ ಮಾರ್ಪಟ್ಟಿತ್ತು.

ಆದರೆ ನಿನ್ನೆ ಏಕಾಏಕಿ ನಡೆದ ಆ ಘಟನೆಯಿಂದ ಬದುಕಿನಲ್ಲಿ ಮೊದಲ ಸಲ ನಾನು ಈ ಹೂವಿನ ಅಂಗಡಿಯ ಉಸಾಬರಿಗೆ ಬೀಳಬಾರದಿತ್ತು ಅಂತ ಕರೀಂನಿಗೆ ಬಲವಾಗಿ ಅನಿಸಿತ್ತು.

ಗ್ಯಾರೇಜೋ?

ಚಿಕನ್ ಕತ್ತರಿಸುವ ಅಂಗಡಿಯೋ ತೆರೆಯಬೇಕಿತ್ತು?

ಇಲ್ಲವೇ ಚೆಂದಗೆ ಓದಿ ಯಾವದಾದರೂ ಸರಕಾರಿ ಕಾರಕೂನಿಗೆ ಸೇರಬೇಕಾಗಿತ್ತು ಅಂತ ನೂರು ಸಲ ಯೋಚಿಸಿದ್ದ.

ಆದರೆ ಈ ಹೂವಿನೊಂದಿಗಿನ ಒಡನಾಟ ಯಾವುದಕ್ಕೂ ಬಿಟ್ಟಿರಲಿಲ್ಲ.

ಎದ್ದರೆ, ಮಲಗಿದರೆ ಮೂಗಿನ ಹೊಳ್ಳೆಗಳಿಗೆ ಬರೀ ಮಲ್ಲಿಗೆ, ಸೇವಂತಿ, ದುಂಡು ಮಲ್ಲಿಗೆ, ಸೂಜಿ ಮಲ್ಲಿಗೆ, ಚೆಂಡುವ್ವಗಳ ವಾಸನೆಯೇ ಗುರುತು. ಕೈಗಳಿಗೆ ಹೂ ತಾಕಿದರಷ್ಟೆ ಸಮಾಧಾನ!

ಸಾಲಿಗೊಂಟರೆ ಒಂದು ರೂಪಾಯಿ, ಮರಳಿ ಬಂದರೆ ಒಂದು ರೂಪಾಯಿ ಸಿಗುತ್ತಿದ್ದಿದೇ ಅಬ್ಬಾನ ಅಂಗಡಿಯಲ್ಲಿ ಅಲ್ಲಿಂದ ಕಾಲ್ಕೀಳಲಾಗದೆ ಹಗಲಿಡೀ ಕರೀಂ ಅಲ್ಲೇ ಇರುತ್ತಿದ್ದ.

ಆಡುವುದು, ಉಂಡ ಮೇಲೆ ನೀರು ಕುಡಿಯುವುದು ದೇವಾಸ್ಥಾನದ ಪ್ರಾಂಗಣದಲ್ಲೇ.

ದೊಡ್ಡವನಾದ ಮೇಲೆ ಮತ್ತೇನೂ ತೋಚಲಿಲ್ಲ!

ಬಾಬಾ ಬಿಟ್ಹೋದ ಅದೇ ದೊಬ್ಬುವ ಬಂಡಿಗೆ ಸಿಗಾಕಿದ್ದ ಮಳೆಗಳ ಕೊರಳುಗಳಿಗೆ ಹಾರ ನೇತು ಹಾಕಿ ಹೂ ಮಾರತೊಡಗಿದ ಅಷ್ಟೇ!

ಹೆಂಡತಿ ಫಾತಿಮಾ, ಕಾಲ್ತುಳಿದರೆ ಕಿರುಚುವ ಮುದುಕಿಯಂತಹ ಆಕೆಯ ಹೊಲಿಗೆ ಮಿಷನ್ನು, ಕೈಗೆ ಬಂದ ಎರಡು ಮಕ್ಕಳು ಮತ್ತು ಈ ಹೂವಿನಂಗಡಿ ಕರೀಂನದು ಪುಟ್ಟ ಪ್ರಪಂಚ.

ಕಾಲಾನುಕಾಲದಿಂದ ಹನಮಂದೇವರಿಗೆ ಹಾರ, ಬಿಡಿ ಹೂ ಕರೀಂನವರ ಅಂಗಡಿಯಿಂದಲೇ ಹೋಗಿದ್ದು.

ಅಭಿಷೇಕ ಇದ್ದಾಗ ದಂಡೆ, ಹರಕೆ ತೀರಿಸಲು ಹೂವಿನ ತೊಟ್ಟಿಲು ಏನಿಲ್ಲವೆಂದರೂ ವಾರದಲ್ಲಿ ಎರಡು ಮೂರು ಸಲ ಮಾಡಿಕೊಡಬೇಕಾಗುತ್ತಿತ್ತು. ಸಂಜೆ ಮನೆಗೆ ಬರುವಾಗಲೂ ಪೂಜಾರಿ ಶರಬಯ್ಯನವರು, ಅವರು ತೀರಿದ ಮೇಲೆ ಅವರ ದೊಡ್ಮಗ ನಾಗಯ್ಯನವರಿಗೆ ಸಿಕ್ಕು ನಾಕು ಮಾತಾಡಿ ಅವರು ನಾಳೆಗೆ ಮತ್ತೇನಾದರೂ ಹೊಸದು ಹೇಳಿದರೆ ಕೇಳಿಕೊಂಡು ಬರುವುದು ನಿತ್ಯದ ರೂಢಿಯಾಗಿತ್ತು.

ಜಾತ್ರೆ ಇದ್ದಾಗಲಂತೂ ತೇರಿಗೆ ಕರೀಂನ ಬಾಬಾನದೇ ಹೂ–ಹಾರಗಳ ಸೇವೆ.

ಗಾಲಿಯಿಂದಿಡಿದು ಕಳಶದವರೆಗೆ ಹಲವು ಹೂಗಳಿಂದ ಆಸ್ಥೆಯಿಂದ ಸಿಂಗರಿಸುತ್ತಿದ್ದರು.

ಯಾರೂ ಮಾತಾಡಿದರೂ ಹೂಂ ಅಂತಾನೂ ಅನ್ನದೇ ಅದೊಂದು ಧ್ಯಾನ, ಪೂಜೆ ಎನ್ನುವಂತೆ ತನ್ಮಯತೆಯಿಂದ ಮಾಡುತ್ತಿದ್ದರು.

ತೇರು ಸಿಂಗರಿಸಿ ಕೆಳಗೆ ಇಳಿಯೋವತ್ತಿಗೆ ಮೈಗಂಟಿದ ಅಂಗಿ ತೊಪ್ಪನೆ ತೊಯ್ದು ನೀರು, ನೀರಾಗಿರುತ್ತಿದ್ದರೂ, ಮುಖದಲ್ಲೊಂದು ಮಂದಹಾಸ.

'ಹೆಂಗ್ ಕಾಣ್ತಾದ ಈಗ ತೇರು' ಎಂಬ ಹೆಮ್ಮೆ ಖಾದರ್ ಸಾಬನ ಕಣ್ಣಳಲ್ಲಿ ಇರುತ್ತಿತ್ತು.

ಅದಾದ ಮೇಲೆ ಕರೀಂ ಅದೇ ಶ್ರದ್ಧೆಯನ್ನ ಮುಂದುವರೆಸಿಕೊಂಡು ಬಂದ.

ದೇವಸ್ಥಾನ ಕಮಿಟಿಯವರು ತೇರಿಗೆ ಸಿಂಗರಿಸಿದ ಹೂವಿನ ಬಾಬತ್ತು ತಗೊಳ್ಳಿ ಅಂತ ಒತ್ತಾಯಿಸಿದರೆ ಊಹೂಂ ನಯಾಪೈಸೆಯನ್ನು ಇವರು ಮುಟ್ಟುತ್ತಿರಲಿಲ್ಲ.

'ಅದು ಆ ದಯಾಮಯನಾದ ದೇವರಿಗೆ ನಮ್ಮ ಸೇವೆ' ಅಂತ ಕೈಮುಗಿಯುತ್ತಿದ್ದರು.

ಘಂ ಅನ್ನುವ ಅತ್ತರಿನ ವಾಸನೆಗೆ ಕರೀಂ ತಕ್ಷಣ ವಾಸ್ತವಕ್ಕೆ ಬಂದ.

ಕಬ್ಬಿಣದ ಗೇಟು ತೆಗೆದೇ ಇತ್ತು.

ಒಳಗೆ ಕಾಲಿಡುವದಾ?

ಅಂತ ಒಂದು ಕ್ಷಣ ಯೋಚಿಸಿದ.

ರಂಜಾನ್, ಬಕ್ರೀದ್‌ನಂತಹ ವಿಶೇಷ ದಿನಗಳನ್ನು ಹೊರತು ಪಡಿಸಿದರೆ ಕರೀಂ ಆಗಲಿ ಅವನಪ್ಪ ಜನಾಬ್ ಖಾದರಸಾಬ ಆಗಲಿ ಮಸೀದಿಗೆ ಕಾಲಿಡುವುದು ಅಪರೂಪ. ವಿಶೇಷ ಸಂಧರ್ಭಗಳಲ್ಲಿ ಬುಲಾವ್ ಬರುತ್ತದೆಯಾದರೂ ಹೋಗಲು ಸಮಯವಿರುವುದಿಲ್ಲ! ಮನೆಯಲ್ಲಿರುವ ಒಂದು ಗಂಡಾಳು ಹೂವಿನಂಗಡಿಯ ದೇಖಾರೇಖಿಗೆ ನಿಂತರೆ ಇಲ್ಲಿಗೆ ಬರುವವರಾದರೂ ಯಾರು?

ಆದರೆ ಕಾಲಾನುಕಾಲಕ್ಕೆ ಕೊಡಬೇಕಾದದ್ದನ್ನ ಯಾವತ್ತೂ ಇಟ್ಟುಕೊಂಡಿಲ್ಲ ಖಾದರ್ ಸಾಬ.

ಫಾತಿಮಾ ಆರಂಭದಲ್ಲಿ ಬಂದಾಗ ತುಂಬಾ ದಿಗಿಲುಗೊಂಡಿದ್ದಳು.

'ಯಾ ಅಲ್ಲಾಹ್' ದಿನಕ್ಕೆ ಐದು ಸಲ ನಮಾಜು ಮಾಡಲಾರದ ಇವರೆಂತಹ ಮುಸಲ್ಮಾನರು ಅಂತ ಕಳವಳಗೊಂಡಿದ್ದಳು.

ಪವಿತ್ರ ರಂಜಾನಿನಲಿ ಅವಳು ಉಪವಾಸವಿದ್ದರೆ ಮನೆಯಲ್ಲಿ ತಕರಾರು ಇರುತ್ತಿರಲಿಲ್ಲವಾದರೂ ಉಳಿದವರು ಉಪವಾಸದ ಗೊಡವೆಗೆ ಹೋಗುತ್ತಿರಲಿಲ್ಲ.

ಆದರೆ ಕಷ್ಟ ಅಂತ ಬಂದವರಾರು ಕರೀಂನ ಮನೆಯಿಂದ ಬರಿಗೈಲಿ ಹೋಗುತ್ತಿರಲಿಲ್ಲ.

ಒಂದು ರೊಟ್ಟಿ ಇದ್ದರೆ ಅರ್ಧ ರೊಟ್ಟಿ ಕೊಡುವ ಮನಸು ಎಲ್ಲರಿಗೂ ಇತ್ತು.

'ಆಹೋ ಜನಾಬ್ ಸಲಾಂ ವಲೇಕುಮ್... ಖೈರಿಯತ್?'

ಮೌಲಸಾಬನ ಧ್ವನಿಗೆ ಬೆಚ್ಚಿಬಿದ್ದು ಕರೀಂ ಒಂದೆಜ್ಜೆ ಒಳಗಡಿಯಿಟ್ಟ.

'ವಲೈಕುಮ್ ಸಲಾಂ' ಹೇಳಿದನಾದರೂ

ಧ್ವನಿ ಅಸ್ಪಷ್ಟವಾಗಿತ್ತು. ಮೌಲಸಾಬ ಎದುರಿಗಿದ್ದ ಕುರ್ಚಿ ತೋರಿಸಿ ಕೂಡಲು ಸನ್ನೆ ಮಾಡಿದರಾದರೂ ಕರೀಂ ಸೀದಾ ಹೋಗಿ ಅಲ್ಲೆ ಇದ್ದ

ಚಾದರಕ್ಕೆ ಕುಂಡೆ ಆನಿಸಿದ. ಚಿತ್ತಾರದ ಚಾಪೆ, ಗೋಡೆಯ ಸಂಧಿಗೆ ಚುಚ್ಚಿದ ಊದಿನಕಡ್ಡಿಗಳು, ಅದಾಗ ತಾನೆ ಪಠಿಸಿ ಅರೆ ಮಡಿಚಿಟ್ಟ ಕುರಾನ್ ಸುತ್ತಲೂ ಕಾಣಿಸಿದವು.

ಕರೀಂ ಬಂದರೆ ಏನು ಮಾತಾಡಬೇಕು ಎಂಬುದನ್ನ ಮೊದಲೇ ಲೆಕ್ಕ ಹಾಕಿದಂತಿದ್ದ ಮೌಲಸಾಬ ನೇರವಾಗಿ ಮಾತಿಗಿಳಿದರು.

'ಕರೀಂ ಇಷ್ಟು ದಿನಾ ನೀ ಹೆಂಗಿಂದಿ ಅದು ಬ್ಯಾರೆ, ಆದ್ರೆ ನಿನ್ನೆ ಅವ್ರೆಲ್ಲ ನಿನ್ ಮ್ಯಾಲ ಕೈಮಾಡಿ ದುಖಾನ್ ಜಕಂ ಮಾಡಿ ಗುಡಿ ಮುಂದಾ ಮುಸಲರು ವ್ಯಾಪಾರ ಮಾಡಬಾರದು ಅಂತ ಗುದ್ಯಾಡಿದ ಮ್ಯಾಲೂ ನೀ ಹಂಗೇ ಇರಾದು ನಮಗ ಚೊಲೊ ಕಾಣದಿಲ್ಲ.'

ಮೌಲಸಾಬನಿಗೆ ಸಮಸ್ತವೂ ತಿಳಿದಿತ್ತು. ಸುತ್ತ ಕುಳಿತವರು ತಾವೊಂದಿಷ್ಟು ಮಾತು ಸೇರಿಸಬೇಕೆಂದರೂ ಮೌಲಸಾಬನ ಗಂಭೀರ ಮುಖ ನೋಡಿ ಕರೀಂಸಾಬ ಏನು ಹೇಳಬಹುದು ಎಂದು ಕಾಯ್ದರು.

ಹೌದು ನಿನ್ನೆ ಇಡೀ ಊರಲ್ಲಿ ಇದೇ ಗದ್ಲ. ಟಿ.ವಿ.ಯೊಳಗೂ ಬಂದಿತ್ತು! ನಾಕಾರು ಕುಂಕುಮ ಹಚ್ಚಿ ಝಾಂಡಾ ಇಡಕೊಂಡ ಹುಡುಗ್ರು ಬಂದವ್ರೆ ಜಗಳಕ್ಕ ಬಿದ್ರು! ನೀವು ಅಂತಾವ್ರು, ಇಂತವ್ರು ಅಂದ್ರು, ಕರೀಂಗ ಏನೊಂದು ತಿಳೀಲಿಲ್ಲ ದೇವಸ್ಥಾನದ ಮುಂದ ನೀವು ವ್ಯಾಪಾರ ಮಾಡಂಗಿಲ್ಲ ಅಂತೇಳಿ ಬಂಡ್ಯಾಗ ಕುಂತವನನ್ನ ದೊಬ್ಬಿ ಅಂಗಡಿಯನ್ನ ರೋಡಿನ್ಯಾಗ ಉಲ್ಟಾ ಒಗದು ಹೂವೆಲ್ಲ ಮಣ್ಣುಪಾಲು ಮಾಡಿದ್ರು.

ಕಳ್ಳು ಕಿತ್ತು ಬಂತು. ನಮ್ಮನಿ ತಿನ್ನಾ ಅನ್ನಾನ ಕಾಲಗಾಕಿ ತುಳಿತ್ತಾರಲಪ ಅನಿಸಿ ಕಣ್ಣಾಗ ನೀರು ಬಂದ್ವು.

'ಯಪ್ಪಾ ತಮ್ಮುಗುಳ್ಯಾ ದೇವ್ರಿಗಿ ಹಾಕೊ ಹೂವ್ವಪೋ ಹಂಗ ತುಳುದು ಹಾಳಮಾಡಬ್ಯಾಡ್ರಿ ಬೇಕಾರ ನೀವಾ ಹೊಯ್ದು ಹನಮಪ್ಪಗ ಹಾಕ್ರಿ ಪುಣ್ಯ ಹತ್ತತಾದ ರೊಕ್ಕ ಕೊಡಾದು ಬ್ಯಾಡ' ಅಂತ ಕೈಕಾಲು ಬಿದ್ದಿದ್ದ.

ಹೂಹೂಂ ಅವರು ಕೇಳಲಿಲ್ಲ!

ಮತ್ತೊಮ್ಮೆ ಇಲ್ಲಿ ವ್ಯಾಪಾರಕ್ಕೆ ಕುಂತ್ರೆ ಕೈಕಾಲು ಮುರಿತೀವಿ ಅಂತ ಕ್ಯಾಕಿ ಹೊಡಕಾಂತ ಹೊಂಟ್ರು.

ನಿನ್ನೆ ನಡೆದದ್ದೆಲ್ಲ ಮೌಲಸಾಬನ ಮಾತಿಗೆ ಕರೀಂನ ಕಣ್ಣಮುಂದ ಬಂತು.

'ಅದ್ಕ ನೀ ಮಸ್ಜಿದ್ ನಾಗ ಕೆಲಸಕ್ಕ ಸೇರಿಕ್ಯಾ ತಿಂಗಳಿಗಿಷ್ಟು ಪಗಾರ ಕೊಡತಾದ ಕಮಿಟಿ' ಮೌಲಸಾಬ ಅಳಿದು ತೂಗಿ ಮತ್ತೆ ಮಾತಾಡಿದರು.

'ನನಗೇನ ಬರತಾದ ಕೆಲಸ? ನೆಟ್ಟಗ ಬಗ್ಗಿ ನಮಾಜ ಮಾಡಾಕ ಬರಾಂಗಿಲ್ಲ ನನಗ! ನಮ್ ಬಾಬ ಅದ್ಯಾವದನ್ನ ಕಲಿಸ್ಲೇ ಇಲ್ಲ, ದುಡಕಂಡು ತಿನ್ರಿ ದೇವ್ರ ಕಾಣ್ತಾನ ಅನೋರು!'

ಕರೀಂ ತನಗೆ ತಾನೇ ಮಾತಾಡುವವನಂತೆ ಕಾಣಿಸಿದ.

ಆದರವನ ಮಾತುಗಳು ತುಟಿ ದಾಟಿ ಮೌಲಸಾಬನ ಎದೆಯನ್ನ ಈಟಿಯಂತೆ ಇರಿದವು.

'ಅಂದ್ರೆ ನಾವೆಲ್ಲ ಕೆಲಸ ಇಲ್ದೋರು ಅಂದೇನು? ಕರೀಂ ನೋಡಿಲ್ಲಿ ನೀ ಅಲ್ಲಿ ಅಂಗಡಿ ಹಚ್ಚಬ್ಯಾಡ, ನಿನ್ನೆ ನಿನ್ನ ಮೈಮ್ಯಾಗ ಬಿದ್ದೇಟು ಇಡೀ ನಮ್ ಮಂದೀಗಿ ಬಿದ್ದಂಗ, ಇದು ಇಷ್ಟಕಾ ಮುಗ್ಯಾದಿಲ್ಲ! ನಾಳಿ ನಮ್ ಉರುಸುನ್ಯಾಗ ಅವ್ರು ಏನರ ಮಾರಾಕ ಬಂದ್ರ ನಾವು ಚರ್ಮ ಸುಲ್ಯಾವ್ರ' ಅಂದರು.

ಅವರ ಧ್ವನಿ ಅಸಹಜವಾಗಿತ್ತು.

ಮೌಲಸಾಬನ ಮಾರಿಯೊಳಗ ನಿನ್ನೆ ಆ ಹುಡುಗರ ಮುಖದೊಳಗ ಕಂಡಂತದೆ ವ್ಯಗ್ರ ಭಾವ ಅಲಾಯಿ ಕುಣಿಯುತ್ತಿತ್ತು.

'ಉರುಸಿನ್ಯಾಗ ನಿನ್ನೆ ಗಲಾಟಿ ಮಾಡಿದ್ರಲ್ಲ ಅವ್ರು ಬರತಾರೇನು ಸಾಹೇಬ್ರ? ಅವ್ರು ಕುಡ್ದು ಕ್ಯಾಕಿ ಹೊಡ್ದು ಮನ್ಯಾಗ ಮಕ್ಕೊಂತಾರ, ನಮ್ಮಂತ ಬಡ ಜೀವಗಳು ಬದಕಾಕ ಬೀದಿಗಿ ಬರತಾವ! ಅವುಟ್ರ ಹೊಟ್ಟಿ ಮ್ಯಾಗ್ಯಾಕ ಹೊಡ್ತೀರಿ?'

ಅಂತ ತನಗೆ ತಿಳಿದ ಸಂಗತಿಯನ್ನ ಹರವಿ ಪ್ರತಿಭಟಿಸಿದ.

'ಕರೀಂ ನಿನಗ ಇದು ತಿಳಿಯೋದಿಲ್ಲ ಇವತ್ತಿಲ್ಲ ನಾಳಿ ಇದೆಲ್ಲ ಜರಗಾದ, ಊರು ಎಲ್ಲ ಹೋಳಾಗದಾ' ಅಂದರು.

ಕರೀಂಗ ನಗುಬಂತು!

ಏನೊಂದು ಮಾತಾಡಬ್ಯಾಡ ಅಂದ ಫಾತಿಮಾಳ ಮಾತು ನೆನಪಾಗಿ ಆಡುವ ಮಾತನ್ನ ಗಂಟಲಿನಲ್ಲೇ ಕಟ್ಟಿಹಾಕಿದ.

'ಆಯ್ತು ನೋಡಾಮ್ರಿ ಆ ದೇವ್ರಿಟ್ಟಂಗ ಆಗವಲ್ಯಾಕ' ಅಂದವನು ಎದ್ದು ಹೊರಟ.

ದಾಂದಲಿ ಮಾಡಿ ಅಂಗಡಿಯಲ್ಲಿದ್ದ ಹೂಗಳನ್ನೆಲ್ಲ ರಸ್ತೆಗೆ ಎಸೆದು ಕೇಕೆ ಹಾಕಿ ಘೋಷಣೆ ಕೂಗಿದ ಆ ಹುಡುಗರಿಗೂ ಮಸೀದಿವೊಳಗ ಗಡ್ಡಬಿಟಗಂಡು ಕುಂತ ಈ ಮೌಲಸಾಬಗೂ ಅಂತ ವ್ಯತ್ಯಾಸ ಕಾಣಲಿಲ್ಲ ಕರೀಂ ನಿಗೆ.

ಇಬ್ಬರೂ ಅವರೇ!

ಮಸೀದಿಯಿಂದ ಹೊರ ಬಂದು ಎತ್ತ ಹೆಜ್ಜೆ ಹಾಕುವುದು ಅಂತ ಎಣಿಸಿದ.

ನಿನ್ನೆ ಗಲಾಟೆಯಾದ ಕಾಲಕ್ಕೆ ಅಂಗಡಿಯನ್ನ ಹಾಗೆ ಬಿಟ್ಟು ಬಂದಿದ್ದು ಕಾಡುತ್ತಲೇ ಇತ್ತು.

ಆವಾಗಲೇ ವಾಪಸು ಹೋಗಬೇಕು ಅನಿಸಿತ್ತಾದರೂ ಆ ಜಾಗದಲ್ಲಿ ಪೊಲೀಸು, ಮೀಡಿಯಾ, ಜನಗಳು ಸೇರಿ ಯಾರೂ ಕಾಲಿಡಲಾರದಷ್ಟು ಸೂಕ್ಷ್ಮ ಜಾಗವಾಗಿ ಬದಲಾಗಿತ್ತು.ಅಂತಹ ಘಳಿಗೆಯಲ್ಲಿ ಮತ್ತೆ ಹೋಗಿ ಹೊಸದೊಂದು ರಾಮಾಯಣ ಯಾಕೆ ಅಂತ ಸುಮ್ಮನಿದ್ದ.

ಆದರೆ ಈಗ ಘಟನೆ ನಡೆದು ಒಂದು ದಿನವಾಗಿದೆ ಈಗಲಾದರೂ ಹೋಗಿ ತನ್ನ ಹೂವಿನಂಗಡಿಯನ್ನ ಸೈಡಿಗೆ ಜತನವಾಗಿ ಇಟ್ಟು ಬಂದರಾಯಿತು ಎಂದುಕೊಂಡ.

ನಿನ್ನೆಯಿಂದ ಟಿ.ವಿ.ಯಲ್ಲಿ ಇದೇ ಸಂಗತಿ ಮತ್ತೆ, ಮತ್ತೆ ಪ್ರಸಾರವಾಗುತ್ತಿತ್ತು. ಕೆಲವರು ಈ ಕಡೆ, ಕೆಲವರು ಆ ಕಡೇ ಹೂವಿನಂಗಡಿ ಹಿಡಿದು ಚರ್ಚೆಗಳಿದು, ಕಾರ್ಟೂನು ಬಿಡಿಸಿ ವಾಟ್ಸ್ಯಾಪ್ ಸ್ಟೇಟಸ್ ಹಾಕಿಕೊಂಡಿದ್ದರು. ಇನ್ನೂ ಕೆಲವರು ಇದನ್ನ ವಿರೋದಿಸಿ, ಇನ್ನೂ ಕೆಲವರು ಇದನ್ನ ಸಮರ್ಥಿಸಿ ಪುಟಗಟ್ಟಲೇ ಫೇಸ್‌ಬುಕ್ ಪೇಜಲ್ಲಿ ವಾಂತಿಮಾಡಿಕೊಂಡಿದ್ದರು.

ದಾರಿಯ ಮೇಲೆ ನಡೆಯುತ್ತಿದ್ದರೆ ಎಲ್ಲರೂ ನನ್ನನ್ನೇ ನೋಡುತ್ತಿದ್ದಾರೆ, ಅವರ ಬೆರಳುಗಳು ನನ್ನ ಕಡೆಯೇ ಮುಖ ಮಾಡಿವೆ, ಅವರ ಮಾತುಗಳ ನನ್ನ ಕುರಿತಾಗಿಯೇ ಇವೆ ಅಂತನಿಸತೊಡಗಿ ಕರೀಂನ ತಲೆ ಧಿಮ್ ಅನ್ನತೊಡಗಿತು.

ಚೌಕ ದಾಟಿ ಗುಡಿಯ ಸಮೀಪ ಬರುತ್ತಿದ್ದಂತೆ ಕರೀಂ ನ ಕಾಲ್ಗಳು ನಡುಗತೊಡಗಿ ಗಂಟಲುಬ್ಬತೊಡಗಿತು.

ಕಣ್ಗಳಲಿ ಕಣ್ಣೀರು ಇಳಿಯತೊಡಗಿ ಕಣ್ಣು ಮಂಜು, ಮಂಜಾಗತೊಡಗಿತು. ಇನ್ನೇನು ರಸ್ತೆದಾಟಿ ಹೂವಿನಂಗಡಿಯ ಬಂಡಿಯ ಬಾಜು ಹೋಗಬೇಕು ಅಂತ ರಸ್ತೆ ದಾಟುತ್ತಿದ್ದವನು ಕಣ್ಣಿಗೆ ಚಕ್ರಬಂದು ನಿಂತಲ್ಲೇ ಕುಸಿದುಬಿಟ್ಟ.

ಸುತ್ತಲೂ ಇದ್ದ ಜನ ಕರೀಂ ಒಮ್ಮೆಲೇ ಭೂಮಿಪಾಲು ಆಗಿದ್ದನ್ನ ನೋಡಿ 'ನಾ, ನೀ' ಅಂತ ಕಿರುಚಾಡಿ ಓಡಿ ಬಂದು ಮುಖಕ್ಕೆ ನೀರು ಚಿಮುಕಿಸಿ ಎಬ್ಬಿಸಿ ಕೂಡಿಸಿದರು.

ಗುಡಿಯ ಪೂಜಾರಿ ನಾಗಯ್ಯನವರೂ ಈ ಗಲಾಟೆ ಕೇಳಿ ಹೊರಬಂದವರು ಕರೀಂನ ಹಾಲತ್ ನೋಡಿ ಕೆಳಗೆ ಕೂತು ಕರೀಂನನ್ನ ತಮ್ಮ ಮಡಿಲಿಗೆ ಹಾಕಿಕೊಂಡು ಕಕ್ಕುಲಾತಿಯಿಂದ ಮಾತಾಡಿಸುವ ಪ್ರಯತ್ನ ಮಾಡಿದರು.

'ಹೇ ಎಂತದಪ ಸಾಬು ಮುಂಜಾನಿಂದ ನಿನ್ ದಾರಿ ನೋಡಕತ್ತಿದ್ಯಾ ನೀ ಇಲ್ಲ, ನಿನ್ ಹೂವನೂ ಇಲ್ಲ ಇವತ್ತು ದೇವ್ರಿಗಿ ಬರೀ ತುಳಸೀ ಎಲ್ಯಾಗ ಪೂಜೆ ಮಾಡೀನಿ ನೋಡು' ಅಂದರು ಅವರ ಧ್ವನಿಯಲ್ಲಿ ಕರೀಂನನ್ನು ಕಳೆದುಕೊಂಡ ಭಾವ ತುಳುಕುತ್ತಿತ್ತು.

ಅವರ ಕರುಣೆ ತುಂಬಿದ ಮಾತುಗಳು ನಿಧಾನಕ್ಕೆ ಕರೀಂನ ಎದೆಯೊಳಗೆ ಇಳಿದು, ಔಷದಿಯಂತೆ ದುಡಿದು ಕರೀಂ ಕಣ್ತೆರೆದ

'ಹೌದಲ್ರೀ ಮನ್ಯಾಗ ಹೂವ್ವ ಕಟ್ಯಾರ ಇಲ್ರೀ, ಜೇರ್ರಾ ಮಾಂತೇಶನ ತಾಕ ಬಿಡಿ ಹೂವ್ವ ಇಸಗಂಡು ಸಂಜೀ ಪೂಜೆಗಿ ಹಾರ ತರತೀನಿ' ಅಂತೇಳಿ ನಿಶಃಕ್ತಿಯಿಂದ ಬಿದ್ದವನು ಮೈಯಲ್ಲಿ ದೇವರು ಬಂದವನಂತೆ ಎದ್ದು ಬಿರುಸಿನ ಹೆಜ್ಜೆ ಹಾಕತೊಡಗಿದ...

●

## ವೀರಲೋಕದ ಪ್ರಕಟಣೆಗಳು

1. ಕೈ ಹಿಡಿದು ನೀ ನಡೆಸು ತಂದೆ
2. ವಿಶ್ವಸುಂದರಿ
3. ಇವರು ಅವರು ದೇವರು
4. ಒಳ್ಳೆಯ ಬದುಕಿನ ಸೂತ್ರಗಳು
5. ಬೆಳ್ಳಿತೆರೆಯ ಬಂಗಾರದ ಗೆರೆ
6. ಸೋಲೆಂಬ ಗೆಲುವು
7. ಲಾಸ್ಟ್ ಡೇಸ್ ಆಫ್ ಲೆಜೆಂಡ್ಸ್
8. ಮನಿ ಮನಿ ಎಕಾನಮಿ
9. ನಿಮಗೆಸ್ಟು ಹಣ ಬೇಕು?
10. ಆರ್ಟ್ ಆಫ್ ಸಕ್ಸಸ್
11. ಮಾದಕ ದೊರೆ
12. ನಟನ ಕಥೆ–ಮಂಡ್ಯ ರಮೇಶ್
13. ಬದುಕೇ ಭಗವಂತ
14. ತ್ಯಾಗಕ್ಕಿಲ್ಲ ನೂಕುನುಗ್ಗಲು
15. ಕೃಷಿ ಯಾಕೆ ಖುಷಿ?
16. ಮೆಮರೀಸ್ ಆಫ್ ಬಾಸರ್ಾ
17. ಹಿಂದಿನ ನಿಲ್ದಾಣ
18. ಪ್ರೀತ್‌ಸು
19. ಕಥಾ ಸಾಗರಿ
20. ಹೃದಯದ ಮಾತು
21. ದ್ವೈತ
22. ಕ್ಷಯ
23. ಯಾರೂ ಹೇಳದ ಕಥೆಗಳು
24. ಅರ್ಧ ಬಿಸಿಲು ಅರ್ಧ ಮಳೆ...

www.ingramcontent.com/pod-product-compliance
Lightning Source LLC
LaVergne TN
LVHW060125051026
849517LV00007B/2400
* 9 7 8 9 3 9 4 9 4 2 2 2 6 *